பொல்லாத பாசம்

பராங்குசம் கதைகள்

பொல்லாத பாசம்

பராங்குசம் கதைகள்

தொகுப்பு

ராணிதிலக்

எழுத்து பிரசுரம்

Title: Pollatha Paasam - Paraangusam Kathaigal
Author's Name : Paraangusam

Published by Ezutthu Prachuram

Ezutthu Prachuram
(An imprint of Zero Degree Publishing)
No. 55(7), R Block, 6th Avenue,
Anna Nagar,
Chennai - 600 040

Website: www.zerodegreepublishing.com
E Mail id: zerodegreepublishing@gmail.com
Phone : 89250 61999

Ezutthu Prachuram First Edition: September 2022
ISBN: 978-93-90884-43-8
TITLE NO EP:362

Rs.

Cover Design & Layout: Vijayan

தொகுப்புரை

கரிச்சான் குஞ்சு நூற்றாண்டு முன்னிட்டுக் கும்பகோணம் வாசகர்களுடன் பேசிக்கொண்டிருக்கும்போது, இன்னும் தொகுக்கப்படவேண்டிய கும்பகோணம் எழுத்தாளர்களின் பட்டியல் நீண்டுகொண்டே இருந்தது… இருக்கிறது.

தமிழ்ச் சிறுகதை மற்றும் புதுக்கவிதையின் வரலாற்றின் தொடக்கம் மிக முக்கியமான ஒன்று. மணிக்கொடி, கிராம ஊழியன், சுதேசமித்திரன், கலைமகள் என்று பல சிற்றிதழ்கள் இயங்கிய காலமது. இவ்வியக்கத்தின் ஆதார சுருதி கும்பகோணம் எழுத்தாளர்கள். மணிக்கொடிக் கால எழுத்தாளர்களான ந.பிச்சமூர்த்தி, கு.ப.ராஜகோபாலன், கு.ப.சேது அம்மாள், மௌனி, எம்.வி.வெங்கட்ராம் கரிச்சான்குஞ்சு, தி.ஜானகிராமன், பராங்குசம், கி.ரா.கோபாலன், ஆகியோர் அச்சமகால இதழ்களில் கவிதை, சிறுகதை, நாடகம், மொழிபெயர்ப்பு ஆகியவற்றை எழுதி இருக்கிறார்கள். ஒருவகையில் சொல்வதானால், கும்பகோணத்தை, 'எழுத்தாளர்கள் நகரம்' என்று அழைப்பதில் எந்தத் தவறும் இருக்காது என்று நினைக்கிறேன். இந்த எழுத்தாளர்களில் எல்லாராலும் அதிகம் வாசிக்கப்படாத எழுத்தாளர்தான் பராங்குசம்.

தி.ஜானகிராமன் நம்பிய எழுத்துகளில் ஒன்றுதான் பராங்குசம் எழுத்து. பராங்குசம் என்றழைக்கப்படும் கு.ப.ரங்காச்சாரி (தி.ஜாவின் மகள் உமா சங்கரி அவர்கள் ரங்குச்சாரி என்றே உச்சரிக்கிறார்) அதிகம் எழுதாதவர். அவருடைய பொல்லாத பாசம் என்ற கதைத்தொகுதிக்குத் தமிழ்ப்புத்தகாலயப்

பிரசுரத்தார் எழுதியது சாலப் பொருந்தும். அவர் எப்பொழுது பிறந்தார், எப்பொழுது மறைந்தார் (1970களில்) என்பது பற்றிய விவரங்கள் கிடைக்கவில்லை. ஆனால் அவர் சென்னை வானொலி நிலையத்தில் முக்கிய பதவியில் வகித்துள்ளார் என்பதும், தி.ஜானகிராமனுக்குச் சென்னை வானொலி நிலையத்தில் கல்வித்துறையில் பணி வாய்க்க உதவியவர் என்பதும், சென்னை வானொலிக்காக ‘காந்திக்காகக் காத்திருத்தல்’ என்னும் படைப்பை உருவாக்கியவர் என்பதும், கமலாதேவி சட்டோபாத்யாயவை நேர்காணல் செய்தவர் என்பதும் இணையத்தில் கிடைக்கும் செய்திகள்.

சிவாஜி, இலக்கியவட்டம், ஹனுமான், சுதேசமித்திரன் ஆகியவற்றில் பிரசுரமான அவர் எழுத்துகள் மீண்டும் ஒரு தொகுப்பாக வருவது சந்தோஷம் தருகிறது. மணிக்கொடிக் கால எழுத்தாளர்களுக்கான துல்லியமான மொழி, நடை, இறுக்கம் கொண்டதுதான் பராங்குசம் எழுத்துகள். முன்னுரை என்ற பெயரில் பக்கம் பக்கமாக எழுதித் தள்ள நான் விரும்பவில்லை. பராங்குசம் யார் என்பதை நீங்கள் புரிந்துகொள்ள வாஸவதத்தை, மன மாயா கதைகள் போதும். நான் கர்மவியாதி கதையால் பாதிக்கப்பட்டவன்.

இத்தொகுதியில் பொல்லாத பாசம் தொகுதிக் கதைகளுடன் புதிய கதைகள் மூன்று சேர்க்கப்பட்டுள்ளன. இன்னும் சில கதைகள் கிடைக்கும்பட்சத்தில் அடுத்த பதிப்பில் சேர்க்கப்படும். இக்கதைகள் வெளிவரக் காரணமாக இருந்த, ‘பொல்லாத பாசம்’ கதைத்தொகுதி தந்த, என் நலனில் எப்போதும் அக்கறையுடன் இருக்கும் திருநல்லம் சாமிநாதன், வெற்றியின் பண்பு என்னும் கதையை அளித்த, ‘அழிசி’ ஸ்ரீநிவாஸ கோபாலன், ‘மனமாயா’ என்ற கதையை அளித்த கருப்பம்புலம் பாலாஜி ஆகியோருக்கும், இப்புனைவைப் பிரசுரிக்க விருப்பம் அளித்த எழுத்து பிரசுரத்தார்க்கும் நன்றி.

ராணிதிலக்
கும்பகோணம்.

பராங்குசம் எழுத்து

— தி.ஜானகிராமன்

உண்மையும் தைரியமும் நிறைந்த எழுத்து பராங்குசம் அவர்களின் தனிச்சிறப்பு. இவர் அச்சுக்காக எழுதியது மிகவும் குறைவு. இவருடைய சிறுகதைகள் கலாமோகினி, சிவாஜி, சுதேசமித்திரன் வாரப் பதிப்பு, தேனீ முதலியவற்றிலே வெளிவந்தன. வெங்கட்ராமன் தனிமனிதனின் ஏக்கங்களோடு விளையாடுபவர். கிருத்திகா தனிமனிதன் சமுதாயத்தில் போலி ஆசாரங்களிலிருந்து விடுபடும் நிலைமையைச் சித்தரிப்பவர். பராங்குசம் சமூகத்தைத் தனிமனிதன் உருவாக்க முடியும், திருத்த முடியும், அழகுறச்செய்ய முடியும், இப்பொழுதைவிடப் பண்பும் பயனுமுள்ளதாக வாழச்செய்ய முடியும் என்ற நம்பிக்கையைக் கொண்டவர். அவருடைய எழுத்தில் இந்த நம்பிக்கை விரவிக் கிடக்கிறது. சிலசமயம் கணிப்பாக ஒலிக்கிறது. இதைக் காணும்பொழுது முந்திய இருவரையும்விட பாரத இலக்கியப் பண்பு இவரிடம் ஓங்கியிருக்கிறது என்பதை உணர முடியும்.

பெரும்பாலான இந்திய இலக்கியச் சிந்தனையின் பிரதிநிதியாக விளங்கும் வடமொழி இலக்கியம் மனிதனுக்கு வழியும் ஒளியும் காட்டி எழிலும் தர்மமும் காத்துக்கொள்ள அவன் செய்யும்

போராட்டமும்தான். உண்மையைப் பேசவும் நினைக்கவும் செயலாற்றவும் அஞ்சி, மித்யாசாரங்களில் உலகத்தை ஏமாற்றுவதாக நினைத்துக் கொண்டு தன் கண்ணிலேயே மண்ணைத் தூவிக்கொள்ளும் பாத்திரங்கள் அவருடைய நூல்களில் நடமாடுகிறார்கள். 'புகை நடுவில்', 'சத்தியமேவ', 'பொன்கூண்டு' என்ற அவருடைய மூன்று நாவல்களிலும் போலி ஆசாரங்கள் மனித வாழ்க்கையைக் கவ்வியுள்ள காட்சியை, சமுதாயம், அரசியல், இல்லறம், காதல், ஆன்மிக வாழ்வு ஆகிய வெவ்வேறு கட்டங்களில் அவர் சித்தரித்து அம்பலத்திற்குக் கொண்டுவருகிறார்; சிரிக்கிறார். இந்த மூன்று நாவல்களும் ஒரு எண்ணத்தின் மூன்று கிளைகளாக மூன்று வர்ண இதழ்களாக மலர்ந்திருக்கின்றன. மூன்றிலும் கதை, பாத்திரங்கள். சம்பவங்கள் எல்லாம் வெவ்வேறு. ஆனால் ஒவ்வொன்றிலும் ஒரு பெண்தான் பிரதான பாத்திரமாக விளங்குகிறாள். அவள் கண் மூலம்தான் ஒவ்வொரு நாவலும் உலகத்தைக் காண்கிறது. போலி ஆசாரங்களின் மூச்சைத் திணற அடிக்கும் பொய்மையில் சிக்கி அதிலிருந்து எதிர்நீச்சல் போட்டு ஒரு மனித உள்ளம் முன்னேறும் இயக்கத்தை மூன்று நூல்களிலும் அபாரமான வேகத்துடன் நையாண்டியுடன் உள்ளதை உள்ளபடி பளிச்சென்று காணும் ஆற்றலுடன் லாகவத்துடன் தீட்டியிருக்கிறார் கிருத்திகா. போலி ஆசாரங்களுக்குத் தலைநகரான டில்லி போன்ற ஒரு களம் அவருடைய வெற்றிக்குக் கைகொடுத்திருக்கிறது. ஆனால் ஒரு பொதுப்பார்வையும் அதில் விரவிக் கிடக்கிறது. அதாவது ஒவ்வொரு மனிதன் உள்ளத்திலும் ஒரு குட்டி டில்லி வளர்ந்திருக்கிறது என்ற உணர்வை நம் நினைவுக்குக் கொண்டு வருகிறார் ஆசிரியை. அவருடைய தைரியம் அசாத்தியமானது. பெண் எழுத்தாளர்கள் கிடக்கட்டும்; ஆண் எழுத்தாளர்கள் எத்தனை பேர் அவ்வளவு தைரியமாக உண்மையை எழுதத் துணிந்திருக்கிறார்கள்!

வளவளப்பில்லாமல் சொற்செட்டுடன் கோடுகள் போட்டும் கோடுகளிடையே வெற்றிடம் விட்டும் எல்லாவற்றையும் கண்முன் நிறுத்திவிடும் ஓவியனின் பாணியில் அவருடைய எழுத்து நம்மைக் கவர்கிறது. வடிவத்தில் முழுமை, விகித உணர்வு –

இரண்டும் அவருக்கு இயல்பாக வந்துள்ளன. இவ்விரண்டையும் அவருடைய நாடகங்களிலும் காண முடிகிறது. புறச்செயல் ஓட்டம் குறைவாக இருந்தாலும் அகஅளவில் தீவிரச் செயல் ஓட்டம் நிறைந்திருப்பவை அவருடைய நாடகங்கள். எனவே கூட்டமாக மக்கள் அவற்றைப் பார்த்து ரசிக்க அவர்களும் நாடக சம்பிரதாயங்களும் வளர்ச்சி அடைய வேண்டும்.

நிறைந்த வாழ்க்கையின் பிரதி பிம்பங்கள். அவர் நடை எளியது. சொல்லாட்சி சிக்கனமும் அத்யாவசிய உணர்வால் ஏற்படும் கவர்ச்சியும் கொண்டது. சொற்களைப் போட்டுத் தேய்த்துத் தேய்த்து மெருகேற்றுவதில் அவர் நேரத்தை வீணாக்குவதில்லை. ஆனால் முழுமையில் பார்க்கையில் அந்தச் சொற்களுக்கு வேகமும் வடிவத்தில் ஒரு அமைதியும் வந்திருப்பதை நாம் உணர முடியும். வழவழப்பில்லாத, கரடுமுரடான மேற்தோல் கொண்ட சிற்ப பாணியின் கவர்ச்சியும் புதுமையும் லேசான நகைப்பும் நிறைந்து மிளிரும் எழுத்து. இதை அவ்வளவு எளிதாகச் செய்துவிட முடியாது. பார்த்தால் எளியது போலிருக்கும். ஆழ்ந்த சிந்தனை, அதில் நீடித்துத் தோய்வது, விஷயங்களைப் பற்றிய வரையில் தீர்மானமான பிடிப்பு-இவ்வளவும் இருந்தால்தான் சாத்தியமாகும்.

அச்சேறிய அவர் கதைகள் நாற்பதுகூடத் தேறாது என்று நினைக்கிறேன். அதுவே அவருடைய சுதந்திரத்திற்கு ஒரு புறச்சான்று என்று கூறலாம். எழுத்துக்கு ஒரு அவசியமான நோக்கமுண்டு என்று அவர் வகுத்துக்கொண்ட கொள்கையைச் சொல்லக்கூட அவருக்குத் தைரியமிருக்கிறது. அவர் எழுத்து தீராப் பொறியான அவசியம் என்று அவர் உணர்ந்தபோது வருவது. அதை அவருடைய கதைகளின் குறுகிய அளவிலும் நேராகச் சொல்லும் வேக அழகிலும் உணர முடியும்.

(இலக்கிய வட்டம் மூன்று இலக்கிய ஆசிரியர்கள் - கட்டுரையிலிருந்து தேர்ந்தெடுக்கப்பட்டது)

பொருளடக்கம்

பொல்லாத பாசம்

வழக்கமாக வீட்டைவிட்டுக் காலை ஏழரை மணிக்கெல்லாம் கிளம்பிவிடுவார் டாக்டர் ராமநாதன். சரியாக ஏழே முக்காலுக்குத் தன் ஆஸ்பத்திரியில் இருப்பார். 'மனிதக் கடிகாரம்' என்று எல்லோரும் அவரைக் கேலி செய்வார்கள். அன்று ஏனோ காலையிலிருந்து ஒரு தாமசம் அவரைப் பின் தொடர்ந்தது. 'அலாரம்' வைத்தாற்போல் ஐந்தரை மணிக்கு எழுந்திருப்பவர் அன்று வெகுநேரம் தூங்கிவிட்டார். பல் தேய்க்க ஐந்து நிமிஷம் கூடுதலாகப் பிடித்தது. காப்பி குடித்து, பேப்பர் வாசித்து முடிப்பதற்குள் ஆறரை மணியாகிவிட்டது. பின்னர் எத்தனையோ சிறு சிறு தினசரித் தொல்லைகள். குளித்து உடை உடுத்தி, காலையாகாரத்திற்கு வருகையில் மணி ஏழேகால். மீனா காத்துக் கொண்டிருந்தாள். அவர் உள்ளே வந்ததும் கடிகாரத்தைப் பார்த்து மெல்லச் சிரித்தாள். அந்த அவசரத்திலும் ராமநாதனுக்குக் கோபம் வரவில்லை.

"என்ன சிரிப்பு" என்று குறும்பாகக் கேட்டார், பதில் என்ன வரும் என்று தெரிந்தவர் போல்.

"இல்லை... இருபத்தைந்து வருஷத்தில் ஒரு நாளாவது உங்களைப் பார்த்துக் கடிகாரத்தைத் திருத்தி வைக்காமல், கடிகாரத்தைப் பார்த்து, 'உங்களுக்கு நேரமாகிவிட்டது' என்று சொல்ல முடிந்தது என்று சந்தோஷம்."

“என்னமோ இன்றைக்குத் தூங்கிப் போய்விட்டேன்... பானு எங்கே?”

“அவளுக்காகக் காக்கவேண்டாம். பிறகு வருகிறாளாம். உங்களைச் சாப்பிட்டுவிட்டுப் போகச் சொன்னாள்.”

“ஏன், தாமோதரன் வருகிறானோ அழைத்துப்போக...”

“இருக்கலாம். உங்களுக்கு ஏன்?”

“எனக்கு ஏன்! வா, நாம் சாப்பிடுவோம்.”

என்னதான் தாமதமாகிவிட்டாலும் ராமநாதன் அவசரப்பட்டு சாப்பிடமாட்டார். உடம்பிற்கு நல்லதல்ல என்பார். டாக்டர் அல்லவா? அன்று பாதி சாப்பிட்டுக் கொண்டிருக்கும்போது ராமன் உள்ளே வந்து நின்றான்.

“என்ன ராமா?” என்று கேட்டாள் மீனா.

“ஐயாவைப் பார்க்க யாரோ ஒரு அம்மா வந்திருக்காங்க...”

“ஐயாவைப் பார்க்க அம்மாவா? ஆஸ்பத்திரிக்கு வரச் சொல்லு ராம... உனக்குத் தெரியாதா, நான் வீட்டில் ஒருவரையும் பார்ப்பதில்லையே” என்று கொஞ்சம் கடுகடுப்பாகவே சொன்னார் ராமநாதன்.

“அவங்களுக்கு உடம்பு ஒண்ணும் இல்லை.”

“பின்னே?”

“உங்களைப் பார்க்க வந்திருக்காங்களாம்.”

“என்ன பேர்?”

“ஸரஸ்வதியம்மாள்.”

“சரி உட்காரச் சொல்லு.”

“யாரு இந்த ஸரஸ்வதியம்மாள்?”

“தெரியலையே... ஞாபகமே இல்லை...”

ஆனால் ராமநாதன் நினைவின் அடித்தளத்தில் அந்தப் பெயர் குத்திக்கொண்டே இருந்தது. மல்லிகைப்பூ போலவும் வெகு ருசியாகவும் இருந்த இட்லி மீது கூட மனம் போகவில்லை.

மீனாவும் அவர் ஏதோ யோசித்துக் கொண்டிருப்பதைப் புரிந்து கொண்டு பேசாமல் இருந்தாள். வழக்கமாகக் காப்பியுடன் சிகரெட் பிடிப்பது ராமநாதனின் வழக்கம். அன்று அதுகூட மறந்து போய்விட்டது. சிந்தனையில் ஆழ்ந்தவராகச் சாப்பாட்டை ஒருவாறு முடித்துக் கொண்டு எழுந்து, வெளியறைக்குச் சென்றார். கதவைத் திறக்குமுன் ஒரு நிமிஷம் தயங்கினார். பிறகு கைப்பிடியைத் திருப்பி உள்பக்கம் தள்ளினார். கதவு திறந்தது. அதே சமயம் மனத்திலும் ஒரு ஜன்னல் திறந்தது. பழைய சம்பவம் ஒன்று ஞாபகத்தின் வெளிச்சத்தில் துலாம்பரமாக நினைவுக்குத் தென்பட்டது. லேசாகச் சிரித்துக்கொண்டே சென்றார், ராமநாதன்.

அந்தச் சிரிப்பில் கொஞ்சம் கவலை தோய்ந்திருந்தது. கைகளைக் கூப்பி, "நமஸ்காரம்" என்றார்.

"நமஸ்காரம். என்னை உங்களுக்கு ஞாபகமிருக்காது."

"நீங்களல்லவா மறந்து விடுவதாக வாக்களித்தீர்கள்..."

"இருபத்தி நான்கு வருஷம் மறந்திருந்தேனே போதாதா?"

"இனிமேலும் ஞாபகமே வரக்கூடாது."

"அப்படித்தான் எவ்வளவோ எனக்கு நானே சொல்லிக் கொண்டேன். முடியவில்லை."

"இத்தனை நாளாக முடிந்தது. இப்ப முடியவில்லையா?"

"வயதாக வயதாக தேகப்பலம் மட்டுமல்ல, மனத்திடமும் குறைவது சகஜம்தானே."

"ஒருவிதத்தில். ஆனால் வயதாக வயதாகத்தானே தன்னலப் பிரியமும், சுய சந்தோஷத்தில் மோகமும் குறைகிறது. பிறரைப் புரிந்துகொள்ள முடிகிறது. பிறருக்குத் துன்பம் கொடாமல் வாழ முடிகிறது."

"பூரண வாழ்க்கை வாழ்ந்தவர்கள் அப்படியோ... என்போல் வறட்டு வாழ்க்கை வாழ்ந்தவர்களுக்கு.... போகட்டும். நான் உங்களுக்கு அத்தனை வருஷங்களுக்கு முன் கொடுத்த வாக்கை மீறக் காரணம் உண்டு..."

"கொடுத்த வாக்குப் பூராவாக ஞாபகம் இருக்கிறதா?"

"எனக்கா இருக்காது? எவ்வளவு இன்பத்தை அந்த ஒரு கணத்தில் இழந்தேன்."

"ஆனால் அன்று எவ்வளவோ துன்பத்திலிருந்து தப்புவதாகத்தானே எண்ணினீர்கள்... ஞாபகமில்லையா?"

"ஞாபகம்...நினைவு... அதையெல்லாம் என்னிடம் சொல்லவும் செய்யாதீர்கள். அவை இரண்டுதான் என் உடன்பிறந்த நோய்களாக, என்னுடனேயே என் நிழல் போல் இருந்து வந்துள்ளன. விளக்கை அணைத்தால் நிழலைக் கொன்று விடலாம். ஆனால் இந்த நினைவு என்ற மனப்புண்... ஏன் சிரிக்கிறீர்கள்?"

"நேற்றுத்தான் ஒரு புத்தகம் படித்துக்கொண்டிருந்தேன். கவிதைகள். ஒரு பாட்டில் அந்தக் கவி, நினைவை மணப்பெண் என்று அழைக்கிறார்."

"கவிக்கு என்ன? வாயில் வந்ததைச் சொல்லிவிட்டு பெயர் பெற்றுவிடலாம்... எங்கே போகிறது நம் பேச்சு? நான் வந்தது உங்கள் காலத்தை வீணாக்க அல்ல."

"நானும் அதைத்தான் சொல்ல வந்தேன். எனக்கு ஆஸ்பத்திரிக்குப் போக நேரமாகிவிட்டது. சாயந்திரம் நாம் பேசக்கூடாதா... இந்த விஷயம் அவ்வளவு சீக்கிரத்தில் பேசி முடிக்கக்கூடியதாகத் தோன்றவில்லை."

"இன்று ஒருநாள் சற்றுத் தாமதித்துப் போகக் கூடாதா?" அவள் குரலில் ஒரு பெரும் ஏக்கம் தொனித்தது. ஏழ்மையின் பரிதாபத்துடன், கேட்போர் மனத்தில் ஈரத்தை ஊட்டியது.

"சரி. இருங்கள். டெலிபோன் செய்து சொல்லிவிட்டு வருகிறேன்."

ராமநாதன் திரும்பியபோது ஸரஸ்வதியம்மாள் கண்ணைத் துடைத்துக்கொண்டிருந்தாள். ஒரு போலி விருவிருப்புடன் கேட்டாள்: "உங்களுக்கு நான் ஞாபகம் இருப்பதுதான் எனக்கு வியப்பாக இருக்கிறது, இத்தனை வருஷங்கள் கழிந்தும்."

"எப்படி ஞாபகமில்லாமல் இருக்கும்? நீங்கள்தான் என் முதல்

கேஸ். எந்த டாக்டரும் தன் முதல் கேஸை மறப்பது கிடையாது. மேலும் நடந்தது மறக்கக்கூடியதா?"

இருபத்தி நான்கு வருஷங்களுக்கு முன் ஒருநாள் காலை புதிதாகப் போர்டை வீட்டு வாசலில் மாட்டிவிட்டு அவன் காத்து உட்கார்ந்திருந்த காலம். இன்று மதராஸிலேயே மிகப் பிரபலமான சொந்த ஆஸ்பத்திரி நடத்தி வந்த டாக்டர் ராமநாதன் அன்று அனுபவமற்ற கத்துக்குட்டி. கல்லூரியில் படித்தபோதும், பிறகு சர்க்கார் ஆஸ்பத்திரிகளில் பயிற்சி பெற்ற சமயமும் எல்லாரும் அவன் கட்டாயம் பிரபல டாக்டராக ஒருநாள் விளங்குவான் என்று நம்பத்தான் செய்தார்கள். ஆனால், வெற்றி, வருங்காலம் என்ற இருட்டில் கண்ணுக்குத் தெரியாமல் பதுங்கிக் கிடந்தது. அதுவும் சர்க்கார் உத்தியோகம் வேண்டாம் என்று தனி முறையில் தானே சொந்தத் தொழில் நடத்தப் போவதாக ராமநாதன் சொன்னபோது சிலர் அவனை முட்டாள் என்றுகூட நினைத்தார்கள். அவன் மனதிலும் பயமில்லாமல் இல்லை. ஆனால் யௌவனத்தின் அபரிமிதமான தன்னம்பிக்கையும் பயத்துடன் போராடிக்கொண்டிருந்தது. ஏதாவது காலடி சப்தம் கேட்டால் தன்னம்பிக்கை. பயத்திற்கு ஒரு தப்பல் வைக்கும். வந்தவர் பின்கட்டில் யாரையோ பார்க்கப் போவார். காலடி சப்தம் மெல்ல விலகிச் செல்லும். பயம். தன்னம்பிக்கையை ஒரு உதை உதைக்கும்.

வந்தவர் தன் அறைக்கு வெளியே நின்றதைக் கேட்டு ராமநாதன் மனம் பூரித்தது. வந்தவர் கதவைத் தட்டினதும் தட்டாததுமாக, "வாருங்கள், கதவு திறந்துதான் இருக்கிறது" என்றழைத்தான் ராமநாதன்.

உள்ளே வந்தது இருபது வயதுப் பெண்ணொருத்தி. படித்த பெண் அல்ல... பழங்காலத்து மோஸ்தர். ஆனால் தனியாக வந்திருந்தாள்.

"உட்காருங்கள்" என்றான் ராமநாதன். அந்தப் பெண் நாற்காலியில் உட்காரவில்லை.

வீடு தவறி வந்து விட்டாளோ? நோயாளி டாக்டரிடம் வருவதுபோல் இல்லை இவள் நடந்துகொள்வது - ராமநாதனின் எண்ணங்கள் ஏமாற்றத்தின் வேகத்தோடு ஓடின.

“உட்காருங்கள். என்ன உடம்பு?”

“நீங்கள்தானே டாக்டர்?”

“ஆமாம். இல்லாவிட்டால் என்ன உடம்பு என்று கேட்பேனா?”

“ஒரு ஒத்தாசை செய்யணும்.”

“என்ன சொல்லுங்கோ”

‘‘பெரிய தவறு செய்துவிட்டேன். நீங்கள்தான் காப்பாற்றவேண்டும்.”

ராமநாதனுக்குத் தூக்கி வாரிப்போட்டது. ஆனால் கணப்பொழுதில் விஷயத்தைப் புரிந்துகொண்டான்.

“மன்னிக்கணும், அம்மா... நான் அந்தமாதிரி... அந்த மாதிரி சிகிச்சை செய்வதில்லை.”

“நான் என்ன ஆவது? கால் சறுக்கிச் சாக்கடையில் விழுந்துவிட்டேன். எனக்கு மன்னிப்பே இல்லையா?”

“அம்மா நான் வேதாந்தி இல்லை, டாக்டர். நான் அந்த மாதிரி காரியம் செய்யக்கூடாது.”

“ஏன் செய்யக்கூடாது?”

“நான் கற்ற வைத்தியம் நோயைத் தீர்க்க முயல.”

“இதைவிடப் பெரிய நோய் ஏது? வேண்டாத்தாய்மை.”

“அது சமூக வேதாந்தம். மருத்துவமல்ல.”

அதற்கு மேல் ஒருவார்த்தை சொல்லாமல் சட்டென்று திரும்பி போனது ராமநாதனுக்கு ஒருவித பீதியை உண்டாக்கியது. அவள் ஏதோ ஒரு கோர முடிவுக்கு வந்துவிட்டாள் என்று பட்டது அவனுக்கு.

“அம்மா இருங்கள்... இப்படி.... இப்படி வாருங்கள்... உட்காருங்கள்...”

“ஏன் உங்கள் காலத்தை வீணாக்க வேண்டும். நோய் ஏதாவது இருந்தால் தீர்க்க முயலுங்கள்... உங்களிடம் வந்தது தப்பு, இப்பொழுது தெரிகிறது. மன்னியுங்கள்.”

“இல்லை. தெய்வாதீனம் நீங்கள் என்னிடம் வந்தீர்கள். உதவி வேண்டும் என்று கேட்டீர்களே. என்னால் ஆனதைச் செய்கிறேன். ஆனால் நீங்கள் கேட்டதைச் செய்யமாட்டேன். சம்மதமா?”

“யாரால் செய்ய முடியும்?”

“பதறாமல் கேளுங்கள்.”

பிறகு ராமநாதன் பேசியது, சமூக வேதாந்தம்தான். சமூக நோயைத் தீர்க்க வேறு மருந்து ஏது? ராமநாதன், நடந்ததைப் பரிவுடன் விசாரித்தான். அவள் கதை மீண்டும் மீண்டும் வாழ்க்கையில் நேருவதால், கதையாக எழுதக்கூட லாயக்கற்றுப்போன, உலகத்தின் தினசரி அனுபவம். ஏழை. பால்யத்தில் கல்யாணம். பால்யத்திலேயே கைம்பெண். பிறகு பெற்றோரும் போய்விட்டனர். பிழைக்க வழி தேடி ஒரு வீட்டில் சமையல்காரியாகப் போய்ச் சேர்ந்தாள். ஐந்து வருஷம் அங்கு வேலை பார்த்தாள். கஷ்டப்பட்டு உழைத்தாள்; அவர்களும் வீட்டு மனுஷியாகத்தான் நடத்தி வந்தார்கள். பின்? ஏதோ ஒருநாள் என்னமோ நேர்ந்தது.

“நடந்தது நடந்தாகிவிட்டது. போகட்டும். நான் சொல்வதைக் கேளுங்கள்.”

“பிச்சையெடுத்து வயிறு வளர்க்க எனக்கு இஷ்டமில்லை.”

“பிச்சையல்ல, கடன் என்று வைத்துக்கொள்ளுங்கள். இன்னும் ஐந்தாறு மாதங்கள். பிறகு நீங்கள் முன் போல் உங்கள் உழைப்பில் வாழலாம்.”

“அதுவரை.”

“என் வீட்டில் தங்கியிருங்கள். நாங்கள் ரெண்டு பேர்தான்...”

“நான் முன்பு வேலை செய்து வந்தேனே அந்த வீட்டில் அவர் ரொம்ப நல்லவர்; அவரும் அவர் மனைவியும் அன்னியோன்யமாக அழகாக வாழ்ந்து வருகின்றனர். அவர்கள் உப்பைத் தின்று உயிர் வாழ்ந்த நான், ஏதோ அவள் ஊரில் இல்லாத சமயம், தனிமையோ வேறு ஏதோ நோயோ ஒரு நிமிஷம் தாக்க அவர் நிலைதவறினார் என்பதற்காக, அவர்கள்

பேரைக் கெடுத்துவிடக்கூடாது என்று ஒருவரிடமும் உள்ளதைச் சொல்லாமல் விலகிக் கொண்டேன். முன்பின் அறியாத உங்கள் வாழ்க்கையை குலைக்க வேண்டுமா நான்?”

“மீனா ரொம்ப நல்லமாதிரி. விசால மனம் படைத்தவள். அவள் உங்கள் நிலையை நன்கு புரிந்துகொண்டு…”

“மீனா ஒருத்தி; நீங்கள் ஒருவர், மீதி பேர்…? உலகம்?”

“உலகத்தைப்பற்றிக் கவலை ஏன்? இது யாருக்கும் தெரியவே வேண்டாம்.”

“இதையெல்லாம் மூடிவைக்க முடியுமா? பாவம் எங்கோ-அது பாவமானால்-பழி எங்கோ, என்றாக நான் கருவியாக மாட்டேன்…”

“சரி, எங்காவது ஒரு சிறிய அறை எடுத்துக்கொள்ளுங்கள். நான் டாக்டர் என்ற முறையில் இங்கு வந்து போய்க்கொண்டிருக்கிறேன். நான் உதவுவது ஒருவருக்கும் தெரியவேண்டாம்.”

“உதவி என்ன? போடும் பிச்சை.”

“நான் சொன்னேனே, பிச்சையல்ல. தர்மம்கூட வேண்டாம். கடன் என்று வைத்துக்கொள்ளுங்கள். முடிந்தபோது திருப்பிக் கொடுத்துவிடலாம்.”

“முடிந்தபோதாவது! முடிந்தால்…”

“சரி, முடிந்தால்.”

“முடியாவிட்டால்?”

"உங்க அளவு சுய மரியாதை உடையவருக்கு இது முடியாமல் போகாது..”

“நான் ஏதோ பார்த்துக்கொள்கிறேன். அந்தச் சின்ன உயிரை என்ன செய்வது?”

“அதை யாராவது வளர்த்துக்கொள்ள நான் ஏற்பாடு செய்கிறேன்.”

“பிறக்கும் முன்பே அனாதை.”

"ஒரு குழந்தையும் அனாதையல்ல. இந்த உலகில் புத்திரப் பேறு வேண்டும் என்று அங்கலாய்த்துப் போகிறவர் எத்தனையோ பேர். இந்தக் காலத்தில் அந்தக் கவலை வேண்டாமம்மா. எத்தனையோ பெரியவர்கள் காத்துக் கொண்டிருக்கின்றனர். இந்தமாதிரி ஏதாவது ஒரு குழந்தையை வளர்த்துக்கொண்டு, தங்கள் வாழ்க்கை பூரணமடையச் செய்துகொள்ள..."

அடுத்த ஆறு மாதம் ஸரஸ்வதி எப்படி வாழ்ந்தாள்? வீடு பெருக்கினாள்; அப்பளம் செய்து கொடுத்தாள்; துணி தோய்த்துப் போட்டாள்: பத்து வீட்டில் குழந்தைக்குக் குளிப்பாட்ட, வேண்டிய சமயம் ஏதாவது கைவேலை செய்ய உதவினாள்: இருந்த ஒரு வளையையும், சரடையும் விற்றாள். எப்படியோ ஆறுமாதம் இறக்காமல் காலத்தைப் போக்கினாள். (வாழ்ந்தாள் என்று எப்படிச் சொல்வது) ஆனால் ராமநாதன் கொடுக்கத் தயாராயிருந்த உதவியை ஏற்க மறுத்தாள்.

ஒருநாள் இரவு 10 மணிக்கு ராமநாதன் வீட்டிற்குப் போய்க் கதவைத் தட்டினாள். ராமநாதன் ஒரு ரிக்ஷாவில் அவளை ஏற்றி அவசர அவசரமாக ஆஸ்பத்திரிக்கு அழைத்துக் கொண்டு போனான். அவளைப் பிரசவ அறைக்கு அனுப்பிவிட்டு, தான் உடுப்பை மாற்றிக்கொண்டு கை கழுவிக் கொண்டு உள்ளே போவதற்குள் சுகப்பிரசவம் ஆகிவிட்டது. பெண் குழந்தை.

ஏழாம் நாள் ராமநாதன் மீண்டுமொரு தரம் கேட்டான்.

"அம்மா நன்றாக யோசித்துச் சொல்லுங்கள். பிறகு ஒன்றும் செய்ய முடியாது. உங்களுக்கு முழுச் சம்மதம்தானே?"

"சம்மதிக்காமல் என்ன செய்ய முடியும் என் போன்றவர்?"

"உங்கள் குழந்தையை இப்பொழுது யாராவது வளர்த்துக் கொள்ளட்டும் என்று இங்கு விட்டுவிட்டுப் போய்விட்டால் பிறகு..."

"வருங்காலம் இருப்பவர்களுக்குத்தானே 'பிறகு' உண்டு."

"இந்த மாதிரியெல்லாம் பேசிப் பிரயோஜனமில்லை. உங்கள் இஷ்டத்தைச் சொல்லுங்கள். வேண்டுமானால் குழந்தையை எடுத்துச் செல்லுங்கள். வேண்டாம் என்றால் விட்டுப்போங்கள்."

“சரி, விட்டுப்போகிறேன்.”

“பிறகு திருப்பித் தரும்படி கேட்கக்கூடாது.”

“மாட்டேன்.”

“குழந்தையைப் பார்க்கவும் முடியாது.”

“வேண்டாம்.”

“யாருடன் குழந்தை வளர்கிறது என்று சொல்லமாட்டார்கள்.”

“சரி.”

“பூராவாக மறந்துவிட வேண்டும்.”

“மறந்துவிட்டேன்.”

அதெல்லாம் இருபத்திநான்கு வருஷங்களுக்கு முன் நடந்தது.

“நடந்தது மறக்கக்கூடியதா? அன்று ‘மறந்துவிட்டேன்’ என்று நான் சொன்னேன். அதை நீங்கள் நம்பினீர்களா? நம்ப முடிந்ததா?” என்று வினவினாள் ஸரஸ்வதியம்மாள்.

“மறக்க முடியாததையும் நினைக்காமல் இருக்க உறுதி கொள்ளலாம். ஆசையை மறுக்கலாம்” என்றார் டாக்டர் ராமநாதன்.

“ஆசையை மறுக்கலாம். பாசத்தை?”

“வெறுக்க வேண்டும். அதுவும் நம் பாசத்தால் இன்னொருவருக்குத் துன்பமும் கஷ்டமும்தான் விளையுமென்றால் அந்தப் பாசம், பாவம்!”

“என் பாசத்தால் ஒருவருக்கும் ஒரு துன்பமும் கிடையாது. அவள்...என் பெண்... எங்கிருக்கிறாள் சொல்லுங்கள்...”

“எனக்குத் தெரியாது.”

“தெரியாதா? நீங்கள்தானே அவளை யாரோ வளர்த்துக் கொள்ள ஏற்பாடு செய்தீர்கள்.”

“என் தொழில் சம்பந்தமாக எனக்கு எத்தனையோ தெரிய வரும். அவற்றை நான் ஞாபகம் வைத்துக் கொள்ளக்கூடாது. உங்கள் பெண்ணை நான் அப்படியே மறந்துவிட்டேன்.”

“இல்லை. நீங்கள் மறந்திருக்க முடியாது. என்னையே மறக்கவில்லையே, அவளையா மறந்திருப்பீர்கள்? அவளும்தான் உங்கள் முதல் கேஸ்... சொல்லுங்கள்... தயவு செய்து சொல்லுங்கள்.”

“மன்னிக்கவும்... நான் சொல்லக்கூடாது.”

“அப்படியென்றால் உங்களுக்குத் தெரியும். உங்களுக்குத் தெரியும், நீங்கள் சொல்லித்தான் ஆகவேண்டும்.”

“அம்மா! பதறாதேயுங்கள்; ஆசுவாசப்படுத்திக் கொள்ளுங்கள்... ஏன் இந்தப் பைத்தியக்கார ஆசை. இத்தனை நாள் மனத்திடத்துடன் இருந்தீர்கள்... இப்போது ஏன் பலஹீனம்?”

“சொல்கிறேன் கேளுங்கள். இருபத்தி நான்கு வருஷங்களுக்கு முன் நான் ஒரு பிரதிக்ஞை செய்துகொண்டேன். ‘எனக்கு நேர்ந்தது யாருக்கு நேர்ந்தாலும் நான் உதவுவேன்’ என்று. அதையே என் வாழ்க்கை இலட்சியமாகக் கொண்டேன். சர்க்காரால் அனாதைகளுக்காகவும் சந்தர்ப்பச் சேர்க்கையால் வழிதவறிவிட்ட பெண்களுக்காகவும் நடத்தப்படும் விடுதி ஒன்றில் வேலையில் அமர்ந்தேன். அங்கும் முதலில் சமையல் வேலைதான்! அப்பொழுது எனக்கு வயது என்ன? இருபதுக்கு மேல். அப்புறம் ஆரம்பித்து எழுதவும், படிக்கவும் கற்றுக்கொண்டேன். அவ்விடுதியின் இலட்சியம், வேலைக் கஷ்டங்கள் அவற்றைச் சமாளிக்கும் முறை எல்லாவற்றையும் ஆதி முதல் அந்தம் வரை சரிவரக் கற்றேன். இந்தச் சமூகப் பிரச்சினையைப்பற்றித் தெரிந்துகொள்ள வேண்டியவை யாவையையும் படித்துப் படித்துப் புரிந்துகொண்டேன். புஸ்தகத்தில் இருப்பதற்கும், வாழ்க்கையில் நேருவதற்கும் உள்ள வித்தியாசங்கள் முதலில் எனக்கு வியப்பையே அளித்தன. மெல்ல மெல்ல என் வாழ்க்கை அனுபவத்தையும், புத்தக ஞானத்தையும் பிணைத்து ஒரு நடைமுறை வேதாந்தத்தை அமைத்துக்கொண்டேன். இதற்கெல்லாம் பல வருஷங்கள் பிடித்தன. அதற்குள் அந்த விடுதியிலும் எனக்குப் படிப்படியாக உத்தியோகம் உயர்ந்தது. நேற்றுதான் உத்தரவு வந்தது, அந்த விடுதிக்கு என்னை மேல் அதிகாரியாக நியமித்து.”

“உங்கள் முயற்சியைக்கண்டு வியப்படைவதா, உங்கள் குணத்தை மெச்சுவதா என்றுதான் எனக்குத் தெரியவில்லை...”

“இரண்டும் வேண்டாம். என் மகள், நான் அவள் தாய் என்றறிந்தால் வெட்கப்படுவாளா? அதைச் சொல்லுங்கள் போதும்.”

“பெருமிதத்தால் பூரித்துப்போவாள் உங்களைப்போன்ற ஒருவரை அறிய...”

“பின் ஏன் சொல்ல மாட்டேனென்கிறீர்கள்?”

“உங்களை அறிவது ஒன்று, தான் இத்தனை நாளும் வாழ்ந்து வந்தது ஒரு பொய் என்று உணர்வது வேறு.”

“என் மகள் கோபிக்க மாட்டாள். புரிந்துகொள்வாள். அன்று, அப்பொழுது நான் வேறு என்ன செய்திருக்க முடியும்?”

“அப்பொழுது நீங்கள் செய்தது தவறு என்று நான் சொல்லவில்லை. இப்பொழுது அதை மாற்ற முடியாது என்கிறேன்.”

“ஏன் முடியாது? அவளிடம் போய்ச் சொல்கிறேன். அம்மா, என்னைப் பார். நான்தான் உன் தாயார். என் கதையைக் கேள், பிறகு புரியும், ஏன் நான் இத்தனை நாளும் உன்னைப் பிரிந்திருந்தேன் என்று... அவ்வளவுதானே. இதைச் சொல்வது ஒரு பிரமாதமா?”

“சொல்லிவிடலாம். அதன் விளைவு?”

“என்ன விளைந்துவிடும். அவள் இன்னும் குழந்தையா? இப்பொழுது நல்ல வயது வந்த யௌவன ஸ்திரீயாக இருக்கவேண்டும். ஒருவேளை அவளே ஒரு தாயாகக்கூட இருக்கலாம். என் பெற்ற மனப்பாசம் நன்றாகப் புரியும்.”

“வேண்டாமம்மா, உங்கள் வாழ்க்கையில் பெரிய துயரம் புகுந்தது. நீங்கள் அதை எப்படியோ சமாளித்து உங்கள் ஜீவனைப் புனர் நிர்மாணம் செய்துகொண்டு விட்டீர்கள். அவள் இல்லாமலும் உங்களுக்கு சந்தோஷப்பட பெருமிதம்கொள்ள எவ்வளவோ உங்கள் தொண்டு மாபெரும் சேவை. ஆயிரம்

அனாதைகளைத் தாயாக வளர்க்கும் பெருமை உங்களுக்கு உண்டு; ஆயிரம் ஆயிரம் பெண்களின் அடைந்த இதயங்களைச் சீராக்கிச் செப்பனிட்டுப் புது வாழ்வு அமைத்துத் தந்த சுத்த ஆத்மசாந்தி உங்களுடையது. இதையெல்லாம் மாசுபெறச் செய்ய மூன்று வாழ்க்கைகளைச் சிதைக்க வேண்டுமா?"

"நான் தொட்டதெல்லாம் மாசடையும் என்றா சொல்கிறீர்கள்?"

"அப்படிச் சொல்வேனா? உலகம் உங்கள் குடும்பம் என்றாக்கிக் கொண்டுவிட்டீர்கள்..."

"ஆனால் என் மகளுக்கு நான் விஷம்."

"தாயிடமிருந்து குழந்தையை மறைத்து வைப்பது உங்களுக்குக் கொடூரச் செயலாகத் தோன்றலாம். வேறு வழியில்லை. நீங்கள் கேட்பதைச் செய்ய என்னால் முடியாது. வேறு எது வேண்டுமானாலும்..."

"வேறு என்ன வேண்டும் எனக்கு? அவள் வாயால் ஒரு தரம் சொல்ல வேண்டும். நான் செய்தது தவறல்ல என்று. 'அந்தச் சந்தர்ப்பத்தில் வேறு எவரும் எதுவும் செய்திருக்க முடியாது' என்று அவள் என்னிடம் ஒருதரம், ஒரே ஒரு தரம் சொல்லட்டும் போதும். அதைக் கேட்டுவிட்டுப் போய்விடுகிறேன்."

"ஏனம்மா இந்த வறட்டாசை? துயரிலும் போராட்டத்திலும் புடம் செய்யப்பட்டு, சேவையில் பெற்ற உங்கள் பவித்திர ஜீவனில் இந்தச் சில்லறை சபலங்களுக்கு இடமுண்டா?"

"டாக்டர் இன்னுமா உங்களுக்குப் புரியவில்லை? என் தொண்டினையும் என்னையும் யார் போற்றி ஒரு வார்த்தை சொன்னாலும் உடனே ஒரு முள் என் உள்ளே குத்தித் துன்புறுத்துகிறது. ஒரு குரல் மீண்டும் மீண்டும் கேட்கிறது. 'ஸரஸ்வதி! இந்தப் பாராட்டுதலுக்கு நீ தகுதியா? உன் பொய் வெளியாகாவிட்டால் மட்டும் போதுமா? எத்தனை அனாதைகளைக் காப்பாற்றினால் என்ன? உன் பச்சைக்குழந்தையை வேண்டாமென்று விட்டுப்போன குற்றம் என்று மறைந்து விடுமா? விட்டுப் போனவள் என்று உலகம் தூற்றும் எத்தனை பெண்களுக்கு அபயம் கொடுத்து நீ உதவினால் என்ன? நீயும் அம்மாதிரி கெட்டுப் போனவள்...'

என்றெல்லாம் கேட்டுக் கேட்டு அந்தக் குரல் என்னை வாட்டுகிறது. அவள் என் மகள், அவள் சொல்லட்டும். நான் செய்தது தவறு என்று.”

“அம்மா பயப்படாதீர்கள். வேறு எந்தக் காரணத்திற்காக இல்லாவிட்டாலும் உங்கள் மகள் அல்லவா அவள்? குற்றம் சாட்டும் குணம் அவளிடம் இருக்கவே இருக்காது.”

“நீங்கள் சொல்வது உண்மையென்று அவள் வாக்குமூலம் நான் அறிந்தால் எனக்கு எவ்வளவு ஆறுதலாக இருக்கும்? அவள் எங்கிருக்கிறாள், எப்படி வளர்ந்திருக்கிறாள், உயரமா, குள்ளமா, சிவப்பா, கறுப்பா, என்ன பெயர், என்ன செய்கிறாள். எப்படி வாழ்கிறாள்? ஒன்றும் தெரியாதே எனக்கு.”

“உண்மையைக் கண்டால்தான் ஆறுதலா? நம்பிக்கையை மனக்கண்ணால் கற்பனை செய்து பார்த்துக் கொள்ளக்கூடாதா?”

“நம்பத் தைரியமில்லையே.”

“நம்புங்கள். நான் சொல்வதை நம்புங்கள். பயம் வேண்டாம். உங்கள் மகள் சந்தோஷமாக இருப்பாள். உங்கள் மனம் பெருமிதமடையக்கூடிய கௌரவ வாழ்க்கை வாழ்வாள்.”

“உங்களைப் போன்றவர் யாராவது அவளை வளர்த்துக் கொண்டிருந்தால்...”

“அப்படித்தான் நம்புங்கள்.”

“என் மகள் சிவப்பாக இருக்கமுடியாது. ஆனால் கறுப்பாக இருக்கமாட்டாள் என்று நினைக்கிறேன். மாநிறம்.”

“என் போன்ற ஒரு டாக்டர் அவளை வளர்த்துக்கொண்டிருந்தால் அவளும் டாக்டருக்குப் படித்தாளோ என்னமோ?”

“வயது என்ன...இருபத்தி மூன்று முடிந்து இருபத்தி நாலு நடந்துகொண்டிருக்கும். டாக்டர் படிப்பு என்றாலும்கூட படிப்பு முடிந்திருக்கும்.”

“நன்றாகச் சமர்த்தாகப் படித்திருந்தால், இப்பொழுது படிப்பு முடிந்து ஆஸ்பத்திரியில் பயிற்சி பெற்று வருவாள்...”

"ஆமாம். பிறகாவது கல்யாணம் செய்து கொள்வாளோ என்னவோ?"

"ஏன் தன் போன்ற ஒரு டாக்டரையே மணக்கலாம்."

"ஆஸ்பத்திரியில் சந்தித்திருக்கலாம்..."

"அல்லது அவள் தகப்பனார்-அவளை வளர்த்துக் கொண்ட தகப்பனாருடன் வேலை செய்யும் ஒரு இளம் டாக்டராக இருக்கலாம்..."

"அப்படி என்றால் அவர்கள் இப்பொழுதே சந்தித்து இருப்பார்கள். நண்பர்களாக, காதலினால் மெருகிடப்பட்ட சிநேகபாவத்துடன் பழகிக் கொள்வார்கள். பிறகு கல்யாணம் செய்து கொள்வார்கள்..."

"அப்படித்தான் நம்புங்கள். அவள் அப்பேர்ப்பட்டவள் நீங்கள் செய்தது தவறு என்று சொல்லுவாளா?"

"மாட்டாள் என்றுதான் தோன்றுகிறது."

"அவளுக்குக் கிடைத்துள்ள அமைதியான வாழ்க்கையில் ஒரு கிலேசத்தையும் குறையையும் புகுத்த வேண்டுமா?"

"வேண்டாம். அவள் சந்தோஷமாக இருக்கட்டும். அவள் சந்தோஷமாக இருக்கிறாள் என்று நம்ப எனக்குத் தைரியம் இருக்கவேண்டும். அதுபோதும்."

"அதற்குமேல் அவளை வளர்த்துக்கொண்டு தன் பெண்ணாகப் பாவித்து இன்பம் அடைந்து வந்த அந்த டாக்டரையும் அவர் மனைவியையும் நினைத்துப் பாருங்கள். இப்போது உங்கள் மகள் அவ்விருவரும் தன் தாய் தந்தையர் இல்லை என்று அறிந்து கொண்டால் அவர்கள் வாழ்க்கை எப்படி வறண்டு போய்விடும்?"

"அவர்கள் அவளிடம் சொல்லியே இருக்கமாட்டார்கள் என்றா நினைக்கிறீர்கள்?"

"ஊகித்து நினைக்கவில்லை. எனக்குத் தெரியும்."

"ரொம்ப நல்லவர்களாகத்தான் இருக்கவேண்டும்... சரி நான் வருகிறேன்."

“இரண்டாந்தரம் நீங்கள் என்னிடம் உதவி நாடி வந்தீர்கள். மறுபடியும் என்னால் முடியாது என்று சொல்லியனுப்புகிறேன். மன்னிக்கவேண்டும்.”

“இரண்டு தரமும் முடியாது என்று நீங்கள் சொன்னதற்கு என் நன்றி. நான் கேட்டது. இரண்டு தரமும் தவறானதை...”

ஸரஸ்வதியம்மாளின் கண்கள் சற்று கலங்கின. டாக்டரைப் பார்க்க வெட்கப்பட்டு ஜன்னலுக்கு வெளியே நோக்கிய வண்ணம் நின்றாள். அப்பொழுதுதான் பானுவும் தாமோதரனும் வெளியே வந்துகொண்டிருந்தனர். ஏதோ சிரித்துப் பேசிக்கொண்டே அவனுடைய காருக்கு நடந்து போனார்கள். காரில் இருவரும் ஏறிக்கொண்டு சென்றனர். பேசிக்கொண்டே சிரித்துக்கொண்டே. ஸரஸ்வதியம்மாள் எல்லாவற்றையும் கண்கொட்டாமல் பார்த்து நின்றுகொண்டிருந்தாள். சற்று நேரம் கழித்து டாக்டர் பக்கம் திரும்பினாள். அவர் உதடுகளில் ஒரு புன்சிரிப்பு லேசாக விளையாடிக் கொண்டிருந்தது.

“உங்கள் பெண்ணா?”

“ஆமாம்.”

“இருபத்தி மூன்று முடிந்து இருபத்திநாலாவது வயது நடந்து கொண்டிருக்கும்.”

“ஆமாம்.”

“மாநிறம். படிக்கிறாளா?”

“இல்லை. ஆஸ்பத்திரியில் பயிற்சி பெற்று வருகிறாள்.”

“ஓ... அவளும் டாக்டர்தானா?”

“அவள் கூடப் போனது...?”

“என் ஆஸ்பத்திரியில் வேலை செய்யும் டாக்டர் தாமோதரன்.”

“காதலால் மெருகிடப்பட்ட சிநேகம் என்று நன்றாகத் தெரிகிறது.”

“இந்த நவநாகரிகச் சிறுசுகளுக்கு அதைச் சொன்னால் கோபம் வரும். ‘எங்கள் முகத்தில் எழுதி ஒட்டியிருக்கிறதோ?’ என்று கேட்பார்கள்.”

“முகத்தில்தான் அவர்கள் சந்தோஷம் பூத்திருக்கிறது.”

“அடுத்த செப்டம்பரில் கல்யாணம் ஏற்பாடு செய்யலாம் என்றிருக்கிறேன்.”

“கட்டாயம் செய்யுங்கள். எனக்கு அழைப்பு அனுப்ப மறந்துவிடாதீர்கள்...”

“மறக்கமாட்டேன்...”

“அவள் பெயர் என்னவென்று சொன்னீர்கள்? பானுமதியா?”

“நான் சொல்லவில்லையே. ஆனால் அவள் பெயர் பானுமதிதான். ‘பானு’ என்று அழைக்கிறோம்.”

★

சரசுவின் தம்பி

"இனி என்ன செய்யப் போவதாக உத்தேசம்?" என்றார் மாலதியின் தகப்பனார். ஏற்கெனவே சஞ்சலத்தால் குழம்பி இருந்த மனதில் அக்கேள்வி ஒரு அதிர்ச்சியை உண்டாக்கியது. இவ்வளவு சர்வ சாதாரணமான கேள்வி- படிப்பு முடிந்ததும் கடைசிப் பரிட்சை தேர்வு விவரம் தெரிந்ததும் ஒவ்வொரு தகப்பனாரும் ஒவ்வொரு பிள்ளையையும் பெண்ணையும் கேட்கும் அக்கேள்வி- அவளை ஏன் இவ்வாறு குலுக்கியது? அவளுக்கே புரியவில்லை. அந்தக் கேள்வியில் உடனே புரிந்துகொள்ள முடியாத ஏதோ ஒரு நினைவு புதைந்து கிடந்தது. அது என்னவென்று எவ்வளவு முயன்று பார்த்தாலும் ஞாபகம் வரவில்லை. பல்லிடையே மாட்டிக் கொண்டு நாக்கால் எவ்வளவு நெருடினாலும் வராத சிறு துரும்பைப் போல் மனதில் எங்கோ சிக்குண்டு ஞாபகம் வராத இந்த நினைவு துன்புறுத்திற்று. அவர் கேள்விக்கும் யோசிக்காமல் எங்கோ நினைவாக அவளே உரைத்த பதில்: "இன்னும் ஒரு முடிவுக்கு வரவில்லை அப்பா!" என்ற சர்வசாதாரண வாக்கியம் - அறியாமல் மின்சார கம்பியைத் தொட்டு விட்டது போல் தூக்கிவாரிப் போட்டது.

தன் கலவரத்தை ஒருவாறு சமாளித்துக்கொண்டு, "அப்பா எனக்கு ஏதோ மாதிரியிருக்கிறது. நான் கொஞ்சம் வெளியே போய்விட்டு வருகிறேன்" என்றாள் மாலதி.

“சரி அம்மா. போய் வா. என்னுடன் பீச்சுக்கு வருவாயோ என்று பார்த்தேன்...”

“நாளைக்கு வருகிறேன் அப்பா.”

“நீ வேண்டுமானால் காரை எடுத்துப் போ...”

“வேண்டாமப்பா. நீங்கள் காரில் போய்வாருங்கள். நான் சும்மா சற்று தூரம் உலவிவிட்டுத் திரும்பி விடுவேன்” என்று சொல்லிக்கொண்டே வெளியேறினாள் மாலதி.

“இனி என்ன செய்யப் போவதாக உத்தேசம்?”

“இன்னும் ஒரு முடிவுக்கு வரவில்லை.”

எங்கு போகிறோம் என்று கவனிக்காமல் சாந்தோம் ஹைரோட் வழியே நடந்தாள்.

இடது பக்கம் தையற் கடை, வலது பக்கம் தென்னந்தோப்பு. இடது பக்கம் சில புது வீடுகள்; வலது பக்கம் பழைய வீடுகள்: இடது பக்கமிருந்து கடற்காற்று; மீன் நாற்றம். வலது பக்கம். இது என்ன பிரம்மாண்டமான கட்டடம்? ஏ! அந்தப் புது மாளிகையா?

“இனி என்ன செய்யப் போவதாக உத்தேசம்?”

“இன்னும் ஒரு முடிவுக்கு வரவில்லை.”

பிரேக் கிரீச்சென்று ஒலிக்க கார் நின்றது.

“கங்கிராஜுலேஷன்ஸ் மாலதி.”

“தாங்க்யூ!”

திடீரென்று ஞாபகம் வந்தது. ஐந்து வருஷங்களுக்கு முன் நடந்த ஒரு சம்பாஷணை. சுசீலா காரில் உட்கார்ந்தபடி என்னமோ பேசிக்கொண்டிருந்தாள். மாலதிக்கு ஒன்றும் கேட்கவில்லை.

“கங்கிராஜுலேஷன்ஸ்!” என்றார் அப்பா.

“தாங்க்யூ...” என்றாள் மாலதி.

“எல்லாம் உங்கள் ஆசிர்வாதம்!” என்றான் ராகவன்.

“இனி என்ன செய்யப்போவதாக உத்தேசம்?” என்று கேட்டார் அப்பா.

“இன்னும் ஒரு முடிவுக்கு வரவில்லை மாமா. ஆனால் ஏதாவது ஒரு பள்ளிக்கூடத்தில் உபாத்தியாயராக இருக்கலாம் என்று நினைக்கிறேன்” என்றான் ராகவன்.

பிறகு புயல் வீசிற்று. காற்றும் மழையும் ஓய்ந்த பிறகு பார்த்தால், மாலதிக்கும் ராகவனுக்கும் இடையே ஒரு சுவர் நின்றது.

கல்லையும், மண்ணையும் கொண்டு நிலத்தில் கட்டின சுவரை எளிதில் இடித்து அகற்றிவிடலாம். ஆனால் மமதையையும், அகங்காரத்தையும் கொண்டு சுய மரியாதை மனதில் எழுப்பின சுவரை...? ஒரு விதம் பார்க்கப் போனால் வெகு எளிது. கை பலமும், கடப்பாரையும் தேவையில்லை. ஆனால் இன்னொருவிதம் பார்க்கப்போனால்?

சுசீலா என்ன சொன்னாளோ; மாலதி என்ன பதிலுரைத்தாளோ; அவளுக்குத் தெரியாது. நாகரிகத்தில் பயிற்சி பெற்றிருந்த நாக்கு சம்பாஷணையை நடத்திற்று. மனம் வேறெங்கோ பழங்கதையைப் பின்தொடர்ந்தது. ஒரு நிமிஷம் நினைவு நிகழ்காலத்திற்குத் திரும்பியபோதுதான் சுசீலா காரில் திருவல்லிக்கேணியை நோக்கி மெரினா வழியே போய்க்கொண்டிருப்பதைக் கவனித்தாள் மாலதி. கார் நின்றது.

“அதோ உங்கள் கார்... உன் அப்பா எங்கே காணோம்?” என்று சுசீலா கேட்டாள், கார் கதவைத் திறந்தவாறு.

“அங்கேதான் இருப்பார். நடைபாதையில் உலவிக் கொண்டிருப்பார், இல்லை கடற்கரை மணலில் உட்கார்ந்திருப்பார். நான் போய்ப் பார்க்கிறேன்... காரில் அழைத்து வந்ததற்கு நன்றி...” என்றெல்லாம் நாகரிக நாக்கு பேசிற்று. காலும் பரிவுடன் மாலதியை கும்பலில்லாத தனிமை நிலவும் ஒரு ஓரத்திற்கு அழைத்துச் சென்றது. மனம் மட்டும் பழங்கதையை மீண்டும் ஒரு தரம் போய்க் கவ்விக்கொண்டது.

ராகவனது தகப்பனார் வெற்றிகரமாகச் செய்து முடித்த காரியம் ஒன்றே ஒன்றுதான். தன் ஒரே பிள்ளைக்கு ஆறு வயதாக இருந்தபோது இறந்து போய்விட்டார். பரம ஏழை. கிராமத்துக்

கர்ணம். அவர் மைத்துனரோ டெபுடி கலெக்டர். தங்கை அனாதையாக நின்றபோது ஊரார் பழிக்கப் போகிறார்களோ மஹாலக்ஷ்மி அம்மாளும் தமையனுக்கும் மதனிக்கும் இரண்டு வருஷங்கள் மாடாக உழைத்து நன்றி செலுத்திவிட்டு கணவனைத் தேடிப் போய்விட்டாள்.

ராகவனுடைய மாமாவிற்கு என்னதான் தோன்றிற்றோ. அவளைத் தன் ஒரே மகள் மாலதிக்கும் கல்யாணம் செய்து கொண்டார். பையன் புத்திசாலி; அப்பொழுதே-எப்பொழுதே? அவனுக்குக் கல்யாணம் ஆகும் பொழுது பன்னிரண்டு. மாலதிக்கு எட்டு நிறைந்துவிட்டது! கண்ணும் மூக்குமாகப் பார்க்க நன்றாகவிருப்பாள்.

இன்டர்மீடியட் பரீட்சைக்குப் போன அதே வருஷம் ராகவன் எம்.ஏ. பரீட்சை எழுதினான். பரீட்சையானதும் கோடை விடுமுறைக்கு இருவரும் கிராமத்துக்குப் போயிருந்தனர். அப்போதுதான் அவர்கள் முதன் முதலாகக் கணவன் மனைவி என்ற முறையில் வாழ்ந்தனர். கிராமத்தில் தங்கி இருந்த ஒரு மாதமும் மிக இன்பமாகக் கழிந்தது. மாலதியின் தகப்பனார் இன்னும் டெபுடி கலெக்டரா? சென்னை சர்க்கார் காரியாலயத்தில் பெரிய உத்தியோகஸ்தர். பரிட்சை தேர்வு விவரங்களைப் பிரசுரமாகும் முன்பே செய்தி தெரிய ஏற்பாடு செய்து இருந்தார். மாலதியும் ராகவனும் கிராமத்தில் இருந்து மதராசு திரும்பிய அதே தினம் நண்பர் செய்தி கொண்டு வந்தார். இருவரும் முதல் வகுப்பில் தேறியிருக்கின்றனர். பீச்சில் உல்லாசமாக இருந்துவீட்டு வீடு திரும்பும்போது முன் ஹாலில் மாமா உட்கார்ந்து பத்திரிகை படித்துக்கொண்டிருந்தார்.

“கங்கிராஜுலேஷன்ஸ்” என்று புன்சிரிப்புடன் வரவேற்றார் இருவரையும்.

“தேங்க்யூ!” என்றாள் மாலதி.

“உங்கள் ஆசிர்வாதம்!” என்றான் ராகவன்.

“இனி என்ன செய்யப் போகிறதாக உத்தேசம்?”

மாமா ஏற்பாட்டின்படிதான் எல்லாம் நடக்கவேண்டும். மிகவும் முரட்டு மனிதர். அவர் ராகவனுக்கும் தன் இஷ்டப்படி

ஏற்பாடுகளும் செய்துதான் இருந்தார். ஆகையால் கேள்விக்கு அவர் எதிர்பார்த்த பதில், "நீங்கள்தான் சொல்லவேண்டும் மாமா" என்பதுதான். அதுதானே நல்ல பிள்ளைகளுக்கு அழகு! அதுதானே வழக்கம், கிரமம் எல்லாம்!

"இன்னும் ஒரு முடிவுக்கு வரவில்லை. ஆனால் ஏதாவது பள்ளிக்கூடத்தில் உபாத்தியாயராக இருக்கலாம் என்று நினைக்கிறேன்" என்றான் ராகவன்.

இதைக் கேட்டதும் ஒரு க்ஷணத்தில் மாமாவிற்குக் கோபம் பொங்கி வந்துவிட்டது. சம்பிரதாயப்படி உதடுகள் துடித்தன; கண்கள் சிவந்தன. ஆனால், அதையெல்லாம் ஒருவாறு அடக்கிக்கொண்டு மமதையுடன் கேட்டார்: "சம்பளத்திற்கா, இல்லை சம்பளமில்லாமலே தர்ம சேவை என்று திட்டமோ!"

"ஏதோ என் செலவிற்கு வந்தால் போதும்."

"அதுகூட எதற்கு? நான்தான் இருக்கிறேனே அழுவதற்கு!"

ராகவன் தான் ஏழைப் பங்காளி வாழ்க்கை வாழ்வதை மறந்ததே இல்லை. அது அவனது பெரும் குறை. மாமா சொன்னது சுரீரென்று பாய்ந்தது அவன் மனதில்.

"இனிமேல் அழவேண்டாம் மாமா" என்று நடுக்கமுற்று குரலில் சொல்லிவிட்டு உள்ளே போகப் புறப்பட்டான் ராகவன்.

"ராகவன்!"

"என்ன மாமா?"

"உனக்கு என்ன பைத்தியமா? நீ போட்டிப்பரீட்சை எதற்காவது உட்காருவாய் என்று நான் பார்த்தேன்."

"எனக்கு சர்க்கார் வேலை வேண்டாம் மாமா..."

"சர்க்கார் வேலை அவ்வளவு குறைச்சலாகப் போய்விட்டதா? நீ தின்று வளர்ந்ததெல்லாம் சர்க்கார் வேலையிலிருந்து நான் சம்பாதித்த பணத்தில்தான்..."

"நான் சர்க்கார் வேலையைக் குறைகூறவில்லை. அதற்கு நான் பொருத்தமில்லை."

“ஓ! எல்லாம் யோசித்து நிச்சயம் செய்தாகிவிட்டதோ?”

“ஆகிவிட்டது. மாமா!”

“சீ... அதிகப்பிரசங்கி. நாளைக்குக் காலையில் எனக்கு ஞாபகமூட்டு. சர்க்கார் வேலை பிடிக்காவிட்டால் நான் ராமுவைப் பார்க்கிறேன். அவன் கம்பெனியில் ஏதாவது நல்ல வேலையாக...”

“வேண்டாம் மாமா, நான் குழந்தையில்லை. வயது வந்தவன். மரியாதை அளித்து மரியாதை பெறுவதுதான் மாமா அழகு. வீணாக என்னை நீங்கள் வெய்து என்ன பிரயோசனம்? நீங்கள் ஒன்று சொல்ல நான் ஒன்று சொல்ல வீண் மனக் கசப்பு, வீசி எறிந்த வார்த்தையைத் திரும்பி வாங்கிக்கொள்ள முடியாது. எனக்கு கம்பெனி வேலையும் வேண்டாம். உபாத்தியாயர் வேலை எனக்குப் பிடித்திருக்கு.”

மாமாவிற்குக் கோபம் தாங்க முடியவில்லை. ஆயுள் பூராவும் அவருக்கு எதிராக ஒருவரும் ஒரு வார்த்தை சொன்னது கிடையாது. இந்தச் சிறு பயல், அதுவும் தன் சோற்றைத் தின்று தன் தர்மத்தில் வளர்ந்த இந்தத் தரித்திரப் பயல். தன்னுடன் சரிசமானமாகப் பேசத் துணிந்தான் என்றால் அவருக்கு நம்பவே முடியவில்லை.

“உலகத்திலே நன்றி, தர்மம் எல்லாம் நாசமாகப் போய்விட்டதா? சரி போ! இப்பொழுதே போ! உன் போல யாராவது அனாதைத் தரித்திரங்கள் இருந்தால் அவர்களுக்குப் போய் சொல்லிக் கொடு. எல்லாருமாகச் சேர்ந்து ‘பவதி பிஷாம் தேஹி’ என்று தெருத் தெருவாகப் போகலாம். சும்மா தண்டப் பிண்டம் தின்றுவிட்டு உட்கார்ந்திருக்கக் குத்துகிறது...போ...”

“இந்தத் தெருப் பக்கமாக வராமல் இருக்க ஞாபகம் வைத்துக் கொள்கிறேன், மாமா!... மாலதி, வருகிறாயா?”

“மாலதியா? சீ. போ! வெட்கமாக இல்லை? அவளை அழைத்துப்போக உனக்கு உரிமை ஏது? அருகதையுண்டா?”

“அவளைப்பற்றிச் சொல்ல உங்களுக்கு உரிமையில்லையே... மாலதி வருகிறாயா?”

முகத்தைச் சுளித்துக்கொண்டு உள்ளே சென்றாள் மாலதி.

அரைப் படிப்பு படித்த பதினேழு வயதுப் பெண், அந்தச் சந்தர்ப்பத்தில் வேறெப்படி நடந்து கொண்டிருக்க முடியும்? அப்பாவின் செல்லப் பெண், ஒரே குழந்தை. ராகவன் சொல்வது தவறோ சரியோ, அக்கறையில்லை. 'அவன் என் கணவன்: என் இடம் அவன் பக்கத்தில்' என்று சொல்லி மாலதி அவனுடன் வெளியேறியிருந்தால், அவள் ஒரு முட்டாளாக இருந்திருக்க வேண்டும். பதிபக்தி என்பது இருவகை. ஒன்று அறிவிலிகளின் மூடநம்பிக்கை. இன்னொன்று, புத்திசாலிப் பெண்கள் தன்னலத்திற்காகப் போடும் வேஷம். மாலதி அறியவில்லை. பதினேழு வயதில் தன்னலத்திற்காக வேஷம் போடுவதற்கு வேண்டிய அவநம்பிக்கையையும் எதிர்பார்க்க முடியாது. ஆகையால் மாலதி செய்ததுதான் சகஜம். இயற்கை. முதிர்ச்சியடைந்த மாலதியின் மனம் இதைப் புரிந்துகொண்டது. ஆனால் இன்று அவள் என்ன செய்யவேண்டும்? நடந்ததையெல்லாம் மறந்துவிட்டு, தன் வாழ்க்கையை வகுத்துக் கொள்வதா? இல்லை, நடந்ததில் ஒரு சம்பவத்தை மட்டும் மறந்துவிட்டு ராகவனுடன் தன் வாழ்க்கையைச் சீரமைத்துக் கொள்ள முயலுவதா?

மாலதியைப்போல இருபத்திரண்டு வயதில் எம்.ஏ பாஸ் செய்துவிட்டு, வாழ்க்கையின் வாசற்படியில் நிற்கும் எத்தனையோ பேர், பிடிச்ச வேலை ஒன்றைப் பார்த்துக் கொண்டு வாழ்க்கையை ஆரம்பிக்கக் காத்திருக்கின்றனர். வேறு சிலர் மனதிற்குப் பிடித்த மணாளனைப் பார்த்துக் கொண்டு வாழ்க்கையில் இறங்கக் காத்திருக்கின்றனர். இன்னும் சிலர் இரண்டையும் செய்ய முடியுமா என்று யோசித்துக்கொண்டிருக்கின்றனர். மாலதிக்கும் அவர்களுக்கும் ஒரே ஒரு வித்தியாசம்தான். மாலதிக்கு சரசு உண்டு.

இண்டர்மீடியட் பாஸ் செய்த பிறகு ஒரு வருஷம் மாலதி வீட்டிலிருந்ததற்குக் காரணம் சரசுதான். ராகவன் மாமாவுடன் சண்டை போட்டுக்கொண்டு வீட்டைவீட்டுப் போய் ஒரு மாதத்திற்குள் சரசுவின் வருகை நிச்சயமாயிற்று. ஆகையால்தான் அவ்வருஷமே மாலதி பி.ஏ. வகுப்பில் சேர முடியவில்லை.

சரசு, ஜனவரி மாதம் பிறந்தாள். அதே வருஷம் ஜூலை மாதத்தில் கல்லூரி திறந்தபோது மாலதி பி.ஏ. வகுப்பில் சேர்ந்துவிட்டாள். இன்டர்மீடியட்டிற்குப் பிறகு வீட்டில் ஒரு வருஷம்; பி. ஏ, இரண்டு வருஷம்; எம்.ஏ. இரண்டு வருஷம். ஐந்து வருஷங்கள் கவலையின்றி நிம்மதியாக வாழ்ந்து விட்டாள். மாலதி தனிமையை நாடும் சங்கோஜியன்று. நண்பர்களுடன் கலகலப்பாகச் சிரித்து வாழ ஆசைப்படும் சுபாவம். படிப்பிலும் நிரம்ப அக்கறை, குழந்தை வேறு உண்டு. அவள் வாழ்க்கையில் குறையே இல்லை. அழகாக, தெம்பும் உற்சாகமும் நிறைந்த நல்வாழ்க்கைதான் வாழ்ந்தாள். ஆனால் பரீட்சை முடிந்ததிலிருந்து ஏனோ ஒரு கலக்கம் வர்ணிக்க முடியாத ஒரு கவலை என்றுமில்லாத ஒரு குழப்பம் மனதில். படிப்பு முடிந்ததும் வருங்காலத்தைப் பற்றி இம்மாதிரியான ஒரு பயம் கலந்த குழப்பம் இளைஞர் மனதில் தென்படுவது வழக்கம்தான். இத்தனை நாளும் பெற்றோர் பிள்ளையாக வாழ்ந்தாயிற்று. இனி என்ன செய்யப் போகிறோம் என்ற கேள்வி பிறப்பது அக்கட்டத்தில்தானே. ஆனால் மாலதியின் மனதில் தோன்றிய குழப்பமும் கவலையும் அவளது வருங்காலத்தைப் பற்றிய பொதுவான பிரச்னை என்று சொல்லிவிட முடியாது. அவள் அந்தக் கோடை விடுமுறைக்கு கிராமத்திற்குச் சென்றது தவறோ? ஐந்து வருஷங்களுக்கு முன் கோடை விடுமுறைக்கு ராகவனுடன் கிராமத்திற்குச் சென்றிருந்தாளே, அதற்குப் பிறகு அவள் கிராமப் பக்கம் செல்லவே இல்லை. அதனாலோ என்னவோ பழைய நினைவுகள் வெள்ளமென அடித்துக் கொண்டு வந்து மனதை நிலை தவறச் செய்தன. இந்த ஐந்து வருஷங்களாக அவள் ராகவனைப் பற்றி அவ்வளவாக நினைத்ததே இல்லை. ஏதோ ஓரிரு சமயங்களில் அப்பா, யாரோ சொல்லிக் காதில் விழுந்ததை அம்மாவிடம் முணுமுணுத்தார்: மாலதிக்கும் கேட்கும். அதை அவள் அக்கறையுடன் கவனித்ததுமில்லை. கோபத்துடன் வெறுத்ததும் இல்லை. அவன் வட இந்தியாவில் எங்கோ புதிதாக ஆரம்பிக்கப்பட்ட ஒரு தேசியப் பள்ளிக்கூடத்தில் ஒரு உபாத்தியாயராகப் போய்ச் சேர்ந்தான். ஆனால் ஒரு வருஷத்திற்குள் அவனது மிதவாத சுபாவமும் பள்ளியை நடத்தி வந்தவரது தீவிரவாதமும் ஒத்துப்போகவில்லை. பள்ளியை விட்டுவிட்டுப் பூனாவில் ஒரு பிரபல கல்லூரியில் ஒரு உதவி

ஆசிரியராகச் சேர்ந்ததாக கேள்வி; அதற்கப்புறம் ஒரு செய்தியும் இல்லை. இன்னும் அங்குதான் வேலையாயிருக்க வேண்டும்.

இப்பொழுது என்னமோ நாளைக்கு நாற்பது தரம் ராகவன் ஞாபகம் வந்தது. அதுவும் இரவு படுத்தால் தூங்கு முன் ஓரிரு சம்பவங்களைக் கண்ணை மூடிக்கொண்டே மீண்டும் மீண்டும் மனதில் வாழவேண்டிய நிர்ப்பந்தம் ஒன்று அவளைத் தொந்திரவு செய்தது. இளமையின் கொடுமை என்பார்களே. அது-அந்த தேகத் தேவை. இச்சா பூர்த்தியை நாடித் துடிக்கும் உடலின் அங்கலாய்ப்பு மாலதிக்கு இத்தனை நாளும் இருந்ததே இல்லை. நாள் பூராவும் வேலையும் விளையாட்டும் உற்சாகமும், படிப்பும் நிறைந்த வாழ்க்கை: இரவு படுத்தால் அடுத்த நிமிஷம் உறக்கம். கனவுகளால்கூட கலைக்கப்படாத ஆரோக்கியமான அயர்ந்த தூக்கம். அப்படி வாழ்ந்தவளுக்கு இப்பொழுது என்னடாவென்றால் பிரதி இரவும் இந்தக் கண்மூடி நாடகம் இல்லாவிட்டால் தூக்கம் வருவதில்லை. இது என்ன வேதனை?

மாலதி என்ன சிறு குழந்தையா, இல்லை படிப்பு வாசனையில்லாத முட்டாளா? அவளுக்கும் இதெல்லாம் புரியாமல் இல்லை. அவள் எப்பொழுதுமே தான் சன்யாச வாழ்க்கைக்கு ஏற்றவள் என்று நம்பியதில்லை. துறவி போல் ஆசை, இச்சை ஒன்றும் இல்லாமல் பிரம்மச்சர்ய வாழ்க்கை வாழ அவளால் முடியாது. அவள் வாழ்க்கையை வெறுப்பவள் அல்ல; வாழ்க்கையை விரும்புபவள். அவளால் பிறருக்காக தியாக வாழ்க்கை வாழ முடியாது; பிறருடன் பரஸ்பர இன்ப வாழ்க்கைதான் வாழ முடியும். இதெல்லாம் அவளுக்கு நன்றாகத் தெரியும். அவள் வயது மங்கையர் எத்தனையோ பேர் அவளைப் போல்தான். ஆனால் அவர்கள் பிரச்சினை சாதாரணம்; எளிதில் தீர்க்கமுடியும். மாலதியின் விஷயம் சற்றுச் சிக்கலானது. அவள் செய்யக் கூடியது என்ன?

நிதானமாகப் பதற்றமின்றி யோசித்தாள். மூன்று வழிகள் தோன்றின. பணக் கஷ்டம் இல்லை. ஆனால் வேலையில்லாமல் வீட்டில் உட்கார்ந்திருப்பது முடியாத காரியம். ஆகையால், ஏதாவது மனதிற்குப் பிடித்தமான ஒரு வேலை பார்த்துக்கொண்டு வேலையில் முன்னேறுவதிலும், சரசுவின்

வளர்ப்பிலும் தன் கவனத்தையெல்லாம் திருப்பலாம். ஆனால் அம்மாதிரியான தனிமை வாழ்க்கையில் கசப்புக்கறை ஏறாமல் பார்த்துக்கொள்ளவேண்டும். முன்னுக்கு வரவேண்டும் என்ற மோகத்தில் ஆசைகளைக் கரைக்க முடியலாம்; வேலையின் கரைப்பில் இன்பக் கிளர்ச்சிகள் எழாமல் இருக்கச் செய்யலாம். எப்படியும் மனம் வறண்டுபோய்விடக் கூடாது. பட்டுப்போன செடி மாதிரி வாழும் பெண்ணைவிட விரசமான காட்சி உலகில் கிடையாது. இது முதல் வழி.

அல்லது மறு விவாகம் செய்துகொள்ளலாம். இதற்கு சட்டமே இடம் கொடுக்குமா என்பது சந்தேகம். மாலதியின் விவாகம் ரத்து செய்யக்கூடியதா? இல்லாவிடில்... நினைக்கவே என்னமோ கூச்சமாக இருக்கிறது! படித்த படிப்பெல்லாம் எங்கே? முற்போக்கான எண்ணமெல்லாம் எங்கு போய் ஒளிந்து கொண்டன? ஏன் இந்த பயங்கொள்ளிக் கூச்சம்? இல்லாவிடில், ஏற்ற வேலையுடன், விவாகம் என்ற சடங்கிற்குப் புறம்பான ஒரு தொடர்பு.... அது முடியும் என்று தோன்றவில்லை. அம்மாதிரியானதோர் தொடர்பு ஏதேச்சையாக, அதுவாக நேர்ந்தால் பாதகமில்லை. இருவர் சந்தித்து, பிடித்திருந்து, பரஸ்பர வாஞ்சை ஏற்பட்டு, ஆனால் சந்தர்ப்பங்கள் விவாகத்திற்கு இடம் கொடாவிட்டால் அம்மாதிரியான ஒரு தொடர்பு விரும்பத்தக்கதாகக்கூட இருக்கலாம். ஆனால் ஒரு பிரச்னைக்குப் பரிகாரமாக அம்மாதிரி ஒரு தொடர்பைத் தேடுவது நாசூக்கற்ற பண்பற்ற காமச் செயலாகிவிடும்.

பின்? மூன்றாவது வழி, நடந்ததை மறந்துவிட்டு ராகவனுடன் போய் வாழ்வதுதான். அதற்கு மாலதியின் சுயமரியாதை இடம் கொடுக்கவில்லை. இந்தப் பிரச்சனை அவனுக்கும்தான் உண்டு. ஆனால் அவன் புருஷன். ஏதோ ஒரு விதத்தில் அவன் தேவைகளைப் பூர்த்தி செய்து கொள்வான். இருந்தாலும் அவனுக்கு அக்கறை இல்லை என்றால் அவளால் எப்படி அவன் காலில் போய் விழுவது, ஒருவேளை அவனும் இம்மாதிரிதான் நினைக்கிறானோ? ராகவனுக்கும் நடந்ததை மறந்துவிட்டு மாலதியுடன் வாழ மனம் இருக்கலாம். அதைப் பிரஸ்தாபிக்க அவன் சுயமரியாதை இடம் கொடவில்லையோ என்னவோ? இம்மாதிரி இருவரும் தத்தம் மனதில் எண்ணங்களை அடக்கி

வைத்திருந்தால் என்ன பயன்? யாராவது ஒருவர் தைரியமாக முன்வந்து கேட்க வேண்டும். அப்படி மாலதியே முன்வந்து ராகவனைக் கேட்டாலும் அவனும் அவள் அப்படி கேட்கவே காத்திருந்தாலும் அது முடிகிற காரியமா? அப்பா என்ன ஆவது? அவரைக் காட்டிக் கொடுத்து விட்டு ஓடிவிடுவது போல் அல்லவா இருக்கும். அதுவும் இப்போது அவரது தள்ளாத வயதில், தனிமையில் அம்மா கூட இல்லை; அதையும் அவரைத் திரஸ்கரித்துவிட்டு அவனுடன் சேர்ந்து கொண்டால் அவர் மனமுடைந்து போய் விடுவார். மாலதியின் சுயமரியாதை போகட்டும். அவளது தகப்பனார் கவுரவம் என்ன ஆவது? அவர் செய்த தவறாக இருக்கலாம்; அவனது கூற்று சரியானதாக இருக்கலாம். இருந்தாலும் வயதானவர் அவர் அவனிடம் போய் மன்னிப்பு கேட்டுக் கொள்ள வேண்டுமா? அவனல்லவா வந்து, “மாமா, முன்கோபத்தில் ஏதேதோ சொல்லிவிட்டேன்.... மறந்துவிடுங்கள்” என்று சொல்ல வேண்டும். அன்றே ராகவன் உடன் போய்விட்டு இருந்தால் அது வேறு. தகப்பனாரிடமிருந்து பெறக்கூடிய நலன்கள் யாவற்றையும் வாங்கிக்கொண்டு இன்று அவரை அம்பலத்தில் அனாதையாக விட்டுவிட்டு கணவருடன் நட்பு கொண்டாடுவது நன்றி கெட்ட செயலாகாதா?

அப்படியென்றால் முதல் வழி ஒன்றுதான் உண்டா? உலர்ந்து காய்ந்துபோன குச்சியாகத்தான் மாலதி வளர வேண்டுமா? ஏன் உலரவேண்டும்? ஏன் காய்ந்துபோக வேண்டும்? வாழ்க்கையில் இல்லறம் ஒன்றுதானா சுகம்? இல்லை; சுகங்கள் எத்தனையோ லட்சம். இனிய இன்பங்கள் ஆயிரமாயிரம். ஆனால் இந்த ஒரு மூலாதார அனுபவம் இல்லாவிட்டால் வாழ்க்கையில் பரிபூரணத்துவம் உண்டா? பால்ய சன்யாசம் முக்திக்கு வழி காட்டலாம். ஆனால் அது மூளி வாழ்க்கை. அதில் நிறைவு கிடையாது.

“என்ன மாலதி, இங்கு இத்தனை நேரம் தனியாக உட்கார்ந்து என்ன யோசித்துக்கொண்டிருக்கிறாய்?” என்று கேட்டுக்கொண்டே மாலதியின் தகப்பனார் அங்கு வந்தார்.

“ஒன்றும் இல்லை. அப்பா...”

“ஐந்து வருஷங்களுக்கு முன் ராகவனைக் கேட்ட கேள்வியையே

உன்னையும் கேட்டேன். அது உன்னை இந்த ஆழ்ந்த சிந்தனையில்...”

“என்ன கேள்வி?”

“மாலதி. இந்தக் கிழவனை உன்னால் ஏமாற்ற முடியாது! சரி,வா. புறப்படலாம். மணி எட்டாகப் போகிறது.”

“இதோ...”

“நான் கொஞ்சம் சென்ட்ரல் ஸ்டேஷனுக்குப் போக வேண்டும். நீயும் வருகிறாயா?”

“ஸ்டேஷனுக்கா? யாரையாவது வழி அனுப்ப...”

“இல்லை. வரவேற்க.”

“இப்பொழுது என்ன வண்டி வருகிறது?”

“இன்றைக்கு பாம்பே எக்ஸ்ப்ரஸ் இரண்டு மணி நேரம் லேட்.”

“உன் சிநேகிதர் யாராவது வருகிறாரா? சரி... நீ போய் வா. நான் வீட்டுக்குப் போகிறேன்.”

“அப்படியென்றால் சுசீலா உன்னை வீட்டில் விட்டுவிட்டுப் போகிறேன் என்றாள்... காத்திருப்பாள். வா.”

மாலதி வீடு திரும்பியபோது ஹாலில் ஒரு மூலையில் உட்கார்ந்து சரசு அழுதுகொண்டிருந்தாள். ஓடிப்போய் அவளை இழுத்து அணைத்துக் கொண்டு, “என்னம்மா, சரசு ஏன் அழுகிறாய்? நீ ஏன் இன்னும் தூங்கவில்லை” என்று கொஞ்சினாள்.

அழுகை சற்றுப் பலத்தது. பதில் இல்லை.

“ஏம்மா? என்ன வேண்டும். சொல்.”

“ஒண்ணுமில்லை...”

“சொல்லம்மா... ஏன் அழுகிறாய்?”

“சரோஜா மாதிரி...”

“உனக்கும் ஒரு நாய்க்குட்டிதானே! நாளைக்கு வாங்கித் தருகிறேன்.”

“அவள் என்னைக் கேலி செய்கிறாள்.”

“ஏன்? உனக்கு நாய்க்குட்டி இல்லை என்றா?”

“ஊஹூம்...” என்று சொல்லிவிட்டு அம்மாவை இறுகக் கட்டிக்கொண்டு விக்கி விக்கி அழ ஆரம்பித்துவிட்டாள் சரசு.

“இப்படி அழலாமா? என்ன சொன்னாள் சரோஜா?”

“அவள் மாதிரி எனக்கும் அப்பா வேணும்.”

மாலதிக்குத் தூக்கி வாரிப் போட்டது. என்ன சொல்வது என்று தெரியாமல் திணறினாள். சரசு அழுது கொண்டே தனது இனிய கொச்சையை வாரி இறைத்துக் கொண்டிருந்தாள்.

“அவ அப்பா அவளை சரோ சரோன்னு கூப்பிடுவாளாம். ஸைக்கிள்லே வச்சுத் தள்ளிண்டு போவாளாம். பீச்சுக்கு அழைச்சுண்டு போயி கையைப் பிடிச்சுண்டு அலையிலே நிக்க வைப்பாளாம்” என்று சொல்லிக்கொண்டே போனவள், “நாளைக்கு அவ அப்பா வரப்போறரா ஊரிலேர்ந்து... எனக்கு மட்டும் அப்பா இல்லை...” என்று சொல்லிவிட்டு ஓவென்று அலறி அழ ஆரம்பித்து விட்டாள். மாலதி என்னென்னமோ சமாதானம் சொல்லிப் பார்த்தாள்; பிரயோஜனமே இல்லை. அழுதுகொண்டே தாயார் மடியில் தூங்கிவிட்டாள் சரசு. தூங்கும் குழந்தை மடியிலிருந்தபடி, அங்கேயே அப்படியே உட்கார்ந்த வண்ணம் மாலதி வெகு நேரம் யோசித்துக்கொண்டிருந்தாள்.

அவள் எவ்வளவோ சிந்தித்துச் சிந்தித்து செய்த முடிவெல்லாம் இந்தச் சின்னஞ்சிறு குழந்தையின் ஒரு வார்த்தையில் பொடியாகிவிட்டன. மாலதி கணவனின்றி கைம்பெண் வாழ்க்கை வாழப் பார்க்கலாம். ஆனால் சரசுவைத் தகப்பனாரின்றி வாழச் செய்ய மாலதிக்கு உரிமையுண்டா? உரிமையில்லை. ஆனால் குழந்தையின் தேவையை, ஆசையைப்பற்றிச் சற்றும் நினைக்காது, தன் கடமைகளை மறந்து, சுய திருப்திக்காகத் தானாக சிருஷ்டித்துக்கொண்ட ஒரு இலட்சியத்தைப் பின்தொடர்ந்து சென்றுகொண்டிருக்கும் ராகவன், வாழ அருகதையுள்ளவனா? அப்பப்பா... கஷ்டம். இதையெல்லாம் இந்தப் பச்சைக் குழந்தைக்கா சொல்லமுடியும்....

டெலிபோன் மணி அடித்தது. விட்டுவிட்டு அடித்துக் கொண்டிருந்தது. சற்று நேரம் பார்த்துவிட்டு வைத்து

விடுவார்களோ என்று எதிர்பார்த்த வண்ணம், மெல்ல மடியில் தூங்கிக்கொண்டிருந்த குழந்தையை எதிரே இருந்த சாய்வு நாற்காலியில் விட்டுவிட்டு, அடுத்த அறைக்குச் சென்றாள் மாலதி. கூப்பிடுவது யாரோ, ஆனால் லேசில் ஏமாற்றமடையும் சுபாவம் அல்ல. டெலிபோன் இன்னும் அடித்துக்கொண்டிருந்தது.

"ஹலோ!"

"மாலதியா?"

"ஆமாம்."

"குரல் அடையாளம் புரியவில்லையா?"

"புரியாமல் என்ன!"

"யார் சொல்லு பார்க்கலாம்!"

இது என்ன குறுக்கு விசாரணை.

"குரல் கேட்ட குரல்... நினைவுக்கு... பெயர் ஞாபகம் இல்லை."

"தெய்வாதீனம். பெயர் மட்டும் ஞாபகம் இருப்பதைவிட...."

அந்தச் சிரிப்பு! அதுவும் கேட்ட சிரிப்பு. இது யார் இந்த அசந்தர்ப்பக் குடுக்கை...பாவம், அவருக்கு மாலதியின் மன நிலை எப்படித் தெரியும்.

"யார் நீங்கள்? அதைச் சொன்னால் நானும் சிரிக்க முடியும்..."

"ராகவன்."

"யார்?"

"ராகவன்."

"......"

"என்ன காதையே நம்ப முடியவில்லையா?"

"...."

"என்ன மாலதி? எதிர்பாராததின் அதிர்ச்சியா, இல்லை எனது பழைய தவறை இன்னும் நீ மன்னிக்கவில்லையா?"

“தவறு என்னுடையதுதான்.”

“அப்படியென்றால் நான் வரலாமா? உன்னுடன் கொஞ்சம் பேசவேண்டும்.”

“நானும்தான் உன்னுடன் ரொம்ப பேசவேண்டும்.”

“பத்து நிமிஷம் பொறுத்திருக்க முடியுமா? இங்கிருந்து வர...”

“நீ எங்கிருந்து பேசுகிறாய்?”

“ரயில்வே ஸ்டேஷனிலிருந்து...”

“எக்மோரா? ஸென்ட்ரலா? நான் அங்கு வருகிறேன்...”

“வேண்டாம், நான் வருகிறேன்.”

“இல்லை, ராகவன். அப்பா வந்தால்...”

“கோபித்துக்கொள்வாரோ? கணவனும் மனைவியும் சந்தித்துப் பேச பெரியோர் அனுமதி தேவையா? மாலதி நீ இன்னும் சிறு குழந்தையா...”

“குழந்தையாயிருந்தால் பிடித்தது வேண்டுமென்று மற்றவை யாவற்றையும் மறந்து ஓடி வருவேன்...”

“அன்று அழைத்தும் ஓடி வரவில்லையே...”

“அன்று பிடித்தது எது என்றுகூடத் தெரியாத...”

“பச்சைக் குழந்தை!”

“கேலி செய்யாதே, ராகவன். நீ வயதிற்கு முன் முதிர்ச்சியடைந்தவன். உன் சுபாவம் அப்படி. உன் சந்தர்ப்பங்களும் இளமையில் முதிர உதவின, நான் கொஞ்சம் மந்தம். என் மனம் சற்று தாமதமாகத்தான் முதிர்ச்சியடைந்தது...”

“அதற்கு உன் சந்தர்ப்பங்கள் காரணம்... உனக்கு மந்தமும் இல்லை, மாந்தமும் இல்லை. சரி, எவ்வளவு நேரம் இப்படி டெலிபோனில் பேசிக்கொண்டிருக்கப்போகிறோம். நான் வீட்டிற்கு வந்த பிறகு பேசலாம். எனக்கு வேறு பசிக்கிறது.”

“ராகவன், நான் சொல்வதைக் கேள். நான் வருகிறேன். நாம் எங்காவது ஹோட்டலில் சாப்பிட்டுவிட்டுப் பிறகு...”

"ஏன், நான் வீட்டிற்கு வரக்கூடாதா?"

"ராகு. இப்படி முன்னெச்சரிக்கையில்லாமல் நீ வந்து நின்றால் அப்பா..."

"உன் கவலையெல்லாம் அப்பாவைப் பற்றித்தான்..."

"நானில்லாவிட்டால் அப்பாவைப் பற்றிக் கவலைப்பட வேறு யாருண்டு. தயவு செய்து நான் சொல்கிறபடி செய்... இப்பொழுது நான் வருகிறேன். நாம் பேச எவ்வளவோ இருக்கிறது. பிறகு நாளைக்கு நீ வருவதற்குள் அப்பாவிடம் நான் எல்லாவற்றையும் சொல்லி அவரைக் கேட்டு வைக்கிறேன்..."

"அவர் வரக்கூடாது என்று சொல்லிவிட்டால்!"

"அப்படிச் சொல்லமாட்டார். நான் சொல்ல விரும்புவதைக் கேட்ட பிறகு அப்படிச் சொல்லவே மாட்டார். ரொம்ப மாறியிருக்கிறார். முன்பிருந்த விறைப்பும், வணங்காமுடி அகங்காரமும் போய்விட்டன. அதுவும் அம்மா போனதிலிருந்து..."

"எனக்கும் தெரியும், மாலதி."

"உனக்கெப்படித் தெரியும்... நான் டெலிபோனை வைத்துவிடப் போகிறேன்... அங்கேயே இரு. நான் வருகிறேன்..."

"மாலதி... ஒரு நிமிஷம்... மாமா உன்னுடன் பேச வேண்டுமாம்..."

"என்ன?"

"என் மாமா, உன் அப்பா, உன்னுடன் ஏதோ பேச வேண்டுமாம்..."

"அப்பா அங்கு உன்னுடனா இருக்கிறார்?"

"அதேதான் சொல்கிறேன்."

"அப்பாவை நீ அங்கு சந்தித்தாயா?"

"என்னை சந்திக்கத்தான் வந்தார். நீதான் வரமாட்டேன் என்றுவிட்டாயாம்..."

★

திக்குத் தெரியாத காட்டில்

உங்களில் சிலருக்கு ஞாபகம் இருக்கலாம். ஒரு பத்து வருஷங்களுக்கு முன், நான் பள்ளிக்கூடத்தில் படித்துக் கொண்டிருந்த காலம் அது. ஆடை ஆபரண அலங்காரங்களில் ஒரு புதுமை தோன்றிற்று. எங்கு பார்த்தாலும் எலியும் எலிக்குஞ்சுகளும் மூஞ்சுறும் காட்சி அளித்தன. பித்தான்களிலும், பின்களிலும், ப்ரூச்சுகளிலும், எங்கும் இப்பிராணிகள் தான். அதுவும் கறுப்புப் பூனைகளும், கறுப்பு எலிக்குஞ்சுகளும் வெகு அதிகம். நான்கூட எலி வடிவில் வெட்டிக் கருப்பு வர்ணம் தீட்டப்பட்ட 'கப்லிங்ஸ்' போட்டிருந்தேன். என் சிநேகிதன் ஒருவனுடைய தங்கையின் பிறந்த நாள் வந்தது.

அவள் பெயர் சுமதி. அவர்களை எனக்கு நன்றாகத் தெரியும். ஒன்றாய் விளையாடி வளர்ந்தவர்கள். நல்ல நண்பர்கள். பிறகு நான் கல்லூரியில் படித்து வந்தபோது கூட, அவள் எனக்கு ஒரு வகுப்பு கீழே என்னைப் பின்தொடர்ந்து கொண்டே வந்தாள். அப்புறம்... சரி அப்புறம் நடந்ததை அப்புறம் சொல்லுகிறேன். நான் குறிப்பிட்டது அவளுடைய பதினைந்தாவது பிறந்த நாள். அதற்கு மூன்று கறுப்பு எலிக்குஞ்சுகள் செதுக்கியிருந்த ப்ரூச் ஒன்று அவளுக்குக் கொடுத்தேன். சின்னப்பெண்தானே. அவளுக்கு அதில் வெகு சந்தோஷம். என் சிநேகிதன் பெயர் ரஞ்சன். நானோ ராமு. அந்த மூன்று எலிக்குஞ்சுகளுக்கும் ரஞ்சன், சுமதி, ராமு என்று பெயரிட்டு, விளையாடி வந்தாள்.

தன் தாவணியிலிருந்து அதை எடுப்பதே கிடையாது. அதனிடம் அவ்வளவு பிரியம்.

அதெல்லாம் அந்தக் காலம். சில நாட்களுக்கு முன் நான் மதராஸ் போயிருந்தேன். சுமதியைச் சந்தித்துப் பல வருஷங்கள் ஆகியிருந்தும் அவளைப் பார்க்காமல் திரும்ப மனம் வரவில்லை. அவள் வீட்டிற்குப் போயிருந்தேன். நான் நாட்டுப்புறம். ஏழுமணிக்குப் போய்க் கதவைத் தட்டினேன். வீட்டில் இன்னும் ஒருவரும் எழுந்தபாடில்லை. வேலைக்காரன் வந்து, என்னை ஒரு மாதிரியாகப் பார்த்து விட்டு "என்ன வேண்டும்" என்று கேட்டான். சொன்னதும் அவன் என்னை அங்கேயே நிற்க வைத்துவிட்டு, பெயரைக் கேட்டுக்கொண்டு (என்னிடம் ஏது விஸிட்டிங் கார்ட்!) உள்ளே போனான். ஒருவரிடமும் சொல்லிக்கொள்ளாமல் ஓடிப் போய்விடலாமா என்றுகூட யோசித்தேன். ஒன்றுமில்லை, ஐந்து வருஷங்களுக்கு முன், காலம் வேளை இல்லாமல், காரண காரியமில்லாமல், இதே வீட்டுக்குள் சொல்லாமல் கொள்ளாமல் வந்து போயிருந்தது நான்தானா அல்லது என் பெயர் கொண்ட இன்னொருவனா என்று சந்தேகம் கூட வந்துவிட்டது. ஆனால் இதற்குள் மாடியிலிருந்து சத்தம் கேட்டது. சுமதியின் குரல் மாறவேயில்லை. அதுவும் கோபத்துடன் பேசும்போது முன் தொனிக்குமே அந்த இனிமை போகவே இல்லை. வேலைக்காரனைத் திட்டிக் கொண்டிருந்தாள். உடனே என்னை அழைத்துப்போய் தன் அறையில் உட்கார வைக்கச் சொன்னாள். இறங்கி வந்துகொண்டே அவள் சொன்னதெல்லாம் என் காதில் விழுந்தது. கதவைத் திறந்துகொண்டு, ராமு, "ஒரே ஒரு நிமிஷம்" என்று சொல்லிவிட்டு வேகமாக ஸ்நான அறையை நோக்கி நடந்தாள். வேலைக்காரன் என்னைத் தன் எஜமானியின் அறைக்கு அழைத்துச் சென்றான் கொஞ்சம் மரியாதையுடனேயே.

பெண்களுக்கு ஒரு நிமிஷம் என்றால் உங்களுக்குத் தெரியுமல்லவா? எனக்கும் தெரியும். ஆகையால் நான் அறையைச் சுற்றி இதையும் அதையும் பார்த்த வண்ணம் வலம் வந்து கொண்டிருந்தேன். அறைக்குள் சென்றவுடன் எனக்குக் கொஞ்சம் பயம் தெளிந்துவிட்டது; அந்த அறையின்

அமைப்பும் அலங்காரமும் போலும்! அறையிலுங்கூட ஒரு மாறுதலும் இல்லை. அவள் கண்ணாடி மேஜையைப் பார்த்துக்கொண்டிருந்தேன். திடீரென்று எனக்குத் தூக்கி வாரிப்போட்டது. ஒரு மூலையில் ரஞ்சன், சுமதி, ராமு மூவரும் படுத்திருந்தார்கள். ஆம், நான் வாங்கித் கொடுத்த அதே ப்ரூச்சுத்தான். இத்தனை காலம் அதைச் சுமதி வைத்துக் கொண்டிருப்பாள் என்று நான் எதிர்பார்க்கவே இல்லை. ஆனால் ஆச்சரியம் தணிந்த பிறகு, எனக்கு சிரிப்புத்தான் வந்தது. அந்த மூன்று எலிகளும் இப்பொழுது அவ்வளவு வேடிக்கையாகத் தோன்றின. என்னையும் அறியாமல் என் முகத்தில் சிரிக்க மறந்து போய்விட்டதாக நினைத்திருந்த என் முகத்தில், ஒரு புன்சிரிப்பு. என்னால் அடக்கமுடியவில்லை. பழைய நினைவுகள் கனவுபோல் ஒன்றன்பின் ஒன்றாக வந்து நின்று மங்கி மறைந்தன. ஒரு காட்சி மட்டும் என்னை மிகத் துன்புறுத்திற்று. பலபலவென்று என் கண்களிலிருந்து நீர்த்துளிகள் உதிர்ந்தன.

“சற்றுமுன் எங்களைப் பார்த்துச் சிரிப்பானேன்? இப்பொழுது அழுவானேன்?” என்று மூன்று சிறு குரல்கள் சேர்ந்து கேட்டன. கொல்லென்று சிரித்தன. என் காதுகளையே என்னால் நம்பமுடியவில்லை. ஆனால், அந்த மூன்று எலிகள், குருட்டு எலிக்குஞ்சுகள்தான் அப்படிப் பேசின. திருதிருவென்று விழித்தேனேயொழிய என்னால் பேசவே முடியவில்லை.

“எங்களுக்குத்தான் பேசத்தெரியாது. உனக்கு ஏன் வாயடைத்துப் போய்விட்டது? முன்பெல்லாம் சும்மா அளப்பாயே.”

“இருந்தாலும் எனக்குப் பேசமுடியாமற் போனது சகஜம்தானே! இதோ நீங்கள் உட்கார்ந்திருக்கிறீர்களே. இந்த மேஜை திடீரென்று பேச ஆரம்பித்தால்....”

“பேசாது என்று யார் உனக்குச் சொன்னது?”

“ஓ! பேசுமா?”

“நன்றாக!”

என் முகத்தில் அசடு தட்டினதைச் சொல்லவேண்டுமா? ஆனால் அந்த எலிகள் என்னை விடவில்லை. முதலில் பேசினது ரஞ்சன்.

“ஆனால் அது உங்களுக்குப் புரியாது.”

“இருக்கலாம்” என்றேன்.

உடனே இன்னொரு எலி ஆரம்பித்தது.

“புரிகிறதைப் பற்றி இவர்களிடம்தானா சொல்ல வேண்டும்? மனிதர்கள், ஜீவராசிகளுள் முதன்மை ஸ்தானம் வகிப்பார்களாம்! இவர்களைப் போன்ற அசம்பாவிதக் குடுக்கைகளை நான் பார்த்ததே இல்லை. இவர்கள் வார்த்தைகளுக்கு ஒரு அர்த்தம், செயல்களில் ஒரு ஒற்றுமை எண்ணங்களில் ஒரு தொடர்பு ஒன்றும் கிடையாது.”

சிரிப்பை அடக்கிக்கொண்டு, “என்ன புரியவில்லை உங்களுக்கு?” நான் கேட்டேன்.

“புரியவில்லை என்று யார் சொன்னது? புரிவதற்கு ஏதேனும் இருந்தால்தானே.”

அப்படி ஒரே போடாகப் போட்டால், அதற்கு யார் பதில் சொல்ல முடியும்? புத்தகப் பரிச்சயம் உதவிற்று.

“ஓ!” என்றேன். ரஞ்சன் மீண்டும் பேசவாரம்பித்தது.

“ஏன், இந்த ரஞ்சனைத்தான் எடுத்துக்கொள்ளேன். அவன் ஒரு மனிதன்தான். ஆனால் அவனுக்கும் எனக்கும் என்ன வித்தியாசம். நானாவது உன்னோடு பேசுகிறேன். அவனுக்கு அதுகூட அசாத்தியம். நீயும் அவன் மாதிரி ஒரு மனிதன் தானே. நீ பேச ஆரம்பித்தால் ஏன் அவன் அப்படிப் பிரமித்துப்போய், கண்கொட்டாமல், மூச்சுவிட்டால் ஏதாவது கேட்காமல் போய்விடப்போகிறதோ என்று கப்சிப் என்று உட்கார்ந்து கொண்டிருக்கிறான்? உன் வாயிலிருந்து வரும் ஒவ்வொரு வார்த்தையும் ஒரு கிடைப்பரும் முத்து என்று எண்ணம் போலும், அப்படிக் காது நோகக் கேட்டுக்கொண்டிருக்கிறான். உன்னை மட்டுமல்ல. அவனே அப்படித்தான். ஊருக்கு யாராவது வந்து பிரசங்கம் செய்ய வேண்டியதுதான். முதல் ஸீட்டில் ரஞ்சன் இருப்பான். அவர்களும் நீயும் பேத்துவது எங்களுக்குத் தெரியும். அதில் என்ன அற்புதம்தானிருக்குமோ. அது ரஞ்சனுக்குத்தான் தெரியும். மனிதர்கள் மட்டும்தானா!

அவனுக்குப் புத்தகங்களும் அப்படித்தான். கண்தான் நோகாதோ, தலைதான் சுற்றாதோ, அப்படிப் படிப்பான். புத்தகம் புத்தகமாக விழுங்குவான். இதற்கு நடுவில் ஏதாவது ஒரு வசனம் அவனுக்குப் பிடித்துவிடும். வசனமும் ஒன்றும் பெரிய ஞானச்சுடராக இருக்காது. 'கலை மனிதன் விதியை வெல்லச் செய்யும் முயற்சி-விதியைத் தப்பி அல்ல. விதியைச் சுகித்து' என்றிருக்கும்.

அவ்வளவுதான், கன்னத்தில் கையை வைத்துக்கொண்டு கண்ணை மூடிக்கொண்டு உட்கார்ந்துவிடுவான். நேரம் போவதும் தெரியாது, உலகம் உடைந்தாலும் தெரியாது. எனக்கு ரொம்பநாளாக ஒரு சந்தேகம் கூட, அப்படியே தூங்கிப் போய்விடுகிறானோ என்று. ஆனால் அப்படியும் சொல்லமுடியாது. கொஞ்ச நாழிக்கொருதரம் 'ஆஹா! கலை மனிதன் விதியை வெல்லச் செய்யும் முயற்சி! பேஷ்!! அதைத் தப்பி அல்ல, விதியை சுகித்து.. ஆஹா! ச்சு ச்சு!' என்று ரொம்பக் கஷ்டப்படுவான். நீதான் சொல்லேன் அந்த வசனத்தில்தான் அப்படி என்ன இருக்கிறது. கலை, உம்! ஒரு அர்த்தமற்ற வார்த்தை, வேறொரு விதமாகவும் ஒன்றை வர்ணிக்க முடியாவிட்டால். அது கலை; இதற்குமேல் விதி. எங்கிருந்து வந்தீர்களோ, எங்கு போகிறீர்களோ, ஒன்றும் தெரியாது. நீங்கள் விதியைப்பற்றி என்ன கண்டீர்கள்? அதுவும் ஒரு வார்த்தை. மனிதனின் அறியாமையை உருட்டித் திரட்டிச் சித்தரிக்கும் ஒரு சின்னம். ஆனால் உங்களையெல்லாம் கேட்டால், ரஞ்சன் படித்தவன், நல்ல ரசிகன். விசால நோக்கமுடையவன். உம், கடைசியில் அந்த லலிதாவைப் போய் கல்யாணம் பண்ணிக்கொண்டான். படித்தவனாம்!"

"அவன் ரசிகனல்லவா." என்று ஆரம்பித்தேன். அதற்குள். "ஓஹோ ரசிகனா? சரி. உன்னுடன் ஏன் மனஸ்தாபம். நீயும் ஒரு ரசிகன் என்று எண்ணிக்கொண்டு போய்விடுவதுதானே. அவன் விசால நோக்கம் எங்கே போயிற்று? சாதாரண பழைய கால மனிதன் மாதிரிதானே நடந்துகொண்டான்? புத்தகத்தில் படித்ததெல்லாம் ஏன் மறந்து போய்விட்டது? 'கல்யாணம் ஒரு ஒப்பந்தம். என் மனைவியின் வாழ்க்கை அவளுடையது. நான் அவளை மணம் புரிந்து கொண்டிருப்பதால், அவள்

என் அடிமையாகி விடவில்லை. அவளிஷ்டப்படி அவள் நடந்துகொள்ள வேண்டும். என் இஷ்டப்படி நான்' என்றெல்லாம் தத்துவம் பேசினானே அதெல்லாம் எங்கே போயிற்று?"

மனித சுபாவத்தை இவர்கள் அறிவது எவ்வளவு கஷ்டமாயிருக்கிறது என்று நான் எண்ணி முடிப்பதற்குள் சுமதி எலி ஆரம்பித்தது.

"அதுதான் எனக்கும் புரியவில்லை. மனிதர்களின் எண்ணத்திற்கும் அவர்கள் செய்யும் செயல்களுக்கும் ஏன் இவ்வளவு வித்தியாசம்? அதற்கும் மேல் தங்களுக்கு நம்பிக்கையில்லாத, பிடிக்காத ஒரு விஷயத்தில் தங்களுக்கு நம்பிக்கையும் பிரியமும் இருப்பதை ஏன் தாங்களே தங்களை ஏமாற்றிக்கொள்ள வேண்டும்? இந்த சுமதியைத்தான் பாரேன். பச்சோந்தியின் நிறம் மாறுவதைவிட வேகமாக அவள் எண்ணங்களும் இஷ்டங்களும் மாறுகின்றன. மது தேடி அலையும் தேனீயைப் போல் ஒன்றிலிருந்து ஒன்றுக்குப் பாய்ந்தோடுகிறாள். அந்தச் சமயத்தில் அவள் மனம் எதில் இருக்கிறதோ அதுதான் உலகமெல்லாம். நீங்கள் இரண்டு பேரும் பள்ளிக்கூடத்தில் படித்துக் கொண்டிருந்த சமயம், ஞாபகம் இருக்கிறதா? அப்பொழுது அவளுக்கு உலகத்திலேயே நீ ஒருவன்தான் உண்டு. அப்பப்பா! என்ன பிதற்றல் பிதற்றுவாள், என்ன ஆட்டம் ஆடுவாள். சரி. அதுதான் எங்களுக்குப் புரியாது உங்கள் காதல். ஆனால் நீ கல்லூரியில் சேர்ந்தவுடன் உனக்கு வேறு விஷயங்களில் கவனம் திரும்பியது. கவிதை, வேதாந்தம் தத்துவ சாஸ்திரம் என்று ஆரம்பித்தாய் நீ. சுமதிக்குப் பொறாமை. அவ்வளவுதான், உடனே விளையாடுவதற்கு இன்னொரு பொம்மையைத் தேடியெடுத்துக் கொண்டாள். ஒரு பொம்மையாகப் போவானேன்? எத்தனை பேர். நினைத்தாலே தலை சுற்றுகிறது. ஆனால் ஒன்று கவனித்தேன். எல்லோரிடமும் உன்னிடம் சொன்னதையேதான் சொன்னாள். அவர்களும் நீ பேசினதையேதான் பேசினார்கள். எனக்கு நெட்டுருவாகிவிட்டது. என்னோடு போவானேன்? எங்களுக்கெல்லாமே உன் போன்ற மனிதர்களைக் கண்டால் சீயென்று ஆகிவிட்டது. அன்று காற்றுடன் பேசிக்கொண்டிருந்தேன். அவரும் அதுதான் சொன்னார். 'இந்த மனிதர்களே இப்படித்தான். சொன்னதையே திரும்பத் திரும்பச் சலிக்காமல் சொல்லுகிறார்கள்' என்று.

வர வர உன்னிடம் அவளுக்கு இருந்த சிநேகம் கூட தேய்ந்து போய்விட்டது. தப்பாக நினைத்துக்கொள்ளாதே, ஒருநாள் அவள் என்ன சொன்னாள் தெரியுமா? 'ராமுவா, அவன் உடம்பில் ஓடுவது ரத்தமில்லை, ஐஸ்வாட்டர்!' என்றாள். அதற்கு எட்டேநாள் கழித்து, ரஞ்சனுக்கும் உனக்கும் லலிதாவைப் பற்றி மனஸ்தாபம். அவ்வளவுதான், உடனே ஐஸ்வாட்டர் எல்லாம் மறந்துபோய், உன்னிடம் பாசம் திரும்பிவிட்டது.

அவளுக்கே ஒருமாதிரி தோன்றிற்றோ என்னமோ. ஒரு ராத்திரி படுக்கையிலிருந்தபடியே போட்டோவை எடுத்து வைத்துக்கொண்டு உங்களுக்கு எல்லோருக்கும்தான் பொய்க் குரல் உண்டே.... அந்தப் போலிக் குரலில், இங்கேயேதான் மேஜையில்தான் உட்கார்ந்து கேட்டுக்கொண்டிருந்தேன், தனக்குத்தானே சமாதானம் சொல்லிக்கொள்கிறாள். 'ராமு, எப்பவுமே என் பிரியமெல்லாம் உனக்குத்தானே? நீதான் உண்மை, மற்றவர்களெல்லாம் பொய்.' உம்! உனக்குத் தெரியாதா – அப்புறம் உன்னைச் சுற்றிச் சுற்றி வளைய வந்தது உனக்கே தெரியும். அது ஒன்றிற்குக்கான எனக்கு உன்னிடம் அபார மரியாதை. அவளிடமிருந்து தப்பித்துக்கொண்டு ஓடிப்போய் விட்டாயே! ஆமாம். உன்னை ரொம்ப நாட்களாகக் கேட்க வேண்டுமென்றிருந்தேன். அன்று உனக்கு நிஜமாகவே வருத்தமா- அல்லது அதுவும் நாடகம்தானா? இன்னொன்று இங்கு ஏன் திரும்பிவந்தாய்?"

"அன்று பாசாங்கு அல்ல. நிஜமாகவே வருத்தம். அதனால்தான் இன்று வந்தேன். என்னால் வராமலிருக்க முடியவில்லை."

"நான் முன்பே சொன்னேனல்லவா" பேசினது ராமு எலி. அந்தக் குரலில் இருந்த விஷமம், அப்பா! இப்பொழுது நினைத்துக்கொண்டாலும் பயமாகவிருக்கிறது.

ஆனால் சுமதி இன்னும் முடித்தாகவில்லை.

"பைத்தியம், நீ ஊருக்குப் போய் மூன்று மாதமாவதற்குள் சுமதிக்குக் கல்யாணம். அன்று முதல் இன்றுவரை ஒரே ஒருநாள் உன்னைப்பற்றி அவள் பேசினதுகூட கிடையாது."

"அந்த நாள்?"

“அது ஏதோ அற்ப விஷயம். யாருடனோ பேசிக் கொண்டிருந்தாள் -ஆம், உனக்குக்கூட தெரியுமே சுசீலா. சுமதியின் சிநேகிதி. அவளுடன். சுசீலா குறும்பாக ‘சரி. உன் பையனுக்கு என்ன பெயர் வைக்கப் போகிறாய்?’ என்றாள். சுமதி ஒரு நிமிஷம் வெட்கத்தை மறைக்க சிரிக்க முயன்றாள். ஆனால் அடுத்த நிமிஷம், அவள் முகத்தில் ஒரு மாறுதல் தோன்றிற்று. நீ சொல்வாயே அடிக்கடி ‘பெண்மையின் இனிமை’ என்று, அதுதானோ என்னவோ, அந்த மாதிரி கண்களை வைத்துக்கொண்டு, முன் சொன்னேனே அந்தப் போலிக் குரலில், ‘ராமு!’ என்றாள்.

அந்த எலிகளுக்கு அவை கேட்டதும், பார்த்ததும் ஒன்றுமே புரியவில்லை. கண்களைக் கட்டிக் காட்டில் விட்டது மாதிரி நம் உலகில் அகப்பட்டுத் திண்டாடின. பால்யத்தில் படித்த ஒரு பாட்டு ஞாபகம் வந்தது. என்னையும் அறியாமல் “மூன்று குருட்டு எலிகள்” என்று முணுமுணுத்தேன்.

இதுவரை அதிகம் பேசாமலிருந்த ராமு எலி, “இரு. அவசரப்படாதே. மூன்றாவது குருட்டு எலி உன்னைப் பற்றியும் சொல்லிவிடுகிறேன்...” என்று ஆரம்பித்தது.

தூரத்தில் சுமதி வேலைக்காரனைக் கூப்பிட்டுக் கொண்டே அறைக்கு வரும் சப்தம் கேட்டது. இன்னொரு கதவைத் திறந்துகொண்டு வெளியே நடந்தேன். ஊர்வந்து சேரும் வரையில் ரயில் சக்கரங்கள் நான் பால்யத்தில் கற்ற பாட்டையே பாடிக்கொண்டிருந்தன. சட்டைப்பைக்குள் கையை விட்டுப் பார்த்தேன். சுமதியின் ப்ரூச்சு இருந்தது.

ஊருக்கு வந்ததும், சுமதிக்கு ஒரு கடிதம் எழுதினேன். அவசரமாகத் திரும்ப வேண்டியிருந்ததால் காத்திருந்து அவளைப் பார்க்க முடியவில்லை என்றும், பழைய காலத்து ஞாபகார்த்தமாக நான் அவளுக்குச் சில வருஷங்களுக்கு முன் கொடுத்த ப்ரூச்சை எடுத்துக்கொண்டு வந்ததாகவும் எழுதியிருந்தேன். சுமதி பதில் எழுதவில்லை. தன் சிறுமகன் ராமுவின் போட்டோ ஒன்று மட்டும் அனுப்பினாள். ப்ரூச்சை நான் எடுத்து வருவதற்கு முன்பே ராமு - எலி அவளுக்கு என் கதையைச் சொல்லியிருக்குமோ...?

★

கர்ம வியாதி

என் மகன் சொன்னதைக் கேட்டேன். "தெய்வாதீனம். அப்பா இல்லை. இதற்கெல்லாம் முன் அவர் போய்விட்டாரே."

ஆனால் அவன் நினைத்தது தவறு. என் மகன் கஷ்டப்படுவதைக் காண என் மனம் பொறுக்காது, நான் தவித்துப் போவேன் என்பது உண்மை. ஆனால் அதையும்விட பெரிய உண்மை இன்னொன்று உண்டு. பிறர் அவனை அணுகப் பயப்பட, பிறரை நாட அவன் கூச்சப்பட, அவன் தான் ஒரு தொடர்பற்ற தனித்திட்டு என்ற எண்ணத்தில் வாடினபொழுது, 'ராமு, பயப்படாதே, நான் உன்னை விட்டு அருவருப்புடன் திரும்ப மாட்டேன். என் கையைப் பிடித்துக் கொள். நீ அனாதையல்ல. நான் இருக்கிறேன்' என்று சொல்ல எனக்கு ஆசை. ஆனால் நான் இறந்து இரண்டு வருஷங்கள் ஆயின. அவன் பெருமூச்செறிந்து கூறினது எனக்குக் கேட்டது; நான் சொல்வது அவனுக்குக் கேட்காது.

இந்த நோயின் கொடுமை அதன் தீவிரமல்ல; உயிருக்கு ஆபத்து நேர எவ்வளவோ காலம் பிடிக்கிறது. இதைவிட நோயாளிக்கு அசௌகர்யமும், வலியும் உபாதையும் தரும் நோய்கள் எத்தனையோ உண்டு. ஆனால் இது வராமல் முன்னெச்சரிக்கையாக இருப்பது வெகு கஷ்டம். தடுப்பு

மருந்துகள் கிடையா, அம்மை குத்திக்கொள்வது போல், காலரா வராமல் தடுக்க ஊசி போட்டுக்கொள்வது போல் எதுவும் செய்யமுடியாது. இரண்டாவது நோய் தொத்திக் கொண்டதும், வியாதியின் அறிகுறிகள் தென்பட்டால் உடனே சிகிச்சை செய்துகொண்டு ஆரம்பத்திலேயே நோய் பரவாமல் தடுக்கலாம். நோயின் வித்து உடலுக்குள் வருஷக்கணக்காக, வெளியேயோ உடல் நிலையிலேயோ ஒரு மாறுதலும் தென்படாமல், காத்திருந்து திடீரென்று ஒருநாள் பூகம்பம்போல் வெளிக் கிளம்பினால் யார் என்ன செய்யமுடியும்? மேலும் இந்த வியாதிக்குச் சில வருஷங்களுக்கு முன் வரை குணம் என்பது விதிவிலக்கு; அல்லது தன்னே மாற்றம். அதுவே தானாக எரிந்து அணைந்து போனால் உண்டு. இல்லாவிட்டால் மெல்ல மெல்ல, படிப்படியாக உடல், வியாதியால் விழுங்கப்படும். சகிக்க முடியாத நிதானம்; தப்ப முடியாத முடிவு. இதையெல்லாம்விட மனிதத் தோற்றத்தை உருக்குலைத்து, கோரத்திற்கு பயங்கர வர்ணமொன்று பூசுவது இந்த வியாதியின் சுபாவம்.

குஷ்டரோகத்திற்கு விஞ்ஞானத்திற்கு முந்தின இருட் காலம் ‘கர்ம வியாதி’ என்று பெயரிட்டதில் அதிசயம் என்ன? வெளிச்சம் பிறந்தால் இருள் மறைந்துவிடுகிறது. ஆனால் பரம்பரை வழக்கம் கண்ணைக்கட்டி விடும்போது சூரியன் பிரகாசித்தால் என்ன, நூறு வாட்ஸ் எலெக்ட்ரிக் விளக்கு எரிந்தால் என்ன?

இதற்கெல்லாம் ராமுவே நல்ல உதாரணம். நான் இறந்தபோது அவனுக்கு வயது பத்தொன்பது. ஆனர்ஸ் இரண்டாம் வருஷம் படித்துக்கொண்டிருந்தான். இப்பொழுது நான் இறந்து இரண்டு வருஷமாகிறது. அவனுக்கு வயது இருபத்தியொன்று. அவன் ஆனர்ஸ் முதல் வருஷம் படித்துக்கொண்டிருந்தபோதே ஒரு தரம் இந்த வியாதி வெளிவந்தது. ஆனால் ஒருவரும் அதை அடையாளம் புரிந்து கொள்ளவில்லை. ஒருநாள் இரவு படுக்கப் போகுமுன், முழங்கால் இரண்டும் கடுமையாக நோவதாகச் சொன்னான். நடுராத்திரி ஒரு மணி இருக்கும், கனித்த காய்ச்சல் கண்டது: 104, 105 டிகிரி இருக்கும். காலையில் எழுந்தபொழுது வலது முழங்காலிலிருந்து கணைக்கால் வரை ஒரே கொப்பளம் போன்ற புண், கொதிக்கும் எண்ணெய் சரிந்து

காலில் கொட்டினதுபோல் இருந்தது. உடனே எங்கள் குடும்ப டாக்டரை அழைத்துவந்தோம். அவர் வெகு ஜாக்கிரதையான வைத்தியர். தனக்கு ஒரு வியாதி தெளிவாகப் புரியாவிட்டால் சும்மா சிகிச்சை செய்து பார்க்கமாட்டார். சற்றும் தயக்கமின்றி, "இது பெரிய டாக்டர் விஷயமப்பா. இம்மாதிரி வியாதிகளில் நிபுணர் ஒருவருக்குக் கடிதம் தருகிறேன். அவரைப்போய் பாருங்கள். இல்லை, செலவு கட்டாது என்றால் சர்க்கார் பெரிய ஆஸ்பத்திரிக்குப் போங்கள். அங்கேயும் நிபுணர்கள் இருக்கிறார்கள். சற்றுக் காலதாமதம் ஆகலாம்; பொறுமையுடன் காத்திருங்கள். வைத்தியர்கள் குறைவு: நோயாளிகள் அதிகம். கோபித்துக்கொள்ளாதீர்கள்..." என்று சொல்லிவிடுவார். அவர் எங்கள் டாக்டர் மட்டுமல்ல, எங்கள் நண்பருங்கூட. அவர் ராமுவைப் பரிசோதித்துப் பார்த்துவிட்டு என்னிடம் சொன்னார். "இது ஏதோ ரத்தக் கோளாறுபோல் தோன்றுகிறது. பெரிய ஆஸ்பத்திரிக்கு அழைத்துப் போகவேண்டும். நான் போய் காரை அனுப்புகிறேன். எனக்கு அங்கு ஒரு மேல் வைத்தியர் தெரியும். அவருக்கு ஒரு சீட்டு அனுப்புகிறேன். அவரைப் பார்த்து, அதை அவரிடமே தாருங்கள். சாயங்காலமாக நான் வருகிறேன்."

பெரிய ஆஸ்பத்திரிக்கு அழைத்துப்போனேன். அங்கு மேல் வைத்தியரே பரீட்சை செய்து பார்த்தார். ரத்தம் எடுத்து பரிசோதனைக்கு அனுப்பினார்கள். உடனே வெளி ரணம் ஆற ஏதோ பூச்சு கொடுத்தார்கள். ஜுரத்தைக் குறைக்கவும் ஏதோ மருந்து கொடுத்தார்கள். ரத்தப் பரிசோதனை ஒவ்வொன்றிற்கும் இது இல்லை, அதுவும் இல்லை என்றே பதில்கள் வந்தன. ஆனால் ஜுரம் படிப்படியாகக் குறைந்துவிட்டது; ரணமும் மெல்ல ஆறிவிட்டது. விடுமுறை முடிவதற்குள் ராமு பூரணமாகச் சுகமாகி, கல்லூரி திறந்ததும் வகுப்பிற்குப் போக ஆரம்பித்துவிட்டான்.

அடுத்த வருஷம் வியாதி - இப்பொழுது தெரிகிற இதே வியாதி- மீண்டுமொருதரம் பொங்கி வெளிவந்தது. முதல் தாக்குதல் விவரங்கள் இருந்தமையால் இந்தத் தடவை பெரிய ஆஸ்பத்திரியில் வெகு சீராகப் பரிசோதித்தனர். வியாதியும் முன்போல் சீக்கிரம் அடங்கிவிடாமல் சில

மாதகாலம் வெளிப்படையாய் இருந்ததால், சாவதானமாக, ஒரு அம்சமும் விடுபடாமல் சோதித்துப் பார்க்க முடிந்தது. ஆஸ்பத்திரி வைத்தியர்களும் புரியாத ஒரு புது வியாதி என்று தொழிலூக்கம் நிறைந்தவர்களாய் வெகு கவனமாகப் பார்த்தனர். ஆஸ்பத்திரியில் இலாகா இலாகாவாகத் திரிந்தான் ராமு. முதலில் ரத்தக் கோளாறு என்று வைத்தியர்கள் பார்த்தனர்; பிறகு முழங்கால் நோவில் ஆரம்பித்ததால் எலும்பு சம்பந்தமான வியாதியோ என்று அந்த நிபுணரிடம் அனுப்பித்தார்கள்; பிறகு சரும வியாதியாய் இருக்குமோ என்று அந்த டாக்டர் மீண்டும் மேல் வைத்தியர்; ரத்தப் பரிசோதனை; எக்ஸ்ரே; ஊசி போடல்; வைட்டமின்; உள்ளுக்கு மருந்து; வெளியே போட பூச்சு... இவ்வாறு போய்க்கொண்டே இருந்தது. ஆறு மாத காலத்தில் ஒரு டஜன் ஹேஷ்யங்கள்! முதலில் ரத்தக் கோளாறுதான் என்று நினைத்தனர். பிறகு எலும்பு டி. பி. என்று சந்தேகித்தனர், சில சமயம் சருமக்காளான் ஏதோ என்று ஊகித்தனர்; ஒருதரம் ஏதோ மேக நோய் என்று கூடச் சொன்னார்கள். ராமு கோபித்துக் கொண்டான். ராமுவின் தாயார் அழுதாள். ஒரு வைத்தியர் உடலில் ஏதோ புல்லுருவி அங்கத்தில் ஊடுருவி இருக்கிறது, அதைக் கண்டுபிடிக்க வேண்டுமென்று முனைந்தார். வேறு ஒருவர் ஒருவித பீதியுடன் புண் என்று சோதனை துவங்கினார்; எல்லாரும் வெகு கவனமாக மிக்க சிரத்தையுடன் சிகிச்சை செய்ய முயன்றனர். எனக்கு அவர்களிடம் ஒரு குறையும் இல்லை, ஆனால் வியாதியை அவர்களால் அகற்ற முடியவில்லை; என்ன வியாதி என்று கண்டுபிடிக்கக் கூட முடியவில்லை; வியாதி தானாக மறைந்தது. இப்போது கேட்டால் வியாதி மீண்டும் உள்ளே புதைந்து போயிற்று என்றுதான் சொல்ல வேண்டும். அப்போது சொஸ்தமாகி விட்டது என்றுதான் நினைத்தோம். ஆனால் எனக்கு ஒரே ஒரு சந்தேகம்... இப்போது யார் காதில் விழுந்தாலும் சொல்கிறார்கள். அந்த அறிகுறிகள் யாவும் இந்தக் கொடிய நோயின் வெகு சாதாரண அடையாளங்கள். எந்த வைத்திய புத்தகத்தைத் திருப்பினாலும் அதில் கொடுத்திருக்கும் பாடப் புத்தக சின்னங்கள் என்று. அப்பொழுது ஏன் அத்தனை நிபுணர்களுக்கும் அது தெரியவில்லை? ஏதாவது ஒன்று

வரக்கூடாது என்று காரணத்துடனோ காரணம் இல்லாமலோ பயப்பட்டால் என்ன... சான்றுகள் இருந்தாலும் மனம் அதை அறிந்து கொள்ள மறுக்கிறது. வைத்திய நிபுணர்களிடமே ஒரு வியாதியைப் பற்றி இவ்வளவு பெரிய பயம் என்றால் பாமர மக்களைப் பற்றிக் கேட்பானேன்?

சொஸ்தமாகி விட்டது என்ற மூட நம்பிக்கை உடன்தான் நான் இறந்தேன். தெரிந்திருந்தால் மறுத்து இருக்க முடியுமா?

அதற்குப் பிறகு ராமுக்கு இரண்டு வருஷங்களாக உடம்பு ஒன்றுமில்லை. ஆனர்ஸ் கடைசி இரண்டு வருடங்கள் ஏதோ சரியாகப் படித்தான். இளமை விளையாட்டுகள் கொஞ்சம் இருக்கத்தான் செய்தன. எப்பொழுதுமே ராமு என் மூத்த மகனை விட கொஞ்சம் குஷி பேர்வழி. கோபு நல்ல பையன். ஆனால் சற்று சிடுமூஞ்சி. அதிகமாக சிரிக்க மாட்டான். கலகலப்பான தோழன் அல்ல; அவன் மேதை கூட. சிறந்த திறமைதான். ஆனால் ராமு உல்லாசப் பிரியன். உற்சாக குணம். அப்பேர்ப்பட்ட அவன் கூடப் படித்த பெண்கள் சிலரிடம் ஒருவர் பின் ஒருவராக காதல் கொண்டு விட்டதாக எண்ணினது ஒன்றும் ஆச்சரியமில்லை. வழக்கமாக இந்த மாதிரி காதல் காய்ச்சல்கள் இரண்டு மூன்று மாத காலம் அடித்து நின்று விடும். ஆனால் சுசீலா சம்பந்தப்பட்டவரை மட்டும் அவள் காதல் என்ற வார்த்தையை உபயோகிக்கவில்லை. சுசீலா அவள் சிநேகிதன் ஏகாம்பரத்தின் தங்கை. படிப்பில் இரண்டு வருஷங்கள் பின்னே ராமுவையும், ஏகாம்பரத்தையும் பின்தொடர்ந்து வந்தாள். சுசீலாவை அடிக்கடி அவன் சந்திப்பான். ஏகாம்பரமும் ராமுவும் பீச்சுக்கோ சினிமாவுக்கோ சென்றாலும் அடிக்கடி கூடப் போவாள். அவள் ரசாயனம் படித்து வந்தாள். ராமுவிடம் வந்து புத்தகம் வாங்கிப் போவாள். சந்தேகங்கள் இருந்தால் நிவர்த்தி கொள்வாள். வீட்டிற்கு வந்தால் எங்களுடன் எல்லாம் வெகு நேரம் அரட்டை அடிப்பாள். ராமுவைப் பற்றிக் குறும்பும் வாஞ்சையும் கலந்த தோரணையில் பேசுவாள். ஆனால் இந்த சுசீலாவைப் பற்றி மட்டும் ராமு நட்பு, சிநேகம் என்றுதான் பேசுவான். அப்பொழுதே எனக்குத் தெரியும். ராமு ஆனர்ஸ் கடைசி வருஷம் படித்துக் கொண்டிருக்கையில் பரீட்சைக்கு இரண்டு

மாதங்கள் முன் சுசீலாவை அவள் படிப்பு முடிந்ததும் மணம் புரிந்து கொள்ளப் போவதாக அறிவித்தான். அவன் தாயாருக்கும் அண்ணனுக்கும் சகோதரிக்கும் வியப்பாய் இருந்தது. நான் எதிர்பார்த்திருந்ததுதான்.

பரிட்சை முடிந்ததும் சில நண்பருடன் விடுமுறைக்குக் காஷ்மீர் சென்றான் ராமு. தேர்வு முடிவு வெளியாகவிருந்ததற்கு முதல் நாள்தான் திரும்பினான். பரீட்சையில் முதல் வகுப்பில் தேறினான்.

அடுத்தபடியாக என்ன செய்வது? ரசாயனமும், பௌதிகமும் படித்துவிட்டு சர்க்கார் நிர்வாகியாகப் போவது மிகவும் மோசமான திட்டம் என்பது என் அபிப்பிராயம். அதைப்பற்றி அவனிடம் அடிக்கடி பேசியிருந்தேன். அவனுக்கு விஞ்ஞான ஆராய்ச்சி நிரம்பப் பிடித்த விஷயம். ஆகையால் அவன் எங்கும் வேலைக்குப் பிரயத்தனப்படவில்லை. ஏதாவது உதவிச்சம்பளம் கிடைத்தால் மேலும் ரசாயன ஆராய்ச்சி இரண்டு வருஷம் செய்துவிட்டுப் புதிதாக நிர்மாணிக்கப்பட்டிருக்கும் தேசீய பரிசோதனைக்கூடம் ஒன்றில் ஆராய்ச்சித் துறையிலேயே வேலையைப் பார்த்துக்கொள்ளவேண்டும் என்று ஆசைப்பட்டான்.

அதற்கேற்றாற்போல் அவனது பேராசிரியர் அவனை அழைத்து தன் கல்லூரியிலேயே உதவிச் சம்பளம் வாங்கித் தருவதாகவும், மேலே எம்.எஸ்.சி. பட்டத்திற்கு ஆராய்ச்சி செய்யலாம் என்றும் சொன்னார். ராமு குதூகலத்துடன் அழைப்பை ஏற்றுக்கொண்டான். மும்முரமாக ஆராய்ச்சியில் இயங்கினான். உலோக ரசாயனத்தில் ஒரு பொருள் பற்றி விரிவாகப் படித்து, ஆராய்ச்சிகள் நடத்தி வந்தான். அதைப்பற்றிப் பட்டத்திற்கு வியாசம் எழுதப்போவதாக உத்தேசித்தான். இரண்டு வருஷப் படிப்பு; வெகு உற்சாகத்துடன் படித்து வந்தான். அவன் மனமும் சிறப்பாக முதிர்ச்சி அடைந்து வளர்ந்தது. சிறு பிள்ளையின் விளையாட்டுப் புத்தியும், உல்லாசப் பிரியமும் மெல்ல மெல்ல மாறி யௌவனத்தின் ஆரோக்ய ஹாஸ்ய சுவையாகவும், தன் நம்பிக்கையாகவும் பரிணமித்தன. சுசீலாவிடம் ஆசையும் முதிர்ச்சியின் விளைவாக அடக்கமும் கௌரவமும்

பெற்றது. அதிர்ஷ்டமும் உதவிற்று. அவன் ஆராய்ச்சி செய்து கொண்டிருந்த பொருளைப் பற்றிய பொது விவரங்களை எதிர்பாராத விதத்தில் ஆராய்ச்சியில் கண்டுபிடித்தான். அவனுக்கு ஒரே பரபரப்பு. அவன் பேராசிரியருக்கு பெரும் மகிழ்ச்சி. இரண்டு வருஷ காலம் ஆராய்ச்சி நேரம் இருந்தும் பதினெட்டாவது மாதத்திலேயே ஆராய்ச்சிகளை முடித்து, வியாசத்தைத் தயாரித்து சர்வகலாசாலை அதிகாரிகளுக்கு அனுப்பினான்.

எம்.எஸ்.ஸி. பட்டம் அளிப்பார்களா, வியாசத்தை ஏற்றுக்கொள்வார்களா என்ற சந்தேகமே இல்லை. அவன் பேராசிரியர், "நீ ரொம்ப அதிர்ஷ்டசாலி, எத்தனையோ பேர் பல வருஷங்களாக ஆராய்ச்சி செய்தும் பயனில்லாமல் திண்டாடுகிறார்கள். உன் அதிர்ஷ்டம் ஆராய்ச்சியை ஆரம்பித்ததும் புது உண்மைகளைக் கண்டுபிடிக்க உனக்குச் சந்தர்ப்பம் கிடைத்தது. உன் வியாசத்தை ஆதாரமாக வைத்துக்கொண்டு உனக்கு எம்.எஸ். பட்டமென்ன, டாக்டர் கூடத் தருவார்கள்" என்று சொன்னார். ஆனால் அவன் ஆராய்ச்சி முடிந்துவிட்டாலும் வியாசப் பரிசீலனை வருஷ முடிவில்தான். ஆகையால் ஐந்தாறு மாதம் என்ன செய்யலாம் என்று யோசித்துக்கொண்டிருந்தான்.

ஒரு நாள் பீச்சுக்குப் போய்விட்டு இரவு சுமார் ஒன்பது மணிக்கு வீடு திரும்பினான்.

"ஏன் ராமு. இன்றைக்கு இவ்வளவு நேரமாகிவிட்டது? சாப்பாடெல்லாம் ஆறி அவலாகப் போய்விட்டதே" என்றாள் அவன் தாயார். அவன், "இவ்வளவு நாழியா நினைக்கவில்லை நான். சுசீலாவை வீட்டில் கொண்டுபோய் விட்டு வந்தேன். நேரமாகிவிட்டது. ஏனோ கடைசிதரம் அவளுடன் பேசுவது என்று எனக்கு வினோத எண்ணம் வந்துவிட்டது. ஆகையால் கால்கள் தானாக தாமதிக்க ஆரம்பித்தன" என்றான் ராமு.

"ரொம்ப அழகுதான் போ. சரி வா சாப்பிடு."

உணவு சரியாக இறங்கவில்லை. முழங்கால்களில் சற்று வலியிருப்பதாகச் சொன்னான் ராமு.

“ஒன்றும் இருக்காது: களைப்பு. ஒரு வருஷமாக நீ உடம்பைச் சரியாகக் கவனித்துக்கொள்ளவே இல்லை. காலை ஏழுமணிக்கும், எட்டு மணிக்கும் காலேஜுக்குப் போய் விட்டு இரவு ஒன்பது மணிக்கும் பத்து மணிக்கும் திரும்பினால் உடம்பு என்ன ஆகும். இதோ பார் ராமு... இன்று முதல் ஒரு மாதத்திற்கு நான் சொல்கிறபடி....”

“அதற்கெல்லாம் தேவையிருக்கும் என்று தோன்றவில்லையம்மா...”

“ஏனிப்படி உற்சாகமில்லாமல் பேசுகிறாய்?”

“எனக்கு திரும்பி உடம்புக்கு வரப்போகிறது அம்மா. ஆனால் இந்தத் தரம்...”

“ராமு, உன் அசட்டுப்பேச்சை என்னிடம் சொல்லாதே.”

“வேறு யாரிடம் அம்மா சொல்வது. அப்பாவும் போய் விட்டார்.” அதைக் கேட்க எனக்கு எப்படி இருக்கும்? இறப்பது இயற்கை. ஆனால் மரணம் ஒரு விசித்திரப்பிரிவு. இறந்தவர் பிரிவதில்லை. இருப்பவர் பிரிந்துவிட்டதாக நினைக்கிறார்கள். அவர்கள் நினைப்பது எனக்குக் கேட்கிறது. நான் சொல்வது அவர்களுக்குக் கேட்கவில்லை. அவர்கள் பெருமூச்சு என்னை எரிக்கிறது. நான் அன்போடு தேற்றினால், தடவிக் கொடுத்தால் என் ஸ்பர்சம் அவர்களுக்கு உறைக்கவில்லை. உயிரின் உஷ்ணத்திற்கும் சாவின் சுவாசமற்ற சவக்குளுமைக்கும் நடுவே இருக்கும் போக்குவரத்தற்ற இடைவெளிதான் மரணத்தின் பரிதாபம்!

அன்றிரவே ராமுவுக்கு ஜுரம் கண்டது. முழங்காலில் தோன்றிய வலி கணைக்கால், முழங்கை, தோள்பட்டை என்று எல்லா சேர்ப்பிடங்களுக்கும் பரவியது. ஆனால் இந்த முறை வெளியே யாதொரு விதமான ரணமும் தென்படவில்லை. ஆகையால் வழக்கமாக வரும் குடும்ப வைத்தியர்தான் சிகிச்சை செய்து வந்தார். ஒரு மாதம் காய்ச்சல் குறையவே இல்லை, முட்டிகளில் வலியுடன் சருமத்திலும் நோய்த் தோற்றம் காணப்பட்டது. சருமம் சுருங்கி எண்ணெய்ப்பசை இல்லாமல் வறண்டு தென்பட்டது. வைத்தியர் கீல் வாய்வு சம்பந்தமான ஜுரம் என்று நிச்சயம் செய்து சிகிச்சை செய்தார். ஐந்தாறு வாரங்கள்

ஆகியும் ஜுரம் குறையவில்லை. எங்கள் வைத்தியரைப் பற்றி நான் முன்பே சொல்லியிருக்கிறேன். மகா சீலவான். மிகவும் அடக்கமுடையவர். தன்னாலாகாது என்றால் உடனே சொல்லிவிடுவார்.

ஆனால் இந்தத் தடவை சற்றுத் தவித்துப்போனார். ஜுரம் இறங்கவில்லை. அறிகுறிகளும் கிலேசத்திற்கு இடந்தருவனவாக இருந்தன. ஆனால் யாரிடம் சொல்வது? நான் போய்விட்டேன், என் மூத்த மகன் கோபு ஊரில் இல்லை. பம்பாய்க்கு மாற்றலாகி அங்கு வேலையாயிருந்தான். ராமுவின் தாயாரும் இரு சகோதரிகளும்தான் வீட்டில். யாரிடம் என்ன சொல்ல? எப்படிச் சொல்வது? இரண்டு வாரங்கள் சிகிச்சையை நிறுத்திவிட்டுத் தினந்தோறும் காலையிலும் மாலையிலும் வந்து பரிசோதித்து வந்தார். வியாதி ஏறவில்லை; குறையவும் இல்லை. இதிலிருந்து அது தான் நினைத்த வியாதி இல்லை என்று கண்டுகொண்டார். பின் எதுவாக இருக்க முடியும்... இன்னொரு தரம் ரத்தத்தை பரிட்சை செய்து பார்க்கலாம்...

உடலிலிருந்து ரத்தமெடுத்து பரிசோதனைக்கு அனுப்ப வேண்டிய ஊசி, கண்ணாடி வில்லைகள், அவற்றைச் சுத்தம் செய்ய சாராய எண்ணெய் எல்லாம் எடுத்துக்கொண்டு மறுநாள் வந்தார். ராமு ஏதோ அவன் சகோதரியிடம் அப்பக்கம் திரும்பிப் பேசிக்கொண்டிருந்தான். விரல் நுனியிலிருந்து ரத்தம் எடுத்து பத்திரப்படுத்தி வைத்துக்கொண்டார். அப்பொழுதுதான் ராமு பேச்சை நிறுத்திக்கொண்டு டாக்டர் பக்கம் திரும்பினான்.

“என்ன டாக்டர், ஏன் காத்துக்கொண்டிருக்கிறீர்கள்? நான் பேசிக்கொண்டிருந்தால் என்ன? நீங்கள் பரிசோதனைக்கு ரத்தம் எடுத்துக்கொள்ளுங்களேன்” என்றான். நின்றுகொண்டிருந்த டாக்டர் டப்பென்று உட்கார்ந்து கொண்டார். ராமுவுக்கு விரல் நுனியில் ஸ்மரணை இல்லை. இம்மாதிரி உடலில் எத்தனை ஸ்மரணையற்ற திட்டுகள் உண்டோ! பூராவாகப் பரிசோதித்துப் பார்த்தார். வியாதி என்னதென்று புரிந்து கொண்டார். சற்று நேரம் பேசிக்கொண்டிருந்து விட்டுப் புறப்பட்டார். போகும் முன் பத்மாவிடம்-பத்மா என் மூத்த பெண், ராமுவின் அக்காள். கோபு, பத்மா, ராமு, சுகுணா என

நான்கு குழந்தைகள்- சொன்னார்: “சற்று நேரத்தில் என்னை வந்து பார்க்க முடியுமா? சிகிச்சையை மாற்றவேண்டும். வேறு மருந்து எழுதித் தருகிறேன்.”

பத்மா பி.ஏ., பி.டி. படித்துவிட்டு, ஒரு பள்ளியில் உபாத்தியாயினியாக வேலை செய்து கொண்டிருந்தாள். ஆனால் பயந்த சுபாவம். “அண்ணாவுக்கு எழுதிவரச் சொல்லட்டுமா?” என்று கேட்டாள்.

டாக்டருக்கு பத்மாவாக இதைக் கேட்டுவிட்டதில் பெரும் திருப்தி. ஆனால் கவலைக்கு இடம் தரக்கூடிய விதத்தில் தன் விருப்பத்தைச் சட்டென்று சொல்லிவிடக் கூடாது. ஆகையால், “கோபு அடுத்த மாதம் இங்கு லீவில் வருவதாக இருந்தால் இந்த மாதம்தான் வரட்டுமே. உனக்கும் அம்மாவுக்கும் சற்று சௌகர்யமாக இருக்கும். சுகுணாவிற்கும் பரீட்சை நெருங்குகிறது” என்று அழகாகக் கூறிவிட்டுப் போனார்.

பத்மா டாக்டரைப் பார்க்கச் சென்றாள்.

“என்னம்மா. அண்ணா வரப்போகிறானா?” என்று ஆரம்பித்தார் டாக்டர்.

“தெரியலை, டாக்டர். அம்மா அவனை எதற்கு அவசியம் இல்லாவிட்டால் தொந்தரவு செய்யவேண்டும் என்றாள்.”

“ராமுவுக்கு உடம்பு சரியா இல்லாவிட்டால் கோபு இங்கு வருவதை அனாவசியம் என்று கருதுவானா?”

“மாட்டான். எங்களால் பார்த்துக்கொள்ள முடியுமானால்...”

“பார்த்துக்கொள்ள முடியாமல் என்ன இது ஒன்றும் ஆபத்தான வியாதி என்று சொல்லமுடியாது. ஆனால்...”

“இது கீல் வாயு ஜுரம்தானே டாக்டர்?”

“அப்படித்தான் நினைத்தேன்.”

“இப்பொழுது சந்தேகமாக இருக்கிறதோ?”

“ஆமாம். ராமுவுக்குச் சில ‘அனாயஸ்திடிக் பேட்சஸ்’ இருப்பது எனக்குப் பிடிக்கவில்லை.”

“அனாயஸ்திடிக் பேட்சஸ் என்றால்?”

“உடலில் திட்டு திட்டாக சில இடங்களிலும் விரல் நுனிகளிலும் உணர்வு இல்லை...”

“ஏன் அப்படி இருக்கிறது?”

“அதற்குத்தான் சிகிச்சை செய்ய வேண்டும்.”

“ரொம்பக் கஷ்டமோ?”

“கஷ்டம் ஒன்றும் இல்லை. நமக்குக் தெரிந்ததைச் செய்ய வேண்டியதுதான். நாளாகும். வெகுகாலம் பிடிக்கலாம்...”

“என்ன டாக்டர், நீங்கள் பேசுவதைப் பார்த்தால் பயமாக இருக்கிறதே. இது என்ன வியாதி?”

“பெயரில் என்னம்மா இருக்கிறது? சிகிச்சை செய்து பார்க்கவேண்டும். அண்ணா வரட்டுமே. நான் வேண்டுமானால் எழுதுகிறேன்.”

“சரி. இரண்டு பேரும் எழுதுவோம்.”

“இப்பொழுது கொடுக்கவேண்டிய மருந்தை எழுதிக்கொடுங்கள்.”

“இப்ப சத்தியா மருந்து வேண்டாம்மா, அண்ணா வந்ததும் வேறு டாக்டரைப் பார்த்துக் கலந்துகொண்டு பிறகு சிகிச்சையை ஆரம்பிக்கலாம்.”

“அப்படி என்றால் அதுவரை தாமதிக்கலாமா?”

“பாதகமில்லை அம்மா. இம்மாதிரி வியாதிகளுக்குச் சிறிது தாமதம் ஆபத்தில்லை. பார்க்கப்போனால் பொறுமையே இதற்கு ஒரு தேவையான முக்கியமான மருந்து.”

பத்மாவிற்கு டாக்டர் சொன்னது பூராவாகப் புரியவில்லை. ஆனால் ராமுக்கு வந்திருப்பது சாதாரண நோய் அல்ல, ஏதோ விசேஷமான வியாதி என்று மட்டும் புரிந்து கொண்டாள். மருந்து கூட இல்லாமல் வீட்டிற்குச் சென்றால் தாயாரிடமும் ராமுவிடமும் என்ன சொல்வது? ஆலோசனையை நாடி வழியில் ராஜுவைப் பார்க்கச் சென்றாள். ராஜு பழைய சினேகிதன். ராஜுவின் தகப்பனாரும் நானும் ஒரே கிராமத்தில் இருந்து

வந்தவர்கள். ஒன்றாகச் சிறிது காலம் படித்தோம். பிறகும் தொடர்பு அழிந்து போகவில்லை. நாளுக்கு நாள் பலம் பெற்று வந்தது. சிறந்த நண்பராக வாழ்ந்தோம். அவன் மனைவியும் ராமுவின் தாயாரும் கூட நல்ல சிநேகிதர்கள். அவர்கள் குழந்தைகளும் எங்கள் குழந்தைகளும் ஒன்றாக விளையாடி வளர்ந்தனர். அதிர்ஷ்டவசமாக எங்கள் இருவர் வீடுகளும் கூட எப்பவும் அருகிலேயே இருந்தன. ராஜு கோபு வயது.

பத்மா போனபோது ராஜுவும் வீட்டில் இருந்தான். ஆனால் பத்மா எல்லோரிடமும் விஷயத்தைச் சொல்ல விரும்பவில்லை. ஆகையால் ராஜுவை அழைத்துக்கொண்டு பீச்சுக்குச் சென்றாள். அங்கு தனியாக ஓரிடத்தில் உட்கார்ந்து அவனிடம் அழாத குறையாக டாக்டர் சொன்னதை எல்லாம் சொன்னாள். கேட்க, கேட்க ராஜுவின் உடல் ஜில்லிட்டுப் போயிற்று. என்ன ஆலோசனை சொல்வது என்று தெரியவில்லை.

"சரி பத்மா! மனம் கலங்கி என்ன செய்வது? கோபு வரட்டும். டாக்டர் சொல்கிறபடி செய்வோம்" என்றான் கடைசியில்.

"இது என்ன வியாதி ராஜு?"

ராஜு மென்று விழுங்கினான்.

"என்னமோ தெரியலையே பத்மா, டாக்டருக்கே சந்தேகமாக இருக்கிறது போல் தோன்றுகிறது. கோபு வந்ததும் இன்னொரு டாக்டரிடம் கலந்து பேசவேண்டும் என்று சொன்னாரே. அவரையே கேட்டுவிடுவோம்."

"இப்பொழுது வீட்டுக்குப் போய் நான் என்ன சொல்வது?"

"வேறு எதோ புது இன்ஜெக்சன் கொடுக்கவேண்டுமாம். ஆனால், அதற்கு முன் மருந்தின் தீவிரத்தைத் தாங்க உடலில் உரம் இருக்கவேண்டும். ஆகையால் சில தினங்களுக்கு மருந்து ஒன்றும் வேண்டாம்; நிரம்பப் பழம், பால், வெண்ணெய் எல்லாம் சாப்பிடச்சொன்னார் டாக்டர் என்று சொல்லவேண்டியதுதான். நானும் கோபுவிற்கு எழுதுகிறேன். அவன் சீக்கிரம் வந்தாக வேண்டும்."

ஒரே நாளில் ஒரே விஷயம் பற்றி கோபுவிற்கு மூன்று கடிதங்கள்

வந்தன. பத்மாவின் கடிதம் ஒரே குழப்பமாக இருந்தது: ராஜூவின் கடிதம் காரணத்தை விளக்காமல் உடனே கோபு மதராஸ் வரவேண்டும் என்று கூறிற்று. டாக்டரிடமிருந்து வந்த கடிதம் ரத்னச் சுருக்கமாக, கோபு மதராஸ் வந்த பிறகுதான் ராமுவுக்குப் புது சிகிச்சை ஆரம்பிக்க முடியும் என்று எச்சரித்தது.

மறுநாள் மதராஸ் மெயிலில் கோபு புறப்பட்டான்.

கோபு ரயிலில் பிரயாணம் செய்து கொண்டிருக்கிறான். அதே நாள் சுசீலா ராமுவைப் பார்க்க வந்தாள். ராமு அவளைப் பார்க்க மறுத்துவிட்டான். "எனக்கு வியாதி சொஸ்தமானால் வந்து பார்க்கிறேன் என்று சொல்..." என்று பத்மாவிடம் சொல்லி அனுப்பிவிட்டான். சுசீலா அழுது கொண்டே வீடு திரும்பினாள்.

கோபு வீடு சேர்ந்ததும் குளிக்கக்கூடவில்லை: ஒரு காப்பி குடித்துவிட்டு நேராக டாக்டரைப் பார்க்கப் போனான். திரும்பிவர வெகு நேரமாயிற்று. தலையை தொங்கவிட்டுக்கொண்டு, முகம் வெளிர்த்துக் களையற்றுக் காட்சியளிக்க, நாடி யாவும் அடங்கி ஒடுங்கிப்போய் வந்தான். ஒருவரிடமும் பேசவில்லை. சட்டையைக் கழற்றி மாட்டிவிட்டுக் குளித்தான். சாப்பிட வந்து உட்கார்ந்தான். முகத்தில் ஈயாடவில்லை, ஒவ்வொருவர் மனதிலும் பயம். கேட்க மனம் வரவில்லை. கோபு மனதில் திகில். சொல்ல மனம் வரவில்லை.

கடைசியில் ராமுவே கேட்டான்.

"சரி. கோபு, சொல்லிவிடு, குஷ்டம்தானே?"

யாவரும் பிரமித்துப்போயினர். ஒரு விநாடி ஸ்மரணை இழந்த நிசப்தம். பிறகு ஒரே அலங்கோலம்.

அவன் தாயார் அலறினாள்: பத்மா விம்மி விம்மி அழுதாள்; சுகுணா தெய்வாதீனமாக வீட்டில் இல்லை, கல்லூரிக்குச் சென்றிருந்தாள்.

கோபு அவனையறியாது கூச்சலிட்டான்.

“எதற்கும் ஸ்ரீநிவாஸா, ஸ்ரீநிவாஸா என்று கூத்தாடுகிறாயே அம்மா. உன் ஸ்ரீநிவாஸன் செய்திருப்பதைப் பார்!”

ராமு மட்டும் வியாதி கோரமாக்கிய சிரிப்புடன் சும்மா இருந்தான். அப்பொழுதுதான் அவன், “தெய்வாதீனம், அப்பா இல்லை. இதற்கெல்லாம் முன் போய்விட்டார்” என்று சொன்னான்.

பிறகு நேர்ந்ததுதான் முட்டாள்தனம். டாக்டர் சொன்னதை ஒருவரும் நம்பவில்லை; கேட்கவில்லை. வியாதிக்கு மருந்தேது, சிகிச்சையேது? முடிவுதான் உண்டு என்று இருந்தனர்.

நான் இருந்திருந்தால் என்ன செய்திருப்பேன்? எப்படிச் சொல்ல முடியும்? அவர்கள் செய்ததைத்தான் செய்திருப்பேனோ என்னமோ? மரணம் எல்லையற்ற ஞானத்திற்குத் திறவுகோல், இப்பொழுது எனக்குத் தெரியாதது இல்லை. ஆனால் சாகும் முன்பு நானும் பிறரைப் போல் என் புத்தி வரையறுத்த அடிவானத்துக்கு அப்பால் பார்க்க முடியாமல் அடிவானம்தான் ஆகாயத்தின் முடிவு என்றுதான் எண்ணியிருந்தேன்.

வியாதி என்னமோ தீராத வியாதி, ஆகையால் எல்லோரும் சேர்ந்து ராமுவைப் பார்த்துக்கொள்ள வேண்டியது என்று என் மனைவியும், குழந்தைகளும் முடிவு செய்தார்கள். வீட்டிலிருந்து ஆசையும் ஆனந்தமும் வெளியேறின: துக்கமும் கசப்பும் குடியேறின.

டாக்டர் காத்திருந்தார். இந்த எதிர்பாராத துர்பாக்கியத்தின் அதிர்ச்சி தீர்ந்ததும் கோபு வருவான் என்று காத்திருந்தார். ஒரு வாரம், இரண்டு வாரம், கோபு வரவில்லை.

இதற்கிடையே செய்தி பரவிற்று. ஒன்றை மூடிவைக்க முயன்றால் அது விபரீதமாக வெளிக்கிளம்பும். உண்மையைச் சொல்லி பகிரங்கமாக வாழ்ந்தால் கஷ்டத்தின் பாரம்தான் உண்டு. ஆனால், ஒரு வியாதியை மறைத்து வைக்க முயன்றால், வம்பும், வதந்தியும் அதை ஊர் நாறச் செய்துவிடுகிறது. ராமுவைப் பற்றிப் புரளிகள் பரவின. க்ஷயம் என்றார்கள் சிலர்; புறை நோய் என்றார்கள் வேறு சிலர்; மேக நோய் என்றார்கள் பலர். யாவரும் அவன் தேக நிலைக்கு அவன் ‘நடத்தை’ தான் காரணம் என்று உறுதிகூறினர்.

ஊர் வம்பு சுசீலா காதிலும் விழுந்திருக்க வேண்டும் என்று வீட்டில் எல்லோரும் நினைத்தார்கள். உண்மை அப்படியல்ல. புரசைவாக்கத்து வம்பு மதராஸில் தியாகராய நகருக்குச் செல்லாது. சுசீலாவிற்கு விஷயம் தெரிவித்தது என் ஆப்த நண்பர் டாக்டர் வைத்தியநாதன்தான். கேட்டதும், அவளுக்கும் கட்டுக்கடங்காத கோபமும், தாங்க முடியாத துயரமும்தான் வந்தது. ஆனால், சீக்கிரத்திலேயே அவை மறைந்தன. அவள் தியாகராயநகரிலிருந்து அடிக்கடி பீச்சுக்குப் போகும்போது பார்த்திருந்த ஒரு போர்டு ஞாபகத்திற்கு வந்தது. எர்வர்ட் எலியட்ஸ் ரோடில் ஒரு வீட்டு வாசலில் பெரிய பெரிய எழுத்துகளில் 'ஹிந்த் குஷ்ட் நிவாரண் சங்' என்று போர்டு போட்டிருக்கிறது. அதை அடிக்கடி பார்த்ததுண்டு சுசீலா. அது நினைவுக்கு வந்தது இப்பொழுது. இதற்கெல்லாம் எண்ணத் தொடர்தானே காரணம். இந்த 'ஹிந்த் குஷ்ட் சங்' என்ன? அநாதை, ஏழை குஷ்டரோகிகளுக்கு உதவும் சங்கமோ? யாரைக் கேட்டால் தெரியும்? அன்று சாயந்திரமும் அவள் வழக்கம்போல் தகப்பனாருடன் பீச்சுக்குச் சென்றாள். வீட்டிலிருந்து புறப்பட்டது முதல் அவள் கண்முன் அந்த போர்டு ஆடிக் கொண்டிருந்தது. கோமதி நாராயணசாமி செட்டிரோடு ஸன் தியேட்டர், கதீட்ரல் ரோடு, மௌபரீஸ் ரோடு சந்திப்பு, எட்வர்ட் எலியட்ஸ் ரோடு ஆரம்பம்.

"அப்பா இந்த 'ஹிந்த் குஷ்ட் நிவாரண் சங்' என்பது என்னப்பா?" என்றாள் சுசீலா.

"குஷ்டரோகிகளுக்கு உதவவும், சிகிச்சை செய்யவும் காந்திஜி ஆரம்பித்த சங்கமல்லவா அது? எனக்குச் சரியாக ஞாபகம் இல்லை, ஏன்?"

"இல்லை, இந்த ரோடில் கல்யாணி ஆஸ்பத்திரிக்கு எதிரே ஒரு வீட்டில் இந்த போர்டு போட்டிருக்கிறது..."

"ஆமாம் அது சங்கத்தின் மதராஸ் கிளை ஆபீஸ். உனக்கு அதைப் பற்றி ஏன் எண்ணம் திரும்பிற்று..."

"ஏனோ ஞாபகம் வந்தது."

சுசீலாவின் குரலில் ஒரு விம்மல் கேட்டது. அவள்

தகப்பனாருக்கும் அவர் மனசாட்சி குத்திற்று. காரை அவர் அந்த வீட்டிற்கு வெளியே நிறுத்தினார். இறங்கி உள்ளே சென்றார். அங்கு ஒரு வேலையாள் ஏதோ செய்து கொண்டிருந்தான்.

“ஜகதீசன் இருக்கிறாரா, அப்பா?”

“இருக்காருங்க. இதோ போய் சொல்றேனுங்க.”

சற்று நேரத்தில் ஒரு குமாஸ்தா வெளியே வந்து, “வாருங்கள். சற்று இப்படி உட்காருங்கள். இதோ வந்து விடுவார்” என்றார்.

சுசீலாவும்... அவர் தகப்பனாரும் சீராக உட்காருவதற்குள் ஜகதீசன் உள்ளே வந்தார்.

“நமஸ்காரம்.”

“நமஸ்காரம். என் பெயர் குப்புசாமி. சென்ற தரம் நாம் சந்தித்தபோது நீங்கள் மகாகனம் வி.எஸ். ஸ்ரீநிவாஸ சாஸ்திரியார் கடிதங்களை சேகரித்துப் பிரசுரிக்க ஏற்பாடு செய்து கொண்டிருந்தீர்கள். சாஸ்திரியார் தஸ்தாவேஜுகளிடையே என் கடிதம் ஒன்றையும் கண்டீர்கள். ஆகையால் அவர் எனக்கு எழுதிய கடிதங்கள் ஏதாவது இருக்கா என்று கேட்க வந்தீர்கள், ஞாபகம் இருக்கிறதா?”

“ஓ, நீங்கள் டி.குப்புசாமி சாஸ்திரியாரது மாணாக்கர். அவர் மாயவரத்தில் உயர்தரப் பள்ளித் தலைமை உபாத்தியாயராய் இருந்தபோது அவரிடம் படித்தவர். நன்றாக ஞாபகம் இருக்கிறது. வால்மீகி ராமாயணத்தில் ஒரு ஸ்லோகத்திற்கு சாஸ்திரியார் சொன்ன விளக்கம் பற்றி அவருக்கு ரஸமான கடிதம் எழுதியிருந்தீர்கள்...”

“உங்களுக்கு அபார ஞாபக சக்திதான் போங்கள். இவ்வளவும் நினைவிருக்கே உங்களுக்கு!”

“இதெல்லாம் மறக்கக்கூடிய விஷயமா?”

“இல்லைதான்.”

“இப்பவும் தியாகராய நகரில்தான் ஜாகையா?”

“ஆமாம்... நீங்கள் இங்கு செய்து வரும் சமூக சேவை பற்றி

அவ்வப்போது பத்திரிகைகளில் படித்தேன். ஆனால் வந்து பார்க்காதது என் குற்றம்தான். இப்பொழுதும் நான் இங்குவரக் காரணம் என் மகள்... அம்மா சுசீலா. இவர்தான் மிஸ்டர் டி.என்.ஜகதீசன். நீ கேட்ட 'ஹிந்த் குஷ்ட் நோய் நிவாரண் சங்' மதராஸ் காரியதரிசி."

"உன் போன்ற இளவயதுள்ளவர்கள் இம்மாதிரி விஷயங்களில் சிரத்தையெடுத்துக் கொள்வதுதான் அம்மா நம் முன்னேற்றத்தின் சிறந்த அறிகுறி."

"என் மனதைத் தவறாகப் புரிந்துகொண்டு என்னைப் புகழாதீர்கள். சமூக சேவை போன்ற உயர் இலட்சியம் என்னை இங்கு அழைத்து வரவில்லை. ஒரு பலஹீனம் இவ்விஷயத்தில் என் மனதைத் திருப்பியுள்ளது."

"அப்படி ஒரு சொந்த அனுபவத்திலிருந்துதானம்மா முக்கால்வாசி பெரிய பெரிய மகான்களது சேவைகளும் ஆரம்பித்தன. ஆனால் வந்த காரணம் தெரியாமல் நான் பேசிக்கொண்டே போகிறேன்."

"நான் வந்ததற்குக் காரணமே இல்லை. இந்த வீட்டு வாசலில் போட்டிருக்கும் போர்டை எத்தனையோ தரம் பார்த்திருக்கிறேன். அதை இத்தனை நாளும் சட்டை செய்யவும் இல்லை, 'ஹிந்த் குஷ்ட் நிவாரண் சங்' பற்றி பத்திரிகைகளில் பல தடவை பார்த்திருக்கிறேன். பார்த்திருக்கிறேன் என்று ஏன் சொல்கிறேன் என்றால் அச்செய்தி படித்ததுகூடக் கிடையாது. என் அக்கறை அவ்வளவுதான். ஆனால் சமீபத்தில் என் ஒரு நண்பருக்கு குஷ்டரோகம் என்று கேள்விப்பட்டேன். அதிலிருந்து இந்த போர்டு என் கண் முன் சதா நிற்கிறது. அப்பாவிடம் ஏதோ வார்த்தைப்போக்கில் இது என்ன சங்கம் என்று கேட்டேன். அவர் அழைத்து வந்தார்."

"இம்மாதிரி ஒரு சொந்த அனுபவம் உங்களை இங்கு இழுத்தது பற்றி எனக்கு வருத்தம்தான். ஆனால் நீங்கள் வந்ததில் எனக்கு ரொம்ப சந்தோஷம்."

"இந்தச் சங்கத்தின் நோக்கம் என்ன? அனாதை குஷ்ட ரோகிகளுக்கு உதவுவதா?"

"அதுவும் எங்கள் நோக்கம்தான். ஆனால் அதைவிட பொதுஜன மனதில் காணப்படும் மூட நம்பிக்கைகள், விபரீத எண்ணங்கள், ஆதாரமற்ற அபிப்பிராயங்கள், அர்த்தமற்ற பயங்கள் யாவற்றையும் களைந்தெறியவேண்டும் என்பதே எமது முக்கிய இலட்சியம்."

"இவ்வளவு பயங்கர நோயைப்பற்றி பயமும் பீதியும் இருப்பது இயற்கைதானே!"

"குஷ்டரோகத்தின் பயங்கரம் முக்கால்வாசி அதன் தோற்றத்தில்தான். இந்த வியாதி க்ஷயரோகத்தைவிட வெகு வெகு குறைவான அளவிற்கே தொத்திப் பரவக் கூடும் என்பது உங்களுக்குத் தெரியுமா? புரை நோய்க்கு ஒப்பிட்டுப் பார்த்தால் இது அவ்வளவு ஆபத்தான வியாதி அல்ல. இருந்தாலும் குஷ்டரோகம் என்ற பெயரைக் கேட்டாலே நடுங்குகிறார்கள்; குஷ்டரோகியைப் பார்த்தாலே வியாதி ஒட்டிக்கொள்ளும் என்று பயப்படுகிறார்கள். ஷயரோகத்தையும், புரை நோயையும் சிகிச்சை செய்து தடுக்கச் செலவழிக்கப்படும் தொகையில் ஒரு பங்கு அந்நோய்களுக்காகச் செய்யப்படும் பிரசாரத்தில் ஒரு சிறு பாகம்கூட–குஷ்டரோகத்திற்குக் கிடையாது. ஏன்? பிரயோசனம் இல்லை! 'குஷ்டரோகத்திற்குக் குணம் கிடையாது: குஷ்டரோகம் ஆண்டவனின் தண்டனை; அதிலிருந்து விடுதலை கிடையாது' – இதுபோன்ற ஆயிரமாயிரம் முட்டாள் நம்பிக்கைகள்தான் காரணம்!"

"உண்மையில் சிகிச்சையுண்டா? குணப்படுத்த முடியுமா?"

"கட்டாயம் சிகிச்சை உண்டு. குணப்படுத்த முடியும். எனக்குத் தெரிந்து எத்தனையோ பேர் சிகிச்சை எடுத்துக் கொண்டு குணமாகி வாழ்ந்து வருகின்றனர். பார்த்தால் அவர்களுக்கு ஒரு காலத்தில் இந்தப் பாடு இருந்தது என்றுகூடச் சொல்லமுடியாது."

"பின் ஏன் இதைத் தீராத வியாதி என்கிறார்கள்?"

"முன்னொரு காலத்தில் இது தெரிந்த சிகிச்சை எதற்கும் அடங்காத வியாதியாக இருந்தது. ஆனால் இன்னும் நாம் சால் முக்தா எண்ணெய் யுகத்தில் வாழ்ந்து வந்தால் அது யார் தவறு?"

“இதர வியாதிகளுக்கு புதுப்புது மருந்துகளும் சிகிச்சை முறைகளும் கண்டுபிடிக்கப்பட்டால், அவை உடனே உலகம் முழுவதும் தெரிந்து விடுகிறதே! இதற்கு மட்டும் ஏன் இவ்வளவு ரகஸியம்?”

“ரகஸியம் இல்லையம்மா. இது ஒரு பகிரங்க சதியாலோசனை. புராண காலத்திலிருந்து இந்த வியாதிக்கு ஒரு கெட்ட பெயர் வந்து விட்டது. ஆகையால் இதைப் பற்றின உண்மைகளை நம்புவதில்லை என்று உலகம் நிச்சயம் செய்து விட்டது. பிறகு வைத்தியரும் விஞ்ஞானிகளும் என்ன கண்டுபிடித்தால் என்ன? ஒட்டிக்கொண்ட நிந்தையை உதறித் தள்ள முடியவில்லை. இல்லாவிட்டால் இன்றைய பரிதாப நிலை ஏற்படுமா? வேறு எந்தக் கொடிய நோய் என்றாலும் ‘ஐயோ பாவம்’ என்று பச்சாதாபப்பட்டுவிடுவார்கள். பரிவுடன் உதவ முயலுவார்கள். குஷ்டரோகம் என்றால் மனிதன் மனதில் எழும் பயமும் பீதியும் ஏன் நாசூக்காகப் பூசிப் பேசவேண்டும்? – அருவருப்பும் மனித சுபாவத்திற்கு இயற்கையான இரக்கத்தையும் கொன்றுவிடுகிறது.”

“இந்த வியாதியைப் பற்றின உண்மைகள்தான் என்ன?”

“முதல் உண்மை– குறித்துக்கொள்ளுங்கள். சந்திப்பவரிடம் எல்லாம் சொல்லுங்கள். இந்த வியாதிக்கும் வழக்கமாகச் சொல்கிறார்களே ‘கெட்ட நடத்தை’ என்று. அந்தக் கெட்ட நடத்தைக்கும் ஒரு சம்பந்தமும் கிடையாது. நீதியைப் புகட்ட சில முட்டாள்தனமான பொய்களைச் சமைத்தனர் நம் முன்னோர்கள். அவற்றில் ஒன்றே இந்தப் பொல்லாப்பு. உபகுப்தனுடன் காதல் கொண்ட வாஸவதத்தை முதல், அருணகிரிநாதர் வரை பல கதைகளிலும் இந்த விசித்திரம் புகுத்தப்பட்டுள்ளது. இன்றுள்ள நம் சிறுகதை எழுத்தாளர்கள் சிலர் இந்த அபாண்டத்தை இன்னும் சாதித்து வருகின்றனர். குஷ்டரோகம் நடத்தைப் பிசகினால் நேரலாம் என்பது முற்றிலும் பொய்.”

இதுவரை வாய் திறக்காமல் கேட்டு வந்த குப்புசாமி பெருமூச்செறிந்து கேட்டார். “பாஸ்ச்சர் முதல், ஹர்வி, வாஸர்மன், கான்வரை யாவர் வாழ்ந்ததும் வீண்தானா?”

ஜகதீசன் மேலும் சொன்னார்: “அறிவுக்கும், பிரக்ஞைக்கும் கீழே. ஆசாரப்போர்வை போர்த்திப் புதைந்து கிடக்கும் தப்பெண்ணங்களுக்கும் நம்பிக்கைகளுக்கும் ஒரு சம்பந்தமும் கிடையாது. மிகவும் படித்தவருக்கும், பல விஷயங்களிலும் ரொம்ப விவேகி என்று பெயர் பெற்றவருக்கும்கூட இம்மாதிரி மூட எண்ணங்கள் உயிர்த்தோழர்களாக இருக்கின்றன.”

சுசீலா குறுக்கிட்டாள்: இதையெல்லாம் கேட்க அவள் மனம் வெம்பியது. அவள் ராமுவைப் பற்றியும் இப்படித்தானே நினைப்பார்கள். இது பொறுக்கவில்லை அவளுக்கு. ஆனால் வியாதியைப் பற்றி அறிய அவா பெருகிற்று. ஆகையால் அவள் கேட்டாள்: “பொதுமக்களின் சின்னமனம் போகட்டும். இந்த வியாதியின் விவரங்கள் யாவை?”

ஜகதீசன் நிதானமாக, விஞ்ஞானி விஞ்ஞானத்தைப் பற்றிப் பேசும் உணர்ச்சியற்ற, அறிவு துலக்கும் தோரணையில் பேசலானார்:

“இந்த வியாதியைப் பற்றின விவரங்கள் வெகு சிலவே, சென்ற நூற்றாண்டின் இறுதியில், 1892-ல் தான் ஹேன்ஸன் என்ற வைத்திய விஞ்ஞானி இந்த வியாதி எந்தக் கிருமியால் ஏற்படுகிறது என்பதைக் கண்டுபிடித்தார். ஆனால், இந்தக் கிருமிகளைப் பிடித்துத் தனியே வளர்க்க இதுவரை முடியவில்லை. ஆகையால் இவ்வியாதிக்கு வைசூரி, காலரா, டைபாய்ட் நோய்களுக்குப் போல் தடுப்பு ஊசி போடுதல் முடியவில்லை. இது எப்படிப் பரவுகிறது என்றும் இதுவரை நிச்சயமாகக் கண்டுபிடிக்கப்படவில்லை. ஆனால் ஸ்பர்சம் மூலம் பரவுகிறது என்பது ஊகம். ஸ்பர்சம் என்றால் ஏதோ அகஸ்மாத்தாகத் தவறிப் போய்த் தொட்டுவிட்டால்- ஒரு வியாதியஸ்தன் இருக்கும் அறைக்குள் சென்றால்- வியாதி தொத்தித் கொள்ளும் என்று சொல்லுவதற்கில்லை. இதற்கென சில தம்பதிகளை ஆராய்ந்து பார்த்தார்கள். தம்பதிகளில் ஒருவருக்குக் குஷ்டரோகம் இருந்தும், இயற்கையான இல்லறம் நடத்தியும் இன்னொருவருக்கு வியாதி தொத்திக்கொண்டது நூற்றில் ஐந்து பேருக்குத்தான். வியாதி என்றால்-வியாதி எதுவானாலும். பத்திரமாகத்தான் இருக்க வேண்டும்.

தள்ளி வாழ்வதே மேல். நோயாளி தனக்கென்று தனிச் சாமான்களை வைத்துக்கொண்டு புழங்குவதே நல்லது. ஒதுக்குப்புறமாக, தனி அறையில் தூங்குவதே சிலாக்கியம், ஆனால், பொதுமக்களிடையே காணப்படும் அநியாயமான பயம் அனாவசியம்."

"குறுக்கு விசாரணை செய்கிறேன் என்று நினைக்காதீர்கள். இவ்வியாதி யாருக்கும் எந்த வயதிலும் வரலாமோ?" என்று கேட்டாள் சுசீலா.

"எவருக்கும் வரலாம் என்றுதான் நினைக்க வேண்டியிருக்கிறது. ஆனால் வயது வந்தவர்களைவிட, சிறுகுழந்தைகளுக்குத்தான் இந்த வியாதி சுலபமாகத் தொத்திக் கொள்ளும் என்று வைத்திய நிபுணர்கள் கூறுகிறார்கள். வியாதி தொத்திக்கொண்ட பிறகும் பல வருஷகாலம் உள்ளேயே தூங்கியிருந்து பிறகு வெளிக்கிளம்பும் இயல்புடையதாதலால், பெரியவர்களுக்கு இந்த நோய் கண்டாலும் அது பால்யத்தில் தொத்திக்கொண்டதுதான் என்று நம்ப இடமுண்டு என்று சொல்கிறார்கள்."

"சரி. இதற்கு சிகிச்சை என்ன?"

"முன்பெல்லாம் இதற்கு சால்முக்தா எண்ணெய் ஒன்றுதான் மருந்து. குணம் வெகு நிதானமாகத்தான் இருக்கும். சிலருக்கு குணமே ஏற்படவில்லை. ஆனால் இப்பொழுதெல்லாம் ஸல்போன் முறைதான் வெகுவாகக் கையாளப்படுகிறது. சிலருக்கு ஊசி போடுகிறார்கள். சிலருக்கு உட்கொள்ள ஸல்போன் மாத்திரைகள் கொடுக்கிறார்கள். ஸல்போன் குஷ்டரோகத்திற்கு வெகு சிறந்த மருந்து. ஆனால் இதில் ஒரே ஒரு குறையுண்டு. சிலருக்கு ஸல்போன் ஒத்துக்கொள்வதில்லை. அப்பேர்ப்பட்டவர்களுக்குப் பலவித மாற்றுகளை உபயோகித்து ஆராய்ந்து வருகிறார்கள். கிட்டத்தட்ட ஒவ்வொரு மாசமும் ஒரு புது ஸல்போன் மருந்து கண்டுபிடிக்கிறார்கள். வெகு சீக்கிரத்தில் இவ்வாராய்ச்சி பூர்ண சித்தியடையும் என்று நம்ப நிரம்ப இடமுண்டு."

"பின் ஏன் இத்தனை பேர், வியாதி தீவிரமாக பாதித்துப் பிச்சையெடுக்கும் நிலைமையிலும், நம்பிக்கை இழந்தவர்களாகவும் காணப்படுகின்றனர்?"

"வைத்தியரிடம் போய்ப் பிரயோஜனமில்லை என்ற நம்பிக்கை ஆழ ஊன்றிவிட்டால் மற்ற நம்பிக்கைகளை இழக்க வேண்டியதுதான். வியாதி தோன்றினதும் அல்லது அது ஆரம்ப தசையில் இருக்கும்போதே உடனே கண்டுபிடித்து, அதை மூடி மறைத்துவைக்க முயலாமல் ஏற்ற சிகிச்சை எடுத்துக்கொண்டால் நூற்றில் தொண்ணூற்று ஒன்பது பேருக்கு - இல்லை ஆயிரத்தில் தொள்ளாயிரத்து தொண்ணூற்று ஒன்பது பேருக்கு ஓரிரண்டு வருஷத்திற்குள் வியாதி முற்றிலும் தடுக்கப்பட்டு, சுவஸ்தம் அடையலாம் என்று சொல்ல நான் சித்தம்."

"வைத்தியத்திற்கு எங்கு போகவேண்டும்? குஷ்டரோக ஆஸ்பத்திரியிலேயே போய் இருக்கவேண்டுமா?"

"அதெல்லாம் வியாதி, வியாதியின் நிலை, வியாதியஸ்தனுக்கு உள்ள சௌகரியங்கள் இவற்றைப் பொறுத்தது. நோயாளியைப் பரிசோதித்துப் பார்த்து, விவரங்கள் விசாரித்துத்தான் சொல்ல முடியும். இப்பொழுது யாருக்கு உடம்பு சௌகரியமில்லை? அவரைப் போய்ப் பார்க்கலாமா?"

"முதலில் அவரைக் கேட்டு வருகிறேன். இந்த விவரங்கள் அவரைப் போய்ப் பார்த்துப் பேச எனக்கு தைரியம் கொடுத்துள்ளன."

"நான் கொடுத்த விவரம் எம்மாத்திரம்! இப்படி இந்த அறைக்கு வாருங்கள். இந்த புஸ்தகங்களில் சிலவற்றை எடுத்துப்போய்ப் படியுங்கள். இன்னும் எவ்வளவோ தைரியம் வரும்."

அரை டஜன் புத்தகங்களைத் தூக்கிக் கொண்டு சுசீலா வீடு சென்றாள். வீடு சென்றது முதல் வேறு சிந்தையில்லை. அப்புத்தகங்களைப் படித்துக் கொண்டிருந்தாள். அவள் மட்டுமல்ல; குப்புசாமியும் விழுந்து விழுந்து படித்தார்.

அன்று புதன்கிழமை. மத்தியானம் இரண்டு மணியிருக்கும். சுகுணா கல்லூரி சென்றிருந்தாள். பத்மா பள்ளியில்; கோபு உள்ளே படுத்துத் தூங்கிக் கொண்டிருந்தான். சுசீலா கதவைத் தட்டினபோது ராமுவின் தாயார்தான் வந்து கதவைத் திறந்தாள்.

சுசீலா புன்சிரிப்புடன் சட்டென்று உள்ளே நுழைந்தாள். யார் என்று தெரிந்ததும் கதவை மூடிவிடுவாளோ என்று

சந்தேகம்! சுசீலா உள்ளே நுழைந்த வேகத்திலேயே பார்வதியைத் தாண்டி மேலே மாடிக்குச் சென்றாள். பேசவே இல்லை. பார்வதி திகைப்பில் பிரமை பிடித்தவள் போல் நின்று கொண்டிருந்தாள். ராமுவின் அறைக்கதவு தாளிடப்பட்டிருக்குமோ என்று பயந்துகொண்டே மேலே ஏறிச் சென்றாள் சுசீலா. தெய்வாதீனமாகக் கதவு திறந்திருந்தது. கதவைத் தட்டாமல் உள்ளே சென்றாள். உள்ளிருந்து கதவைத் தாழிட்டுக்கொண்டாள்.

அங்கு என்ன நடந்தது, என்ன பேசினார்கள் என்று ஒருவருக்கும் தெரியாது. மரணம் ஒருவிதம் பார்க்கப் போனால் ஸ்தூல எல்லைகளினின்றும் விடுதலை; அவற்றின் ஆதிக்கத்தின் மீது வெற்றி. ஆகையால் எங்கு என்ன நடந்தாலும் எனக்குத் தெரியும். ஆனால் அவர்கள் அந்தரங்கத்தை நான் பகிரங்கமாக்குவானேன்?

சாவித்திரி எமனுடன் வாதாடி வரம் பெற்றாள் என்பது கற்பனையின் மெருகு. சாவித்திரி வாதாடினது சத்தியவானுடன் வாழ. ஊக்கம் இல்லாவிட்டால் உயிர் போய்விடும். இழந்த ஊக்கத்தை மீண்டும் பெறச் செய்வதுதான் மரணத்திற்கு மாற்று. சாவித்திரி எமனிடமிருந்து வரம் பெறவில்லை. சத்தியவானுக்கு அவன் கடமையை நினைவூட்டி, அவன் வாழ ஊக்கமிழந்தால், தான் கைப்பிடித்து, மாங்கல்யம் பூட்டி, தீயை வலம் வந்து மணம் புரிந்து கொண்ட பெண்ணுக்கு துரோகம் செய்ததாகும் என்ற பாடத்தைக் கற்பித்தாள். சத்தியவான் தர்மவான். தன் கடமையைப் புறக்கணித்து ஓட மறுத்தான். எமனால் ஒன்றும் செய்யமுடியவில்லை.

மாலை ஐந்துமணிக்கு ஜகதீசன் டாக்டரையும் அழைத்துக் கொண்டு வந்தபோது. சுசீலா கார் சப்தத்திற்காகக் காத்திருந்தவளேபோல் ஓடிவந்து கதவைத் திறந்து இருவரையும் மேலே அழைத்துச் சென்றாள்.

அதற்குள் பத்மாவும், சுகுணாவும் வீடு திரும்பி இருந்தனர். கோபு, சுசீலா வந்து மேலே சென்றிருக்கிறாள் என்று அறிந்தது முதல் தூக்கமும் களைப்பும் ஓடிப்போனவனாய், இருப்புக்கொள்ளாமல் இப்படியும் அப்படியும் நடந்து கொண்டிருந்தான். பார்வதி குட்டி போட்ட பூனைபோல்

அலைந்துகொண்டிருந்தாள். எல்லோரும் மாடிப்படியைக் கவனித்த வண்ணமாகக் காத்திருந்தனர்.

ஆறு மணி சுமாருக்கு நாலு பேரும் இறங்கிவந்தனர். ஆம் ராமு கூட இறங்கி வந்தான். சகஜமாக, கூச்சமோ, பயமோ ஒன்றும் இல்லாமல் பேசிக்கொண்டு வந்தனர். கீழே வந்ததும், ராமு அவன் தாயாரிடம், "அம்மா மிஸ்டர் ஜகதீசனுக்கும் டாக்டருக்கும் கொஞ்சம் காப்பி கொடேன்" என்றான். அவன் குரலில் சென்ற பல மாதங்களாகக் கலந்திருந்த கசந்த வெறுப்பும், உற்சாகமற்ற களைப்பும் இல்லை. "சுசீலா, இவர்களை உள்ளே அழைத்துக்கொண்டு போய் உட்காரச்சொல், சரி... நான் சனிக்கிழமை மாலை ஆஸ்பத்திரியில் வந்து பார்க்கிறேன் டாக்டர்! நான் மேலே போகட்டுமா மிஸ்டர் ஜகதீசன்?" என்று சொல்லிக்கொண்டே சிரிப்புடன் விடை பெற்றுக்கொண்டு மேலே ஏறிச்சென்றான் ராமு.

"நான் இவர்களை அனுப்பிவிட்டு வருகிறேன் ராமு!" என்றாள் சுசீலா. ராமு ஒரு நிமிஷம் நின்றான். திரும்பி அவளை ஒரு தரம் பார்த்துவிட்டு மேலே சென்றான்.

ஜகதீசனும் டாக்டரும் கொஞ்சநேரம் எல்லோருடனும் பேசிக்கொண்டிருந்துவிட்டுச் சென்றார்கள். பேச்சு முதலில் சற்றுத் தயங்கித் தயங்கி நகர்ந்தது. பொது விஷயங்களைப்பற்றி சம்பாஷணை செய்தார்கள். ஆனால் ஜகதீசனது பண்பு சங்கோஜத்திற்கு இடம் கொடுக்காதது. வெகு சீக்கிரத்தில் ராமுவின் வியாதியைப் பற்றியும் செய்ய வேண்டிய சிகிச்சையைப் பற்றியும் சாதாரணமாக கூச்சம், அருவருப்பு, பயம் ஒன்றும் இல்லாமல் - பேச ஆரம்பித்துவிட்டனர்.

நான் கேட்டுக்கொண்டிருந்தேன். பேச்சில் கலந்துகொள்ள முடியவில்லை. அது என் துர்பாக்கியம். ஆனால் ஒவ்வொருவர் மனதிலும் ஓடிக்கொண்டிருந்த எண்ணமும், எனக்கு, ஸ்தூல சரீரம் இல்லாத குரல் ஒலிப்பதிவு ஒன்றிலிருந்து கேட்பதுபோல், தெளிவாகத் தெரிந்தது. இது என் பாக்கியம்.

கோபு எண்ணிக்கொண்டிருந்தான்; 'மனத்திற்கு ஆறுதல்; செய்ய முடிந்ததையெல்லாம் செய்துவிட்டோம். வேறு என்ன செய்ய? ஒன்றும் இல்லை. டாக்டரும், சமூக ஊழியரும் நமக்குப்

போதையூட்டுகிறார்கள், மூட நம்பிக்கைக்குப் பதிலாக, வேறொரு போலி நம்பிக்கை!' பத்மா வெகு சாது; பயந்த சுபாவம்; ஆனால் வெகுளி. 'உண்மையில் சொஸ்தமாகிவிடுமா? மறுபடியும் ஒரு நாள் ராமு வெளியே சென்று பிறருடன் கலந்து பழகுவானா? தெருவில் போகிறவர்கள் எல்லாம் எப்படியோ என் வீட்டுக் கஷ்டத்தை அறிந்து கொண்டு, நான் போகிற பக்கத்திலிருந்து சற்று விலகிப் போகிறார்கள் என்ற சந்தேகம் தொலையுமா?' என்று அவள் எண்ணங்கள் ஓடின.

சுகுணா சிறிசு. 'அப்பாடி. ஒரு பாரம் இறங்கியது! என்னடா செய்வது என்று திகைத்துப்போய்விட்டேன். இனி நமக்கெல்லாம் தீண்டாதவர் வாழ்க்கைதானா என்று பயந்து போய்விட்டேன். தெய்வாதீனமாக இந்த டாக்டர் அகப்பட்டார். இனி எல்லாம் சரியாகப்போய்விடும்' என்று அவள் நினைத்தாள்.

சுசீலாவிற்குப் பெருமிதம், பூரிப்பு; ஆனந்தம். திருப்தி. இதற்கெல்லாம் அவள்தானே ஆதாரம். அவள் இல்லாவிட்டால் ராமு எத்தனையோ ஆயிரமாயிரம் இதர குஷ்டரோகிகள்போல், இருட்டுப் பிராணியாக, ஒளிமறைவில் ஒளிந்துதானே வாழவேண்டும்? அல்லது பிறர் கூசி ஒதுங்குவதைப் பார்த்துப் பார்த்து, மரத்துப்போன மனத்துடன் கசப்பு வாழ்க்கையன்றே வாழவேண்டும்? அவளது உண்மையான சந்தோஷத்துடன் தன் மதிப்பும் சற்றுக் கலந்திருந்தது.

பார்வதி? பத்தாம்பசலி பார்வதி? நம்பவேண்டும் என்ற ஆசை ஒருபுறம்; டாக்டரும் ஜகதீசனும் சொல்வதையெல்லாம் புரிந்துகொள்ள இடம்தர மறுக்கும் பழங்காலத்து மூட நம்பிக்கை ஒருபுறம்! தன் மகன் குணமடைந்து நல்வாழ்க்கை வாழவேண்டும் என்ற பாசம் ஒருபுறம்: ஆண்டவன் கண்திறக்க வேண்டுமே என்ற பயம் ஒருபுறம்! அறிவின் வாதம் ஒருபுறம்; விதியில் நம்பிக்கை ஒருபுறம்! அவள் மனதில்தான் மிகுந்த குழப்பம். தெளிவான எண்ணமே இல்லை.

கடைசியில், ஜகதீசனும், டாக்டரும் புறப்பட்டுச் செல்ல ஆயத்தமானார்கள். எழுந்து நின்றார்கள். விடை பெற்றுக் கொண்டனர், கதவைத் திறந்துகொண்டு வாசற்படியைத் தாண்டிக் கீழே இறங்கினர். முன்னாலிருந்த ஜகதீசன், காரின்

கதவைத் திறந்து ஏறி உட்கார்ந்து கொண்டார். பின்னாலேயே டாக்டர் ஏறப்போனார். பார்வதிக்குத் தாங்கமுடியவில்லை. அவள் மனதில் கொதித்துக் கொண்டிருந்த குழப்பம் பொங்கி எழுந்தது. கதவில் ஒட்டிக்கொண்டு, தலையை மட்டும் வெளியே நீட்டிக் கொண்டு கேட்டாள், தெருவில் யார் காதிலாவது விழப் போகிறதே என்பதைக்கூட மறந்து கேட்டாள். கண்களில் நீர் பெருகிற்று; குரலில் நடுக்கம் கண்டிருந்தது. பார்வதி கேட்டாள்... "டாக்டர், நிஜமாகவே இந்த கர்ம வியாதிக்கும் சிகிச்சை உண்டா? என் ராமு குணமாவானா டாக்டர்?" என்று.

டாக்டர் அதுவரை பூராவாக ஒரு வாக்கியம் கூடப் பேசவில்லை, முழுக்க முழுக்க ஜகதீசன்தான் பேசிக்கொண்டிருந்தார். டாக்டர் புன்னகை புரிந்தும், தலையசைத்தும் லேசாகச் சிரித்தும், ஏதோ ஓரிரு சமயங்களில் ஆமாம், இல்லை என்றுரைத்தும் சம்பாஷணையில் கலந்துகொண்டிருந்தார். அவர் உணர்ச்சியுடன் கேட்பதே பேச்சில் சேர்ந்து கொள்வதுபோல் இருந்தது. அவர் பரம மௌனி. அவரைக் கேட்டாள் பார்வதி. "டாக்டர், நிஜமாகவே இந்தக் கர்ம வியாதிக்கும் சிரிச்சையுண்டா? என் ராமு குணமாவானா டாக்டர்?" என்று.

காரில் ஏற இருந்தவர் எடுத்த காலை மீண்டும் கீழே வைத்துத் திட்டமாகத் திரும்பினார். ஒரு நிமிஷம் முன்னிருந்த, லேசான சிரிப்பு முகத்தில் இல்லை. அவர் பார்வையில் சிந்தனை தோய்ந்திருந்தது. டாக்டர் சொன்னார்; "அம்மா. உங்கள் மகன் கட்டாயம் குணமடைவான். குஷ்டத்தில் எத்தனையோ விதம் உண்டு. அவற்றில் மிகக் கடுமையானதற்கும் குணம் உண்டு. எனக்குத் தெரியும், இவருக்குக் கண்டிருப்பது வெகு எளிதான ரகம். சீக்கிரமே சொஸ்தமாகிவிடும்..." நிதானமாக மெல்லத்தான் பேசினார். ஆனால், அவர் சொல்வதில் அவருக்கே இருந்த நம்பிக்கை காரணமாக, சொன்னது கணீரென்று கேட்டது. சில வினாடிகள் தாமதித்தார். ஏதோ இன்னும் சொல்லப்போகிறார் என்ற கருத்து அந்த மௌனத்திற்கு ஆழமளித்தது. டாக்டர் தொடர்ந்து சொன்னார்... "அம்மா, எனக்குத் தெரிந்த கர்ம வியாதி ஒன்றுதான் உண்டு; அதுதான் அறியாமை!"

★

முடிவான கதை

"ஜானகி! நீயா? நீதானா..."

"நானேதான். லீலா."

"என்னாலே நம்பவே முடியலை!"

"எதிர்பாராததா? அடையாளம் புரியவில்லையா?"

"இரண்டும்தான். நீ எங்கேயோ பம்பாயிலே இருக்கிறாய் என்று கேள்விப்பட்டேன்...... இங்கு வருவாய், வந்தாலும் என்னை வந்து பார்ப்பாய் என்று எப்படி எதிர்பார்க்க முடியும்?"

"முடியாதுதான். நானே எதிர்பார்க்கவில்லை; அவர் தங்கையை அழைத்துக்கொண்டு ஆஸ்பத்திரிக்குப் போயிருந்தேன்...."

"கமலாவைப் பார்த்தாயா?"

"அவள்தான் சொன்னாள். அதை மட்டும் நம்ப முடிகிறதா? சுண்டெலி மாதிரி புஸ்ஸுன்னா பயந்து ஓடிக் கொண்டிருந்த கமலா இப்பொழுது டாக்டர்!"

"நினைத்துப் பார்த்தால் கஷ்டமாகத்தான் இருக்கிறது. நாம் படித்துக் கொண்டிருந்த பொழுது யார் யார் எப்படி எப்படி இருப்பார்கள் என்று நினைத்தோமோ அதற்கு எல்லாம் நேர்மாறாகப் போயிருக்கு!"

“ஆமாம், நான் இந்த மாதிரி பூதாகரமாகப் பெருத்துப் போவேனென்று எனக்குத் தெரியுமா? என்னை அடையாளம் புரிந்துகொள்வது கஷ்டம்தான்.”

“உன்னைப் பார்த்து எத்தனை வருஷமாகிறது! பத்து வருஷமாகவில்லை?”

“ஊம்! கிட்டத்தட்ட....”

“வா, ஜானகி. இப்படி உட்காரு. அவசரமில்லையே.”

“ரொம்ப அவசரமில்லை.”

“குடிக்க ஏதாவது கொண்டு வரட்டுமா? காபி?”

“வேண்டாம். லீலா. இந்த வேளைகெட்ட வேளையிலே காபி எதற்கு?”

“சரி, கொஞ்ச நேரங் கழித்து டிபன் சாப்பிடலாம்... அப்புறம் என்ன விசேஷம்? சொல்லு.”

“நான் என்ன சொல்வது? நீதான் விஷயமெல்லாம் சொல்லவேணும்.”

“ஏனோ?”

“நான் என்னத்தைச் சொல்லப்போகிறேன்? மூத்தவனுக்கு அம்மை போட்டிற்று. கைக் குழந்தைக்கு வயிற்றில் கட்டி என்று சொல்லி டாக்டர் என்னை நடுவிலே பயமுறுத்தி விட்டுட்டார்.... இதெல்லாம் சமாசாரமா செய்தியா? யாருக்குக் கேட்கப் பிடிக்கும்?”

“அவ்வளவு சலித்துப் போச்சா உன் குடும்ப வாழ்க்கை?”

“யார் சொன்னது? இதெல்லாம் எனக்கும் அவருக்கும் வாழ்க்கை, எங்கள் குடும்பம், உனக்கு?”

“உலகம்.”

“இல்லை லீலா. உலகத்தைப் பார்க்கவேணும் என்றால் அரங்கத்திலே நடுவே நின்னு...”

“அவர்கள் நடிகர்கள், சுற்றி நின்றுகொண்டு பார்க்கிறோமே

நாம். நாம்தான் உலகம்... ஆனால் நாம் ஒவ்வொருத்தரும் ஏதோ ஒரு சிறு அரங்கத்தின் நடுவேதான் நிற்கிறோம்."

"நீ மாறவே இல்லை."

"நீயும்தான்... பார்க்கப்போனால் நீ ஒருத்திதான் நாமெல்லாம் எதிர்பார்த்தது போல் இருந்து வருகிறாய். சந்தோஷமாய்..."

"எனக்கு சந்தோஷத்துக்கு என்ன குறைச்சல்? நான் ரொம்ப அதிர்ஷ்டசாலி."

"அதிர்ஷ்டசாலி என்ன? உன் கூட இருப்பவர்களை சந்தோஷமாக வைத்திருக்க முடியும் உன்னால். அதனால்தான் சந்தோஷமாக இருக்கிறாய்..."

"நீ?"

"நான்...."

"ஊம்... நீ என்ன?"

"நான் கல்யாணம் பண்ணிக்கொண்டு, குழந்தையும் குட்டியுமாக குடும்பம் நடத்துவேனென்று நீ எப்பொழுதாவது நம்பினாயா?"

"அப்படி நான் யோசித்துப் பார்த்ததே இல்லை. ஆனால் பள்ளிக்கூடத்திலும் காலேஜிலும் படிக்கும்போது நாம் இருப்பதற்கும் பிறகு நாம் வளருவதற்கும் ஏதாவது சம்பந்தமுண்டா? கமலாவைப் பாரு. ஒவ்வொரு வருஷமும், லீவுக்குப் பிறகு திரும்பிவர மாட்டாள். அவள் அப்பா ஏதாவது நல்ல இடமாகப் பார்த்துக் கட்டிப் போட்டு விடுவார்கள் என்று தான் நினைத்தோம். அவள் என்னடாவென்றால் டாக்டராக உத்தியோகம் பார்க்கிறாள்."

"சுசீலா பம்பாயில்தானே இருக்கிறாள். அவளை நீ எப்பொழுதாவது பார்க்கிறாயா?"

"ஏதோ அத்திபூத்தாற் போல்! எங்களுக்கு இதற்கெல்லாம் எங்கு நேரம்? அவளைத்தான் பாரேன். அவள் ஆட்டமும் போட்ட கும்மாளமும், பேசின பேச்சும்.... இன்னும் ஏழேழு ஜன்மத்துக்குத் தனிக்காட்டு ராணியாக ஏதாவது பண்ணிக்கொண்டிருப்பாள் என்று நினைத்தோமே... பி.ஏ. முடிக்கக்கூட இல்லை. பாதிப்

படிப்பிலே போய் ஒரு கல்யாணத்தைப் பண்ணிக்கொண்டு குடித்தனம் நடத்துகிறாள் என்றால் நம்ப முடிகிறதா?"

"முடியலேதான். ஆனால் ஏதோ நல்லவேளையாக அப்படி நேர்ந்ததே. அதை நினைத்து சந்தோஷப்படுவோம்."

"பிறருக்குப் புத்தி சொல்லத்தான் தெரியுமோ உனக்கு?"

"பிறருக்காவது புத்தி சொல்லத் தெரிகிறதே!"

"உனக்கு எப்பவும் சாமர்த்தியமாகப் பேசத்தெரியும்!"

"அது மாறலே, இல்லையா?"

"நீ எதிலேயும் மாறவில்லை. அன்றைக்குப் பார்த்த மாதிரியேதான் இருக்கிறாய்."

"வெளியில்!"

"உள்ளேயும் மாறாமலிருக்க நான் என்ன பொம்மையா?"

"லீலா... நான் ஒண்ணு கேட்கலாமா?"

"தாராளமாக, இரண்டு வேண்டுமானாலும் கேள்!"

"நீ ஏன் கல்யாணம் பண்ணிக்கக்கூடாது?"

"இனிமேலா?"

"என்னமோ பேரன் பெற்றெடுத்த பாட்டி மாதிரி பேசுகிறாயே!"

"கல்யாணம் செய்து கொண்டு குழந்தைகள் பெற்றெடுக்கா விட்டால் காலம் நின்றுவிடுமா?"

"போடி பைத்தியம், உனக்கு என்ன வயதாகிவிட்டது அப்படி..."

"அது என் ரகசியம்... இல்லை ஜானகி, காலாகாலத்தில் எதையும் செய்யணும், அந்தக் காலம் தவறிவிட்டால் அப்புறம் அதைச் செய்ய முயலவே கூடாது."

"ஓ! அந்தக் காலம் தவறிவிட்டதோ?"

"அப்படித்தான் நினைக்கிறேன்"

"லீலா, நீதானா இப்படிப் பேசுகிறது?"

“நாம் நாமாவே இருந்துவிட முடியாது. நம்மை நம் சூழ்நிலையும் சமூகமும் என்னவாக செய்கிறதோ அதுதான் நாம்...”

“கல்யாணத்திற்கும் சூழ்நிலைக்கும் சமூகத்திற்கும் என்ன சம்பந்தம்?”

“நல்ல கேள்வி. சூழ்நிலையும் சமூகமும் இல்லாவிட்டால் கல்யாணம் ஏது? இல்லறம் என்பது நாம் வளர்த்ததுதானே?”

“அம்மா, இதெல்லாம் எனக்குப் புரியாது. கல்யாணம் பண்ணிக்கொள்ள இஷ்டமிருந்தால்...”

“போதுமா? நம் சமூகத்தில்?”

“பின்? வேறென்ன வேண்டும்?”

“இன்னொருத்தர்!”

“லீலா என்னை அசடாக்கி விடாதே. கல்யாணம் செய்துகொள்ள புருஷரில்லை என்றால், ஆணுலகமே குருடாகிவிட்டது என்றுதான் அர்த்தம்.”

“ஆதியில் அறியவில்லை. அறிந்த பின் காணவில்லை.”

“இதென்ன கவிதை?”

“எவனோ ஒரு முட்டாள் கவிஞன் சொன்னது ஞாபகம் வந்தது.”

“கொஞ்சம் விளக்க முடியுமா?”

“பிரசங்கம் பண்ணுகிறேன் என்று சொல்ல மாட்டாயே?”

“உன் பிரசங்கங்களை நான் கேட்டிருக்கிறேன், பயமில்லை எனக்கு.”

“நம் தலைமுறையில் கல்யாணங்கள் இரண்டு விதம்.”

“அவன் அவளைக் கல்யாணம் செய்து கொள்வது. அவள் அவனைக் கல்யாணம் செய்து கொள்வது!”

“அது எந்தக் காலத்திலும் உண்டு. பரிகாசம் செய்யாதே. நான் குறிப்பிட வந்தது பிறரால் ஏற்பாடு செய்யப்பட்ட ஒப்பந்தம்...”

“இன்னொன்று, காதலில் விழுந்து மணம் புரிந்துகொள்வது.”

“காதல் கல்யாணங்களைக் கதையாசிரியருக்கு விட்டு விடுவோம். ஒருவரையொருவர் நன்கறிந்த இருவர் இல்லறம் நடத்த முற்படுவது....”

“இதை எப்படிக் கண்டுபிடித்தாய்? போகட்டும். இதில் எது உயர்ந்ததோ?”

“அனுபவமற்ற இளைஞனோ, மூளையில்லாத முட்டாளோதான் ‘இது உயர்ந்தது. அது தாழ்ந்தது’ என்று கட்சி கட்ட முடியும்; எனக்குத் தெரியாது. பிறரால் ஏற்பாடு செய்யப்பட்ட எத்தனையோ கல்யாணங்கள் மட்டற்ற இன்பத்திற்கு அஸ்திவாரமாக அமைந்து உள்ளன. எத்தனையோ சொல்லமுடியாத முடிவற்ற துன்பக் கதைகளையும் ஆரம்பித்துள்ளன. அப்படியேதான் நீ சொல்லும் காதல் கல்யாணங்களும்...”

“பொதுவாகப் பேசி என்ன பிரயோஜனம்? உனக்கு எது பிடித்திருக்கிறது? அப்படியே நீ ஏன்....”

“பிடித்திருக்கிறது? பிடித்திருப்பதைச் செய்ய நாகரிகத்தால் மாற்றப்படாத எளிய மனங்களால்தான் முடியும்.”

“பின்...”

“நம்மால் முடியாது...”

“ஓ! தனி மனிதனின் சுதந்திரம், சுயேட்சை இவைதான் முக்கியம் என்றல்லவோ நீ முனபெல்லாம் வாதாடுவாய்...?”

“வாதாடி என்ன பயன், என்னால் உலகத்தை மாற்ற முடியவில்லையே!”

“அப்படி என்னம்மா உலகம் உன் வாழ்க்கை இன்பத்திற்குக் குறுக்கே வந்து நின்றுவிட்டது?”

“உலகமல்ல, என் மனப்பாங்கு. சொல்கிறேன் கேள். முன்பின் அறியாத ஒருவனுடன் கல்யாணம் ஆகிவிட்டது எதற்காகக் கூடி வாழ என்னால் முடியாது. ‘எங்கள் வீட்டில் ஒரு பெண் இருக்கிறது; யாருக்கு வேண்டும்’ என்று என் அப்பாவும் அம்மாவும் ஏலம் போடுவது எனக்கு விரசமாகப் படுகிறது. மனதிற்கு அருவருப்பாக இருக்கிறது...”

“வேலைக்கு மனுப் போடுவது? வாழ வீடு வேண்டும் என்று விளம்பரம் செய்வது? எண்ணங்களை விற்று வயிறு வளர்ப்பது? இவை எல்லாம் உனக்கு ஏன் விரசமாகப் படவில்லை?”

“ஜானகி, உன் வேதாந்தம் அபாரமானது. நீ சொல்வதுதான் உண்மை, எனக்கு ஒரு தேவை இருக்கிறது. உனக்கு ஒரு தேவை. என் தேவையை நீயும் உன் தேவையை நானும் பூர்த்தி செய்து கொள்ள முடியுமானால் சங்கோசத்திற்கும் போலி வேஷங்களுக்கும் இடம் ஏது? கல்யாணம் அவ்வளவுதான். என் அறிவு உன் வாதத்தை ஒப்புக் கொள்கிறது. ஆனால் ஏனோ தப்பும் தவறுமான புரட்சிகள் வந்து என் அமைதியைக் குலைக்கின்றனவே!”

“எனக்கு என்னம்மா வேதாந்தம் தெரியும்? ஏதோ எனக்குத் தோன்றியதைச் சொன்னேன்.”

“உனக்குத் தோன்றினது எனக்குத் தெரியும். இதற்கெல்லாம் நம் மனப்பான்மைதான் காரணம்.”

“மனப்பான்மை என்பது என்ன கையா, காலா? அதை மாற்ற முடியாதா? நீ சொல்லுகிறாயே அந்த அறிவால்?”

“அறிவு அபிப்ராயத்தை மாற்றும். மனப்பான்மையை எதுவும் மாற்ற முடியாது.”

“அப்படியும் இருக்கலாம். நாங்களெல்லாம்...”

“சிறுசுகளாய் இருக்கும்போது கல்யாணம் ஆகிவிட்டால் நம்மை அறியாமல் நம் இல்லத்திற்குப் பக்குவமடைந்து விடுகிறோம். இருவரும் ஒன்றாக வாழ்ந்தே ஆகவேண்டும் என்ற அவசியத்தால் அதற்கேற்றாற்போல் நம் மனப்பான்மை அமைந்து விடுகிறது. முக்கால்வாசி சமயங்களில் இருவரும் சிநேகிதர் கூட ஆகிவிடுகிறோம். ஆனால்...”

“வயதான பிறகு இதெல்லாம் முடியாது?”

“எல்லோராலும் முடியாது. பலரால் முடிகிறது; இவரால் முடியவில்லை...”

“பின் என்ன செய்ய வேண்டுமென்கிறாய்?”

"ஆண்களும் பெண்களும் சமமாக சாதாரணமாக சமூகத்தில் கலந்து வாழும் இடம் இருந்தால் இதற்கு ஒரு வழியுண்டு. நான் ஆயிரம் புருஷர்களைச் சந்தித்தால் ஆறு பேர் என் சிநேகிதர் ஆகலாம். அவர்களில் எவனாவது ஒருவன் இடம் எனக்கு சிநேகிதத்திற்கும் மேற்பட்ட ஒரு ஈடுபாடு ஏற்படலாம். பல, இதர சந்தர்ப்பங்கள் இடம் கொடுத்தால் நாங்கள் இருவரும் மணம் புரிந்து கொண்டு இல்லறம் நடத்த நிச்சயிக்கலாம்...."

"ஏன் இன்னும் நீ அந்த மாதிரி ஒருவரையும் சந்திக்கவில்லையோ?"

"அந்த மாதிரி ஆண்களும் பெண்களும் சங்கோசமின்றிப் பழக நம் சமூகத்தில் இடமேது? ஏதோ ஒரு சிலர் கண்ணை மூடிக்கொண்டு மேனாட்டரைப் பின்தொடர முயலுகிறார்கள். இவர்கள்தான் நம் நவநாகரிக வட்டாரங்கள். நாம் - நீயும் நானும் நம் போன்ற ஆயிரமாயிரம் நடுத்தர மக்களும் இன்னும் ஆணென்றும் பெண்ணென்றும் தனித்தனிப் பிரிவுகளாகத்தானே வாழ்கிறோம்."

"அப்படியென்றால் நமக்கெல்லாம் கல்யாணமே கிடையாதா?"

"நமக்கெல்லாம் என்று ஏன் சொல்கிறாய்? உனக்குத்தான்..."

"உங்களுக்கெல்லாம் என்று வைத்துக்கொள்ளேன்?"

"என் போன்ற கோணங்கிகள் தெய்வாதீனமாக, ஒரு சிலரே. ஏதோ அதிர்ஷ்டவசமாக ஓரிரண்டு பேருக்குச் சந்தர்ப்பங்கள் அனுகூலமாக அமையலாம். யாரையாவது சந்தித்துப் பிடித்திருந்தால் கல்யாணம் செய்து கொள்ளலாம். மீதிப்பேர்...."

"கன்னி மடம் சேரவேண்டியதுதானா?"

"கன்னி விரதம் கொள்வதைப் பற்றி எனக்கு ஒரு ஆட்சேபணையுமில்லை. ஆனால் இஷ்டமில்லாதவருக்கு இந்த கோரதண்டனை விதிக்கப்பட்டால், அவர்களைப் போன்ற விஷம் சமூகத்திற்கு வேறு வேண்டாம்."

"ஆமாம். விரதத்திற்கும் சாபத்திற்கும் அதுதான் வித்தியாசம். நாமாக ஒன்றை விரும்பியோ தேர்ந்தெடுத்தோ செய்தால் அதிலிருந்து நன்மையும், திருப்தியுமே விளையும். நம் இஷ்டத்திற்கு மாறாக ஒன்றில் நாம் தள்ளப்பட்டால், அது எவ்வளவு

நல்லதாயினும் என்னதான் அமிருதமாக இருந்தாலும்கூட, நாமும் கெட்டு அதையும் கெடுத்துவிடுவோம்."

"பாவம்... இதெல்லாம் நம் தலைமுறை படவேண்டிய வேதனை."

"இரு சகாப்தங்களுக்கு இடையே எப்பொழுதும் ஒரு தலைமுறை பலியாகும். அது முன்னேற்றத்தின் பௌதிகம்."

"கல்யாணம் செய்து கொள்ளவேண்டும் என்ற விருப்பமிருந்து கல்யாணம் செய்து கொள்ள முடியாமலிருக்கும் பெண் ஏனோ அதே மாதிரி கஷ்டப்படும் ஆணைவிட, பயங்கர ஆபத்தாக இருக்கிறாள்!"

"அதற்கு இரண்டு காரணங்கள். புருஷர் பலருக்கும் ஏதோ ஒரு விதத்தில் தங்கள் உடல் இச்சைகளைத் திருப்தி செய்து கொள்ள முடிகிறது. மேலும் இல்லறத்தின் மூலவேர் அவர்களுக்கு உடலில்; நமக்கு நம் ஆவியில். உடல் இச்சைகளுக்கும் மன ஆரோக்யத்திற்கும் இருக்கும் தீவிரப் பிணைப்பு பெண்களுக்குத்தான் அதிகம்."

"அதனால்தான் இத்தனை பொறுமையற்ற நர்ஸ்களும், முன் கோபி உபாத்தியாயினிகளும், வெறுப்புடன் சதா முனகிக்கொண்டே இருக்கும் ஊழியர்களும்..."

"தங்கள் கசப்பு வேதாந்தத்திற்கு இளங்கொடிகளைப் பலியாக்க முயலும் சீர்திருத்தவாதிகளும்... அதெல்லாம் பாதகமில்லை. களையற்ற பெண், பெண்மைக்குத் தூஷணை. இந்தச் சாபம் பெண்மையின் மோகக் கவர்ச்சியைக் கரைத்து அழித்து விடுகிறது. இதைத்தான் என்னால் தாங்க முடியவில்லை."

"சோபையற்ற ஒரு நாற்பது வயதுக் கன்னியைப் பார்த்து முகத்தைச் சுளித்துக் கொள்ளும்போது யாராவது இதையெல்லாம் பற்றி நினைக்கிறார்களா?"

"வேண்டாம். சொன்னால் புரிந்து கொண்டால் போதும். கதை எழுதினாலும் 'ஏதாவது சந்தோஷமாக எழுதக்கூடாதோ? அழுகையிலும், அலங்கோலத்திலும் என்னத்திற்கு இந்த மோகம்?' என்பார்கள்."

"கதையா? சிரிப்பு வருகிறது. இன்றும் கதையைவிட வாழ்க்கைதான் விசித்திரமாக இருக்கிறது. நீதான் இந்தக்

கதையை எழுதேன்...”

ஸ்ரீமதி லீலா அவர்களுக்கு:

தங்கள் கதை வந்தது. படித்துப் பார்த்தேன். வெகு நன்றாக அமைந்துள்ளது. ஆனால் நம் வாசகர்கள் அதை ரசிப்பார்களா? பிரசுரிக்க அஞ்சுகிறேன்.

உங்கள் கதை எதையும் நான் இதற்கு முன் படித்திருப்பதாக ஞாபகமில்லை. இதுதான் உங்கள் முதல் கதையா?

முன் பின் தெரியாதவன் இப்படி எழுதக்கூடாது. ஆனால் உங்கள் கருத்துகளின் ஆழம் என்னை இழுத்துச் செல்கிறது. உங்களை அறிய விரும்புகிறேன். நான் வந்து பார்க்கலாமா உங்களை?

இப்படிக்கு,
ரத்தனசாமி
ஆசிரியர்.

அடக்கம்: ஒரு கதை

★★★

“இதைப் பார்த்தீர்களா?”

“எதை, ஜானகி?”

“இந்த அழைப்பை?”

“இல்லையே. என்ன அழைப்பு?”

“என் சிநேகிதி லீலா ஞாபகமிருக்கோ?”

“மறக்க விடுவாயா? நீ?”

“அவளுக்குக் கல்யாணமாம்!”

“நிஜமாகவா?”

“யார் இந்த ரத்னசாமி?”

“யாரோ, பாவம்...”

★

அம்மா அனுமதி

"உன் அம்மா என்ன சொன்னால் என்ன? நீ குழந்தையா? உன் வாழ்க்கையைப் பற்றி அபிப்பிராயம் கூற அவருக்கு உரிமை ஏது? நம் கல்யாணத்திற்கு உன் அம்மா அனுமதி எதற்கு...?"

இப்படியெல்லாம் பேசிக்கொண்டே போனான் ராமச்சந்திரன். இளமையின் ஆத்திரம். அவனுக்குக் கோபம், அந்த வயதில் எல்லோருமே அப்படித்தான். அதுவும் வாழ்க்கையில் அடிபடும் முன் கல்லூரியில் வாசித்துக்கொண்டிருக்கும் பொழுது அனுபவமற்ற இதயம் இலட்சியக் கனவு காண்பது சகஜம். அக்கனவை பெரியவர் கலைத்தால்– 'கனவு பொய், விழித்துக்கொள், உலகைப் பார்' என்று சொன்னால் பொறுக்காதுதான். அனுபவமற்றவருக்குத்தான் தங்கள் அபிப்பிராயங்களில், எண்ணங்களில் தீவிர நம்பிக்கை இருக்க முடியும். லலிதாவும், ராமுவும் கல்லூரி சிநேகிதர்கள். அவன் எம். ஏ. மேல் வகுப்பு: அவள் பி. ஏ. இரண்டாம் வருஷம். இருவரும் பரீட்சையாகி படிப்பு முடிந்து மணம் புரிந்து கொள்ள வேண்டுமென்றிருந்தனர். ஆனால் லலிதாவின் தாயார் வேண்டாம் என்றாள்.

"உனக்குப் புரியாது, ராமு. நான் படித்தவள்தான்; குழந்தையும் அல்ல; நல்லது கெட்டது புரியாதா எனக்கு? என்ன

வேண்டுமென்பதும் எனக்கு நன்றாகத் தெரியும்; ஆனால் இந்த விஷயத்தில் என் அம்மா சொல்படிதான்...”

“ஒரு காரணம்கூட சொல்லவில்லை உன் அம்மா!”

“காரணமில்லாமல் சொல்லமாட்டாள்.”

இனிமேல் வாதாடிப் பிரயோஜனமில்லை என்று அறிந்து கொண்டான் ராமு. ஆனால் பின் என்ன செய்வது என்று தான் தெரியவில்லை. லலிதாவிடம் அவனுக்கு உண்மையான ஆழ்ந்த அன்பு உண்டு. ஒன்றாக வாழ்க்கை நடத்த வேண்டும் என்றுதான் இருவரும் பிரியப்பட்டனர். ஆனால் திடீரென்று ஒரு யோசனை தோன்றிற்று.

“லலீத். நான் போய் உன் அம்மாவைப் பார்த்துப் பேசலாமா? அதில் உனக்கு ஆட்சேபணை இல்லையே?”

ஒரு நிமிஷம் தயங்கினாள். பிறகு சரி என்பதுபோல் தலையசைத்தாள்.

“திரும்பி வந்து பார்க்கிறேன்- பலனிருந்தால்!” என்று சொல்லிக்கொண்டே போய்விட்டான் ராமு.

அந்த அறைக்குள் சென்றதும் யாருக்கும் அதன் சுத்தம்தான் கண்ணில்படும். ஒரு தும்பு தூசி கிடையாது. படாடோபமும் இல்லை. ஓரத்தில் ஒரு மேஜை நாற்காலி. அருகே ஒரு சாய்வு நாற்காலி, புத்தகங்கள் வைக்க ஒரு ஷெல்ப். அறையின் நடுவே ஒரு அலங்கார மேஜை, அதைச் சுற்றி நாலு நாற்காலிகள். சுவரில் இரண்டு மூன்று படங்கள்.

மேஜையில் உட்கார்ந்து ஏதோ எழுதிக்கொண்டிருந்த அம்புஜம்மாள், “வாருங்கள்” என்றழைக்கவே உள்ளே சென்றான். ஆனால் என்ன சொல்வது, எப்படி ராமு ஆரம்பிப்பது என்னவென்று தன்னை அறிமுகம் செய்து கொள்வது என்று தெரியாமல் சிறிது தயங்கினான். முன் பின் தெரியாதவர், வேலை சம்பந்தமாக ஏதோ பேச வந்துள்ள ஒருவரை வரவேற்கும் தோரணையில் காரணமற்ற ஒரு புன்முறுவலுடன் அம்புஜம்மாள் மேஜையிலிருந்து எழுந்து அவன் பக்கம் வந்தார். நாற்பது வயதிருக்கும். கம்பீரமான

தோற்றம். இளமையில் பட்ட கஷ்டங்கள் முகத்தில் கோரச் சித்திரம் வரைந்திருந்தது. ஆனால் புயலில் அகப்பட்டுத் தப்பிய கப்பலின் கிழிந்த பாய்மரத்தில்தான் ஒரு வீர கம்பீரம் தோன்றுகிறது. அம்புஜம்மாள் நல்ல அனுபவத்தின் இறுதியில் ஏற்பட்ட தன்னம்பிக்கையின் விளைவு.

ராமு அசட்டுச் சிரிப்பொன்று சிரித்து, "நான்தான் ராமச்சந்திரன்" என்றான்.

க்ஷணப்பொழுதில் அந்தப் புன்முறுவல் அம்புஜம்மாள் முகத்திலிருந்து மறைந்தது. ஒரு வெறுப்புக்குறி தோன்றிற்று. வெறுப்பா, கோபமா? எதுவோ, தோன்றின மாத்திரத்தில் மறைந்தது; மீண்டும் அந்தப் புன்முறுவல், ஆனால் இப்பொழுது கபட முறுவல் மனதிலிருப்பதை முகத்தில் காண்பித்துக் கொள்ளாததுதானே படித்தவர்களுக்கு அழகு!

"ஓ! நாம் இதற்குமுன் சந்தித்ததில்லை. அடையாளம் தெரியவில்லை, மன்னிக்கவும் உட்காருங்கள்."

பத்து நிமிஷம் சம்பாஷணை செய்தார்கள். இன்னும் வந்த சமாசாரத்தை ஆரம்பிக்க ராமுவுக்கு தைரியம் வரவில்லை. ஆண்மகன் அல்லவா? அம்புஜம்மாள்தான் கேட்க வேண்டியிருந்தது.

"என்ன விசேஷம்? இவ்வளவு தூரம் என்னைப் பார்க்க வந்ததற்குக் காரணம்?"

"ஒன்றுமில்லை... லலிதா உங்களுக்கு எழுதியிருப்பார்..."

"நானும் அவளுக்கு எழுதியிருந்தேனே!"

"சொன்னாள்..."

"பின்?"

ஒரு பெரும் முயற்சி செய்து கேட்டுவிட்டான் ராமு.

"அம்மா, தங்களுக்கு நான் லலிதாவைக் கல்யாணம் செய்து கொள்வதில் என்ன ஆட்சேபணை?"

அம்புஜம்மாள் சற்று நேரம் பதில் சொல்லவில்லை. யோசித்துப் பரபரப்பின்றி சாத்வீகமாகப் பேசினார்.

"உங்களை எனக்கு நன்றாகத் தெரியாது. லலிதா மூலம் ஏதோ ஸ்வல்ப பரிச்சயம், அதுவும் நேர்முகமாக அல்ல. இருந்தும் நான் ஒளிக்காமல், பதுங்காமல் பேசுகிறேன். அதுதான் இந்தச் சந்தர்ப்பத்தில் சரி என்று எனக்குத் தோன்றுகிறது."

"அப்படியே செய்யுங்கள். எனக்கு ஒளிக்கவே ஒன்றும் இல்லை. மேலும் நான் நாகரிக உபசாரம் சொல்ல 500 மைல் பிரயாணம் செய்து இங்கு வரவில்லை."

இனிமேல் பயமில்லை. ராமுவுக்கு தன் சுய தைரியம் திரும்பி வந்துவிட்டது. வழக்கம்போல குத்தலாகப் பேச ஆரம்பித்து விட்டான். அதைரியமெல்லாம் போய்விட்டது.

"நல்லது. கல்யாணம் லலிதாவுக்கு எந்த சந்தோஷத்தையும் கொடுக்கப்போகிறது என்று எனக்குத் தோன்றவில்லை. அதுவும் இந்தக் கல்யாணம்."

ராமுவுக்குத் தூக்கிவாரிப் போட்டது. முற்போக்கான எண்ணமுடையவர் எத்தனையோ பெயர்களை அவன் சந்தித்திருக்கிறான். தானும் அப்படித்தான். இருந்தாலும் தன் தலைமுறைக்கு முன் தலைமுறையைச் சேர்ந்த ஒருவரிடமிருந்து, அதுவும் ஒரு பெண். ஒரு கைம்பெண்ணிடமிருந்து இதை அவன் எதிர்பார்க்கவில்லை. கல்யாணம் லலிதாவுக்கு எந்த சந்தோஷத்தையும் தராது என்று துணிந்து பேசும் இந்த அச்சமற்ற ஸ்திரீயா லலிதாவின் தாயார்? இருவருக்கும் எவ்வளவு வித்யாசம். லலிதா பயந்த சுபாவம். பூங்கொடிபோல் பற்றிப் படரும் பெண் உள்ளம்.

அம்புஜம்மாளோ இதற்கு நேர் எதிர். தன்னந்தனியே நின்று துளிர்க்கும் மரத்தை ஒத்தவள். சஞ்சலம். பயம், சந்தேகம் ஒன்றும் அறியாத திடசித்தம்.

பேச்சில் ராமு அசடு இல்லை. சீக்கிரத்தில் சுயநிலையை மீண்டும் அடைந்தான். கல்லூரி விவாதங்கள் அவனுக்கு ஞாபகம் வந்தன. உற்சாகத்துடன் போட்டியில் இறங்கினான். சர்வகலாசாலை விவாதங்களில் முதல் பரிசு பெற்ற ராமுவுக்கா இது ஒரு பிரமாதம். கட்டற்ற காதல் வேண்டும் என்று தீவிர பிரசாரம் செய்த ராமுவுக்கு கல்யாணம் வேண்டாம்

என்பவர்கள் வாதம் பூராவாகத் தெரியும். மமதையுடன் ஏளனப் பொறுமையுடன், ஆரம்பித்தான்.

ராமு: தங்களுக்கு கல்யாணத்தில் நம்பிக்கையில்லையா?

அம்புஜம்மாள்: அப்படிச் சொல்லவில்லை நான். கல்யாணம் லலிதாவுக்கு எந்த சந்தோஷத்தையும் கொடுக்கப் போவதில்லை என்றேன் - அதுவும் இந்தக் கல்யாணம்.

ராமு: இந்தக் கல்யாணம், இந்தக் கல்யாணம் என்று தாங்கள் குத்திக் குத்திச் சொல்வதைப் பார்த்தால்...

அம்: கோபித்துக்கொள்ளக்கூடாது. நான் தங்கள் மீது குறை கூறவில்லை.

ராமு: பின்?

அம்: என் தாயார் கல்யாணம் செய்து கொண்டாள்- நான் கல்யாணம் செய்து கொண்டேன்-விளைந்த பயன்? உங்கள் தாயாரைக் கேட்டுப்பாருங்கள். அவர் கல்யாணத்தால் அவர்பெற்ற சந்தோஷம் என்னவென்று.

ராமு: நீங்கள் பேசுவதைப் பார்த்தால் உலகத்தில் கல்யாணமே வேண்டாம் என்பதுபோல் தோன்றுகிறதே!

அம்: அப்படிச் சொல்ல மாட்டேன். அது அவ்வளவு அத்தியாவசியம் என்று எனக்குத் தோன்றவில்லை.

மோட்டார் கார், ரேடியோ போல் சுகபோகங்களைச் சேர்ந்தது அது. முடியுமானால் வாங்கிக்கொள்ளலாம்.

ராமு: சுகமென்றாவது ஒப்புக்கொள்கிறீர்களா?

அம்: ஆனால் ஆபத்தான சுகம்: ஒரு கெட்ட பழக்கம் என்றுகூடச் சொல்லலாம்-விட்டுவிடமுடியாது.

ராமு: தங்கள் பேச்சு விசித்திரமாக இருக்கிறது.

அம்: வழக்கமாகிவிட்டால் எதுவும் சகஜமாகிவிடுகிறது. எதிராகச் சொன்னால் விசித்திரமாக இருக்கிறது.

ராமு: கார் வாங்குவது போல் கல்யாணம் பண்ணிக்கொள்வது என்றால், விவாகத்தின் மானசீக அம்சம்...

அம்: அபின் சாப்பிடுவதில் மானஸீக அம்சம் இல்லையா?

ராமு: அம்மாதிரி இது ஒரு துர்பழக்கமா?

அம்: அப்படிச்சொல்ல நான் தயாராயில்லை - அவரவர் இஷ்டப்படி.....

ராமு: என் இஷ்டமும் லலிதாவின் இஷ்டமும்...

அம்: பின் ஏன் என் அபிப்பிராயத்தைக் கேட்கிறீர்கள்?

ராமு: உங்கள் ஆட்சேபணை எனக்குப் புரியவில்லை.

அம்: உங்கள் இச்சை எனக்குப் புரியவில்லை.

ராமு: நாங்கள் உலகம் போல்.

அம்: உலகத்தின் அனுபவம் என்ன? மணம் புரிந்து கொண்டதால் - அத்துடன் வந்த வேறு காரணங்களால் அல்ல - விவாகத்தினால் யார் என்ன சந்தோஷம் அடைந்தார்கள் சொல்லுங்கள்.

ராமு: ஒருவருக்கும் ஒரு சந்தோஷமும் அளிக்காத ஒரு பழக்கம் பல நூற்றாண்டுகளாக ஜனங்கள் இடையே இருந்துவர முடியுமா?

அம்: சுத்தி வளைத்துப்பேசுவானேன்- குடித்தனம் நடத்தப் பணம் வேண்டும்.

ராமு: பணம் வேண்டியதுதான். ஆனால் பணம்தான் பிரதானமா?

அம்: நிச்சயமாக.

ராமு: நான் அப்படி நினைக்கவில்லை...

அம்: தாங்கள் நினைப்பது பற்றி எனக்கு அக்கறை இல்லை.

ராமு: அன்பு, நேசம், பரஸ்பர மன ஒற்றுமை...

அம்: அதெல்லாம் பின்புதான் - பணம்தான் பிரதானம்.

ராமு: உங்களைப்போன்ற பெரியவர் இம்மாதிரி பேசுவது எனக்கு நம்பமுடியவில்லை.

அம்: நிஜமாகவா நான்தான் அப்படிப் பேசவேண்டும். எனக்குத்தான் தெரியும். பெற்றோர் ஆதரவில் சுக ஜீவனம் செய்யும் உங்களுக்கும் லலிதாவுக்கும் பணத்தின் அவசியத்தைப் பற்றி என்ன தெரியும்?

ரா: நாங்கள் அவ்வளவு முட்டாள்களா?

அம்: முட்டாள்கள் அல்ல. இலட்சியப் பித்தர்கள்!

ராமு: இலட்சியமற்ற வாழ்க்கை தாவர வளர்ச்சி.

அம்: அது இலட்சியத்தைப் பொருத்தது.

ராமு: அப்படியென்றால்?

அம்: புத்தக லட்சியம் வாழ்க்கைக்குதவாது.

ராமு: இலக்கியம் வாழ்க்கையின் பிரதி பிம்பம்தானே?

அம்: இல்லவே இல்லை. இலக்கியம், நான் சம்பந்தப்பட்டவரை... இலக்கியமும் ஒரு சுகபோகமே - பொழுதுபோக...

ராமு: நம் கல்வித்திட்டமெல்லாம் காலத்தை வீணாக்குவதா?

அம்: கல்வி வாழ்க்கைக்கு பயிற்சி — அவ்வளவுதான். தேகப் பயிற்சிபோல் மனத்திற்குப் பயிற்சி, படித்ததை அப்படியே வாழ்க்கையில் உபயோசித்துக் கொள்ள முடியாது. வைத்யம்போல் ஏதாவது தொழிற்கல்வியாக இருந்தாலே ஒழிய.

ராமு: படித்ததை மறந்து விடவேண்டும்!

அம்: முக்கால்வாசி, உலகில் வாழ மனம் முதிர வேண்டும். இளம் மனது முதிர அப்யாசம் தேவை.

ராமு: தங்கள் வழக்கு எனக்குப் புரியவில்லை.

அம்: விளையாட்டுகளில் பிரியம் உள்ள உங்களுக்கு இது எளிதில் புரியவேண்டுமே! ஒரு குறிப்பிட்ட விளையாட்டில் தேர்ச்சியடைய பயிற்சி எடுத்துக்கொள்கிறீர்களே. அதில் தேகாப்யாசமும் முக்யமல்லவா? விளையாட விரும்புவது கிரிக்கெட்டாக இருந்தபோதிலும் அதற்குத் தேவையான தேக வலிமை பெற தேகாப்யாசம் செய்வது வழக்கமல்ல? ஆனால் தேகாப்யாசத்திற்கும் கிரிக்கெட்டுக்கும் என்ன சம்பந்தம்?. அந்த

சம்பந்தம்தான் கல்விக்கும் வாழ்க்கைக்கும்.

ராமு: ஆனால் கிரிக்கெட்டே விளையாடி பழகவும் செய்கிறோம்.

அம்; அதற்கேதான் சமானம் இளைஞரது லட்சியங்களும். அனுபவங்களும்.

ராமு: அதாவது நிஜப்பந்தயம் அல்ல-விளையாட்டில் பழகுவது.

அம்: ஆமாம். விளையாட்டு சம்பந்தப்பட்டமட்டில் பயிற்சி என்றும் பந்தயம் என்றும் நீங்களே வித்யாசத்தைப் புரிந்து கொள்கிறீர்கள்...

ராமு: இதர அனுபவங்களை நிஜம் என்று நினைக்கிறோம் - ஆனால் அவை பொய்?

அம்: ஆமாம் - பணமில்லாமல் கல்யாணம் என்பது போல்.

ராமு: பணம், பணம் என்று தாங்கள் சொல்வதைப் பார்த்தால்... வாழ்க்கை ஒரு வியாபாரமா?

அம்: பின்?

ராமு: ஓ!

அம்: தயவுசெய்து இதை நம்புங்கள். பணம் மட்டும் சந்தோஷம் தராது. நிஜம்தான். ஆனால் பணமில்லாமல் இந்த உலகத்தில் சந்தோஷம் கிடையாது.

ராமு: பணம் அவசியம் என்றால்-எவ்வளவு?

அம்: நிரம்ப!

ராமு: அறை வயிற்றிற்குச் சாப்பிட்டுவிட்டு பிடித்தவருடன் வாழக்கூடாது?

அம்: வாழலாம்-ஆனால் அதில் சந்தோஷம் இராது. பிடித்தவர் பிடிக்காதவர் ஆகிவிடவேண்டியதுதான். அன்பு திரிந்து வெறுப்பு...

ராமு: அன்பு அமரத்துவம் பெற்றது!

அம்: எந்த புஸ்தகத்தில் எழுதியிருக்கிறது?

ராமு: புஸ்தகம் அல்ல - அனுபவம் சொல்கிறது.

அம்: அனுபவம்! யார் அனுபவம்? உங்களுடையதா? என்னுடையதா?

ராமு: உங்களுடையதுமல்ல. என்னுடையதுமல்ல. மானிட அனுபவம்!

அம்: மானிட அனுபவம்! அதைப்பற்றி உங்களுக்கு என்ன தெரியும்? புத்தகாலயத்திலும், கல்லூரி வகுப்பிலும் ஆராய்ச்சிக் கூடத்திலுமா மானிட அனுபவம் கிடைக்கிறது?

(தாமதம்)

ராமு: மன்னிக்கவும்- தாங்கள் நம்பிக்கையற்றவர். என் உள்ளத்தில் எதிலும் நம்பிக்கை ததும்புகிறது. முக்கியமாக என்னிடம் எனக்கு நம்பிக்கை உண்டு. நான் தோல்வியடைய மாட்டேன்!

அம்: அந்த விபரீத நம்பிக்கை இளமையின் உரிமை. அதற்கு அகம்பாவம் என்று பெயர்.

ராமு: தன்னம்பிக்கையற்ற கிருமியாக இருப்பதை விட அகம்பாவப் பிராணியாக இருப்பதே மேல்!

அம்: நாம் எல்லாருமே கிருமிகள்தான். சில கிருமிகளுக்கு நோயாவது உண்டாக்க சக்தியுண்டு, நமக்கு அது கூடக் கிடையாது.

ராமு: தங்களுக்கு வாழ்க்கையில் சலிப்பு தட்டிவிட்டது. நாஸ்திகர் ஆகிவிட்டீர்.

அம்: இல்லவே இல்லை. போலி லட்சியங்களில் எனக்கு நம்பிக்கை இல்லை; அவ்வளவுதான்.

ராமு: கனவினை நனவுகள் ஆக்க முடியாதா?

அம்: வீண் முயற்சி!

ராமு: முயற்சியில்தான் முக்தி. அகப்படாத அதைத் தேடி அடைவது ஒரு இன்பம்; அடைவதைவிட தேடுவதுதான் சந்தோஷம்.

(அம்புஜம்மாள் பரிகாசமாகச் சிரிக்க...)

ராமு: தாங்கள் பரிகாசம் செய்ய வேண்டாம். சம்பவமற்ற கத்தரிக்காய் வாழ்க்கை எனக்கு வேண்டாம். நான் வேண்டுவது போராட்டம். அதற்கு லலிதாவை வாழ்க்கைத் துணையாக அடைய விரும்புகிறேன்.

அம்: போராட்டம்? என்ன பேச்சு பேசுகிறீர்கள்? புரியாத வார்த்தைகள்; அழியாத அனுபவங்கள். இந்த மாதிரி உளறலில்தான் எனக்குச் சலிப்பு.

ராமு: (சட்டென்று எழுந்து) தங்களுக்கு இவ்வளவு சிரமம் கொடுத்ததற்கு மன்னிக்கவும். நான் சென்று வருகிறேன் இன்னும் தங்களை நான் இம்சிக்க விரும்பவில்லை.

அம்: ஒரு நிமிஷம்...

ராமு: பயப்பட வேண்டாம் - நான் லலிதாவை மறந்துவிட்டேன்.

அம்: அதைச் சொல்ல வரவில்லை. போராட்டம் என்கிறீர்களே, போராட்டம் என்றால் என்னவென்று உங்களுக்குத் தெரியுமா? போராட்டம் வீர மார்க்கம்; உலகம் பிரமிக்கத்தக்க தியாகம் செய்யப் போகிறோம் என்றெல்லாம் எண்ணி உங்கள் மமதைக்கு உற்சாகமூட்டிக் கொள்ளவேண்டும். காலணாவையும் அரையணாவையும் கணக்குப் பார்த்து செலவழிக்க வேண்டி இருப்பது போராட்டம்; இளம் வயதில் இஷ்டப்படி வாழ இச்சிக்கும் மனதைக் கட்டி வருமானத்தையும் செயலையும் ஈடுசெய்யப் பார்ப்பது போராட்டம்; வேலைக்கு ஆள் இல்லாமல் உங்கள் படித்த மனைவி ஈர விறகை அடுப்பில் வைக்க அது புகைய, அவள் அழ இதையெல்லாம் பார்த்து இருப்பது போராட்டம்; உள்ளத்தில் எழும் ஒவ்வொரு சாதாரண இச்சையையும் புறக்கணித்து இது கட்டுமா என்று யோசித்து வாழ்வது போராட்டம்; தன் மரியாதையையும் இழக்க மனமில்லாமல் கடன் வாங்காமல் சமாளித்துக் கொள்ள முடியாமல் தத்தளிப்பது போராட்டம்; மனதிற்கு அமைதி இல்லை; சாமானிய விஷயங்களுக்கும் கோபம் வரும். நீங்கள் அவள் பேரில் அவள் உங்கள் பேரில் எரிந்துவிழ உங்கள் தூய அன்பு நோய்வாய்ப்பட்டு கரைந்து வியர்த்தமாவதைப்

பார்த்து இருப்பது போராட்டம்; கடைசியில் சுபிட்சம் வந்தால் அதற்குள் அதை அனுபவிக்கும் ஆற்றலை இழந்து விட்டோம் என்று அறிவது போராட்டம். இந்தப் போராட்டத்திற்கு லலிதாவைத் தாங்கள் ஆளாக்க விரும்புகிறீர்கள் - அதற்கு நான் சம்பாதிக்க வேண்டும்.

ராமு: 30 ரூபாய் சம்பளத்தில் நானும் லலிதாவும் இன்ப வாழ்க்கை நடத்துவோம்.

அம்: 30 ரூபாய் சம்பளத்தில்? நான் மாதம் லலிதாவுக்கு எவ்வளவு அனுப்புகிறேன் தெரியுமா? உங்களுக்கு உங்கள் தகப்பனார் எவ்வளவு செலவு செய்கிறார் தெரியுமா?

ராமு: சுக வாழ்க்கை என்று நான் சொல்லவில்லை; இன்ப வாழ்க்கை என்றேன்.

அம்: சுகமின்றி இன்பம் ஏது?

(ராமு பரிகாசமாகச் சிரிக்க...)

அம்: தாங்களா என்னை ஏளனம் செய்ய வேண்டும்? போராட்டம் வேண்டுமாம்... நான் அறியாத போராட்டமா?

ராமு: தாங்கள் அறியாத போராட்டம்?

அம்: ஆமாம், நான் ஒரு குபேரன் மகள் அல்ல. உங்கள் லலிதாவின் தாத்தா நீங்கள் சொன்னீர்களே. அந்த மாதிரி இன்ப வாழ்வு வாழ்ந்தார்-30 ரூபாய் சம்பளத்தில்! அவர் ஒரு வக்கீல் குமாஸ்தா. எனக்கு இரண்டு தம்பிகள். இரண்டு மங்கைகள், ஆக மொத்தம் ஐந்து குழந்தைகள்; என் தாயார், அப்பாவுக்கு 30 ரூபாய் சம்பளம். நாங்கள் வாழ்ந்த இனிய வாழ்வு!

ராமு: எனக்கு இதெல்லாம் தெரியாது. என்னை...

அம்: தெரியவேண்டும் என்றுதான் சொல்கிறேன். என் கல்யாணத்திற்கு அப்பா ஆயிரம் ரூபாய் கடன் வாங்கினார். 15 வருஷம் வட்டிகட்டி நான் அடைத்தேன் அந்தக் கடனை.

ராமு: பணக் கஷ்டம் சாமான்யமானது என்று சொல்லவில்லையே நான்...

அம்: இல்லை, பணக்கஷ்டம் இருந்தால் என்ன? பாதகமில்லை. ஆத்மா குதூகலிக்கும்போது வயிறு பட்டினி கிடந்தால் என்னாவது, எல்லாவற்றிற்கும் மேல் மனத்திற்குகந்த மணாளன், காதல் வேண்டும். ஆகா, என் புருஷனுடன் நாலு வருஷம் அந்த இன்ப வாழ்க்கையையும் கண்டேன். நான் புக்ககம் போனபோது எனக்கு வயது பதினான்கு. அவருக்கு சம்பளம் ரூ. 15. கிராமக் கர்ணம். காலை நாலு மணிக்கு எழுந்திருக்கவேண்டும். இரவு படுக்க பத்து மணி ஆகும். கொட்டில் விளக்குவது முதல் சமையல்வரை எல்லாம் நான்தான். இதற்கு நடுவே மாமியாருக்கு சிச்ருஷை நாள் முழுக்க ஒரு நிமிஷம் ஓய்வு கிடையாது. பிறகு கணவன் மனப்படி நடந்துகொள்ள வேண்டும்: உங்கள் இன்ப வாழ்க்கை!

ராமு: நான் இதெல்லாம் சொல்லவில்லை. உங்கள் கஷ்டங்கள்....

அம்: அதோடு முடியவில்லை. எனக்கு வயது 18. அவர் காலராவில் போய்விட்டார். மாமியார் என்னை தகப்பனார் வீட்டிற்கு துரத்த தாமதிக்கவே இல்லை. அப்பொழுது லலிதா என் வயிற்றில் எட்டு மாசம்!

ராமு பேச்சற்று உட்கார்ந்திருந்தான். அம்புஜம்மாள் வெறிபிடித்தவள் போல் பேசிக்கொண்டேபோனாள்.

“என் தகப்பனார் வீட்டிற்கு வந்து இரண்டு மாதங்களில் லலிதா பிறந்தாள். அன்றுதான் நான் அறிந்த சந்தோஷமெல்லாம். 18 வயதில் ஒரு குழந்தை பெற்ற நான் நான்காவது பாரத்தில் போய்ச் சேர்ந்தேன். உபகாரச் சம்பளம் வாங்கி, இவனையும் அவளையும் பிச்சை கேட்டு நானும் என் கூடப்பிறந்தவரும் படித்தோம். நாளைக்கு 20 மணி நேரம் உழைத்து என் தகப்பனார் 30 ரூபாய் கொண்டுவந்தார். என் தாயார்? கல்யாணம் பண்ணிக் கொண்டு அவள் வாரிக்கட்டிக் கொண்டது என்ன? குசேலர் குடும்பம்; வேலை, மனத்தாங்கல்; மனத்தாங்கல், வேலை. எங்களுக்கு உழைத்து உழைத்து அவள் உடல் தேய்ந்து போய்விட்டது. எங்களுக்காக ஊருக்கெல்லாம் உழைத்தாள். பெரியவாள் வீட்டிற்குப் போய் அப்பளம் இட்டுத் தருவாள். அவர்கள் வீட்டில் மீந்ததையும், சிந்தினதையும் பொறுக்கிவந்து எங்களுக்குக் கொடுப்பாள். வேலை; வேலை; இன்றும்

வேலை. இந்தப் போராட்டம் நீங்கள் லலிதாவுக்குத் தானம் செய்யப்போகிறீர்கள். ஒரு சுகம் இல்லை; ஒரு சந்தோஷம் இல்லை. எனக்கு எங்கம்மா முகம் நன்றாக ஞாபகம் இருக்கிறது. நான் குழந்தையாய் இருந்தபோது என்ன அழகாயிருப்பாள் தெரியுமா? கடைசியில்? பார்க்க சகிக்கவில்லை. இந்த கதி வந்ததுதான் அவள் கண்ட இன்ப வாழ்க்கை. நான் பி. ஏ. பாஸ் பண்ணின வருஷம் என் தகப்பனாருக்கு விடுதலை. ஒரு நாள் வக்கீல் வீட்டிலிருந்து திரும்பினதும் எட்டு மணி இருக்கும். தலையை வலிக்கிறது என்று படுத்தார். மறுநாள் காலை என் அம்மா விதவை...

ராமு: போறும், போறும். தயவு செய்து....

அம்: இல்லை. முழுக்கக் கேளுங்கள். என் பழைய பள்ளிக்கூடத்திலேயே - அங்குதான் லலிதாவும் படித்தாள் - எனக்கு ஒரு வேலை கிடைத்தது. அங்கிருந்து கொண்டே எம். ஏ.க்குப் படித்தேன். இரண்டு வருஷங்களில் இந்தக் கல்லூரியில் வந்து சேர்ந்தேன்.

ராமு: உங்கள் கூடப்பிறந்தவர்?

அம்: அவர்களும் என்போல் பிச்சையெடுத்துப் படித்தனர். என் தங்கைகளுக்குக் கல்யாணம் வேண்டாம் என்று படிக்க வைத்தேன். என் தம்பியும் தங்கையும் இப்பொழுது...

ராமு: நீங்கள் ஐந்துபேர் என்று சொன்னீர்களே...

அம்: ஊம்... இரண்டு பேர் இன்ப வாழ்க்கைக்கு பலி, வயிற்றிற்குப் போதிய சோறில்லாமல் கமலாவுக்கு க்ஷயரோகம் பிடித்துவிட்டது. வைத்யம் செய்யப் பணமில்லை. ஆமாம், அவள் வாழ்க்கையும் ஒரு போராட்டம்தான் - யமனுடன்! சாகமாட்டேன் என்று போராடினாள். மருந்து கிடையாது; தேவையான ஆகாரம் கிடையாது. இந்தப் போராட்டத்திலா வெற்றி.

ராமு: உங்கள் தம்பி?

அம்: கமலாவாவது எப்பொழுதுமே பலமற்றவள். கிருஷ்ணன் இளங்காளை. ஆனால் யாருக்குத்தான் உடம்புக்கு வராது.

நிஜத்தைச் சொல்கிறேன்-அன்று என்னிடம் ஆறு ரூபாய்க் காசு இல்லை. ஒரு இன்ஜெக்ஷன் வாங்க டாக்டர் வீட்டுக்கு நடந்துபோய் மருந்துப் பிச்சை வாங்கி வருவதற்குள் அவன் போராட்டம் முடிந்துவிட்டது. அந்த இன்ஜெக்ஷன் ட்யூப் இன்னும் என் பெட்டியில் இருக்கிறது!

ராமு: இதுவா உலகம்?

அம்: இல்லை. உலகத்தின் ஒரு காட்சி- உங்கள் இன்ப வாழ்க்கை! அந்தக் காலத்தை நினைத்துப் பார்த்தால் எப்படி இவ்வளவையும் பொறுத்து வாழ்ந்தோம் என்று தோன்றுகிறது. அப்போது எங்கள் எல்லோருக்கும் ஆறுதல் லலிதாவின் சிரித்த முகம்.

சட்டென்று தன் கதையை நிறுத்தினாள் அம்புஜம்மாள். பத்து நிமிஷம் இருவரும் பேசவில்லை. பிறகு அம்புஜம்மாள் கேட்டார்: “இப்பொழுது சொல்லுங்கள், போராட்டம் வேண்டுமா? அதற்கு லலிதாவை வாழ்க்கைத் துணைவியாக விரும்புகிறீர்களா?”

கொஞ்சநேரம் ராமு ஒன்றும் சொல்லவில்லை. பிறகு:

“அம்மா, அதற்கு நான் பதில் சொல்லும் முன் ஒரு கேள்வி. இப்போது உங்களுக்குப் போராட்டம் முடிந்து அமைதி கிட்டியுள்ளது. இந்த அமைதி லலிதா இல்லாவிட்டால் என்ன சூன்யமாய் இருக்கும்?”

★

வேளை வந்தது

அவள் தாயாருக்கு அவள் ஒரு புதிர். கட்டழகி. கலையில் தேர்ந்தவள். படித்தவளும் கூட. கண்ணசைத்தால் குபேர சம்பத்துடன் ஓடிவர ஆயிரம் பெயர்கள் காத்திருக்கின்றனர். இருந்தும் அவளோ ஒரு பாசமற்ற மௌனம். வாஸவதத்தை இந்த மொட்டை பிக்ஷுவின் மீது மோகம் போவானேன்?

அது மோகம்தானா? இந்தப் புதிரை ஆராய்வோம்.

வாஸவதத்தை தேவதாஸி குலத்தில் பிறந்தவள். ஆனால் அவள் ஒரு விதிவிலக்கு. காரணம் இதற்கு நேர் எதிர் விதத்தில் அவள் தகப்பனார் ஒரு விதிவிலக்கு. அவர் ஒரு வணிகன். பொருள் படைத்தவர். உண்மையாக நேசித்து தன் அத்தை மகளை மணந்தார். ஆனால் இன்புற்று வாழ கொடுத்து வைக்கவில்லை. மனைவி விவாகமாகிச் சில வருஷங்களுக்கெல்லாம் இறந்துவிட்டாள். விசனத்தை மறக்க எண்ணம் யாவற்றையும் தன் தொழிலில் பாய்ச்சினார். ஆயிரம் பத்தாயிரம் ஆயிற்று. பொருள் பெற்று தொழிலிலும் பொருளிலும் சலிப்புத் தட்டி விட்டது. ஆனால் வேலை வந்தபாடில்லை. உடலின் இச்சை ஒழிந்தபாடில்லை. வேதம் படித்து பக்தனாகி இருக்கலாம். ஆனால் அதற்கு நம்பிக்கை இல்லை. கலை பயின்று அழகு கண்டிருக்கலாம். திறமை இல்லை. மீண்டும் மணந்து இன்புற்று இருந்திருக்கலாம். ஆனால் மனம் இல்லை. தன் அத்தை

மகளின் நினைவு தேயவில்லை. மனம் இல்லை. ஆனால் இதில் தன்னை மறக்க மனத்தை அல்ல; உடலை சாந்தி பண்ண காசினியை நாடினார். ஆனால் அவர் இச்சையின் அடிமை அல்ல. வித்தையை அறிந்தவர். காசியினின் பாட்டினால் தன் நினைவுகளை மறந்தார். அவள் அழகில் அவர் உடல் ஆறுதல் அடைந்தது. மிஞ்சியது வாஸவதத்தை வாழ இஷ்டம் மடிந்துவிட்டது. உடல் கொஞ்சநாள் போராடிப் பார்த்தது. ஆனால் என்ன பயன்? மனம் மடிந்த பிறகு எத்தனை நாள்தான் போராடி வாழ முடியும். சீக்கிரமே போய்விட்டார். தன் சொத்தையெல்லாம் வாஸவதத்தைக்கு வைத்துப் போனார். இவர் ஒரு புதிர் அல்லவா?

மகளும் அப்படி இருப்பது சகஜம்தானே.

வாஸவதத்தை ஒரு விதிவிலக்கு. எப்படி?

வாஸவதத்தை தன் குலத்தொழிலை தீவிரமாக வெறுக்கவில்லை. அது பாவம் என்று கருதவில்லை; அவளுக்கு அது பிடிக்கவில்லை. அவ்வளவுதான். அதுவும் ஒரு தொழில். இதர தொழில்களைப் போல் என்று ஒப்புக்கொண்டாள். ஆனால் வைத்தியனின் மகன் வைத்தியனாகத்தான் இருக்க வேண்டுமா? முடியாவிட்டால்? பிடிக்காவிட்டால்? இதுவே பலருக்குப் புரியவில்லை. அவள் மேலும் சொன்னாள்: “எனக்கு ஒரு தொழில் இருக்க வேண்டும் என்று அவசியமே இல்லை. என் தகப்பனார் வைத்துப்போன சொத்து இருக்கிறது. பொருளுக்குக் குறைவில்லை. என் நாட்டியமும் என் பாட்டும் இருக்கின்றன. அறிய அவா இருக்கிறது. அவ்வளவுதான் எனக்கு வேண்டும். பின் யாரையாவது பார்த்து மணம் செய்து கொள்வதுதானே? மணமும் ஒரு தொழில்தானே? ஒருவருடன் வாழ்க்கை பூராவாக வாழ்ந்தால் என்ன? பலருடன் கொஞ்ச கொஞ்ச நேரத்திற்குக் கூடினால் என்ன? பெயர்தானே வித்தியாசம்” என்றாள்.

ஆம். வாஸவதத்தை ஒரு புதிர்தான். முயன்று முடியவில்லை என்று விட்டுவிட்டார்கள். ஆனால் நாம் அவள் மனதைப் பின்தொடர்வோம். இறுதியில் புதிர் புரியலாம்.

மனம், இதயம், உடல் மூன்றும் எல்லாருக்கும் உண்டு. ஒவ்வொருவரிடத்தில் ஒவ்வொன்றின் ஆதிக்கம்

பிரதானமாயிருக்கலாம். ஆனால் மூன்றின் இச்சைகளும் பூர்த்தியாகவேண்டும். இல்லாவிடில் வாழ்க்கை பூரணமடையாது. வாஸவதத்தைக்கு மனம் பிரதானம். இதயம் இரண்டாவது. மனம்தான் வழிகாட்டவேண்டும். இதயம்தான் கைப்பிடித்து அழைத்துச் செல்லவேண்டும். இல்லாவிடில் உடல் உயிரற்ற சடலம். இச்சை இல்லை: இன்பமில்லை. ஆணும் பெண்ணும் கூடுவது இரு உள்ளங்கள் தங்கள் வாழ்க்கையைப் பகிர்ந்துகொண்டு நடத்தும் நாடகத்தில் ஒரு காட்சியா, அல்லது அதுவே நாடகமா?

மனத்தின் ஆதிக்கம் பிரதானமாக இருப்பவர்களுக்கு இதயத்தில் தாகமிருந்தால்தான் உடலில் இச்சை பிறக்கும். வாஸவதத்தை உண்மையிலேயே ஒரு கலைப்பெண். கலை அவள் தொழில் அல்ல. இதனால்தான் அவள் இதயமும் உடலும் அவள் கலையிலேயே திருப்தி அடைந்துவிட்டன. ஆனால் மனம்? மனம்? மனம் அறிவை நாடிற்று. அதனால் தான் அவள் உபகுப்தனை நாடினாள். தன்னைத்தானே ஏமாற்றிக்கொள்ளவில்லை. அவளுக்கும் தெரியும், இந்த நாட்டம் ஆத்மார்த்த சிநேகத்தோடு நின்றுவிடாது என்று, ஆனால் ஏன் பயப்படவேண்டும். மனமும் இதயமும் உடலும் சேர்ந்து ஒன்றை நாடுவதுதானே போராட்டமற்ற சாந்தி. அவளைக் கொண்டது மோகமல்ல, அதைவிடத் தீவிரமான ஆத்மா தாகம்.

'வேளை வந்ததும் வருவேன்' என்று சொல்லிப்போன உபகுப்தன் எங்கே? வேளை வருமா? ஆனால் இவை பற்றி வாஸவதத்தை கவலைப்படவில்லை. பொறுமையுடன் காத்திருந்தாள். காத்திருப்பதும் ஒன்றும் கஷ்டமாக இல்லை. சந்தேகம் இருந்தால்தான் கடினம். அவள் உள்ளத்தில் சந்தேகமே இல்லை. இஷ்டப்படி இஷ்டப்பட்டதைப் படித்தாள். தனிமையில் தன்னையே ஆராய்ந்துகொண்டாள். தன் கலையைச் சிரத்தையுடன் பயின்று வந்தாள். கூட்டங் கூட்டமாக ஜனங்கள் வந்து போற்றினர். ஆனால் அது அவளைப் பாதிக்கவில்லை. பிறரைத் திருப்திசெய்ய அவள் பாடவில்லை, நாட்டியமாடவில்லை. பாடுவதும் ஆடுவதும் தன் சுய சந்தோஷத்திற்கு அவசியம் என்றறிந்து பாடினாள், ஆடினாள். வந்தவர் போற்றிப் புகழ்ந்து சென்றனர்.

பிறரைத் திருப்தி செய்வதற்காக இல்லை. திடீரென்று புது எண்ணங்கள் எழும்பின. ஏன் கூடாது? பிறரைத் திருப்தி ஏன் செய்யக்கூடாது? தன் இச்சைகளைப் பூர்த்தி செய்துகொள்வது, தன் மனத்திற்குச் சாந்தி தேடுவது, தன் இதயத்திற்கு ஆறுதல் தேடுவது, தன் உடலுக்குச் சுகம் தேடுவது, இதுதானா வாழ்க்கை? பிறருக்காக வாழ்ந்தால்? இன்னொருவருக்கு திருப்தி அளிப்பது அவ்வளவு கேவலமான காரியமா?

வாசலில் யாரோ கூப்பிடும் சத்தம் கேட்டது; பலவீனக் குரல், நோயுற்ற குரல். வெளியே போய்ப் பார்த்தாள். முப்பது வயது இருக்கும் - ஒரு புருஷன், பிச்சைக்காரனா? இவ்வளவு பணிவின்றி நிற்கிறானே? கண்களிலும் தன் மரியாதை இழந்தவனின் பார்வையாகத் தோன்றவில்லையே, இவர் யார்? தாரித்ரியன். ஆனால்...

அவரே விளக்கினார். "பத்து வருஷங்களுக்கு முன் இந்த மாதிரி ஒருநாள் வரும் என்று எனக்குத் தெரியாது. ஆனால் அன்று என் தகப்பனார் வீட்டிலிருந்து புறப்பட்ட போது என்ன உற்ஸாகம், என்ன திமிர்? நான் ஒரு பெரிய சிற்பியாகிவிடுவேன் என்ற மமதை என் உலகம் காத்து நிற்கிறது என்ற கர்வம், இன்று? நீங்கள் யார்? இந்த ஊர் எது? ஒன்றும் தெரியாது இருந்தும் கதவைத் தட்டுகிறேன். 'பசிக்கிறது. ஏதாவது கொடுங்கள்' என்று கேட்கின்றேன். 'நடந்து நடந்து கால் கடுக்கிறது. திண்ணையில் படுக்கலாமா' என்கிறேன். வெட்கமாக இருக்கிறது. திறமையற்ற ஏழை. நெட்டைக் கனவுகள் ஏன் கண்டேன்? சிற்பமாம், கலையாம், பயித்தியம். எளிமையின் சாந்தத்தையும் இழந்தேன்..."

சாப்பிட்டுக்கொண்டே இந்தக் கதையெல்லாம் சொன்னார். அவர் சாப்பிடுவதைப் பார்க்க வாஸவதத்தைக்குப் பயமாக இருந்தது. இவ்வளவு பசி இருக்கமுடியுமா? பாவம். வாழ்க்கை பூராவாக ஒரு துன்பத்தொடர், சுகம் இல்லை. ஒரு நிமிஷத்து இன்பமில்லை. சிதைந்த கனவுகள். உடைந்த கோட்டைகள். அவர் பேசிக்கொண்டேயிருந்தார்; தூரத்தில் யாரோ பாடிக்கொண்டிருப்பதுபோல் அவர் குரல். அவள் எண்ணங்களுக்குப் பின்னணி இசைத்தது. இந்த மாதிரி சம்பத்து நிறைந்த ஒரு வீட்டிற்குள் இவர் நுழைந்ததேயில்லை.

பட்டுக்கம்பளத்தில் உட்கார்ந்து தங்கத்தட்டிலிருந்து சாப்பிட்டதில்லை. அழகான சித்திரங்களையும், சிற்பங்களையும் கண்ணால் கண்டதும் இல்லை. வயிறார ருசியான ஆகாரம் சாப்பிட்டு எத்தனை நாள் ஆயிற்றோ? வாஸவதத்தை சட்டென்று எழுந்துபோய் வீணையை எடுத்துவந்து மீட்டிப்பாட ஆரம்பித்தாள். அவர் சாப்பிட்டுக்கொண்டே இருந்தார். இந்த இரவை அவர் வாழ்க்கையிலேயே ஒரு தேயா நினைவாக்க வேண்டும் என்ற அவா வாஸவதத்தையின் உள்ளத்தை வந்து கவ்விக் கொண்டது. ‘இந்த இன்பம் போதும் - என் வாழ்க்கையின் துன்பத்திற்கெல்லாம் இது ஈடு’ என்று அவர் நினைக்க வேண்டும்.

வெகுநேரம் பாடினாள். அங்கே சாப்பிட்ட இடத்திலேயே பலகையில் சாய்ந்து கொண்டு கேட்டுக்கொண்டிருந்தார். ஆனால் இன்னும் அவர் முகத்தில் திருப்தி தோன்றவில்லை. மெல்ல எழுந்து வெளியே நந்தவனப் பக்கம் சென்றாள், மெல்லிய நிலா மனதைக் கலக்கியது. உள்ளே கதகதப்பாய் இருந்தது. இங்கு தேவலை. அவர் வந்து பின்னே நின்றார். வாஸவதத்தை திரும்பினாள். அப்படியே வெகுநேரம் நின்று கொண்டிருந்தார். ‘இந்த இன்பம் போதும் - என் வாழ்க்கைத் துன்பங்களுக்கெல்லாம் இது ஈடு’ என்ற அவர் பேசா வார்த்தைகள் அவள் காதில் உரக்க ஒலித்துக்கொண்டிருந்தன. பக்கத்திலிருந்த பலகையில் அவரை இழுத்துச்சென்று உட்கார்ந்தாள். பரபரப்பின்றி, ஒரு தெய்வத்திற்கு பூவெடுத்தெறிந்து அர்ச்சனை செய்யும் பக்தனின் பரவச சாந்தியுடன், அவள் முந்தாணி நழுவி கீழே விழுந்து புரண்டு கொண்டிருந்தது. அந்தக் கலையற்ற கலைஞன் விம்மி விம்மி அழுதான். பயந்த குழந்தையைத் தேற்றவதுபோல் அவனை மார்போடணைத்துக் கொண்டு தட்டிக்கொடுத்தாள். கைக்குழந்தையைத் தூங்கவைப்பது போல் முன்னும் பின்னும் அசைத்தாட்டி அன்பளித்தாள், தன்னிடம் அழைத்துக்கொண்டாள்.

மழை சோவென்று பெய்கிறது. இடி, மின்னல், கடுங் குளிர், கூடற்ற ஒரு குருவி ஜன்னல் ஓரத்தில் பதுங்கி குளிரில் நடுங்கிக்கொண்டு இருக்கிறது. உள்ளே ‘கம்’ மென்று சுகம் வீசுகிறது. யாரோ கதவைத் திறந்து குருவியை உள்ளே

அழைத்துச் செல்கின்றனர்.

காலை மூன்று மணி இருக்கும். இருமிக்கொண்டே எழுந்தான். கீழே விழுந்து கிடந்த கிழிந்த வஸ்திரத்தை எடுத்து உடுத்திக் கொண்டான். துண்டைத் தட்டி மேலே போட்டுக்கொண்டான். தன் மனதில் ஒலித்துக் கொண்டிருந்த வார்த்தைகளை அவன் குரல் பேச வாஸவதத்தை காதில் விழுந்தது.

'உன் பெயர் எனக்குத் தெரியாது. நீ செய்த தர்மத்திற்கு நான் என்ன கைம்மாறு செய்யமுடியும்? ஆனால் இது உண்மை: இந்த இன்பம் போதும், என் வாழ்க்கைத் துன்பங்களுக்கெல்லாம் இது ஈடு... இவ்விரவு என்றும் என் கூடவே இருக்கும். என் ஜன்மத்தில் இனி பகல் கிடையாது.' அவன் கூறிய கடைசி வார்த்தைகள் அவளைத் திடுக்கிடச் செய்தன. 'என் ஜன்மத்தில் இனி பகல் கிடையாது.' இனி அவன் வாழ்க்கை பூராவாக இருள் படர்ந்திருக்கச் செய்ததுதானா அவள் நன்கொடை? திருப்தியளிக்கச் சென்று தீரா அதிருப்தியைத்தானே கொடுத்தாள். பரபரப்போடு ஏதோ கேட்க வந்தாள். அதற்குள் அவர் புறப்பட்டுப் போய்விட்டார். தன் நோயை அவளிடம் விட்டுவிட்டு. பிறருக்குப் பணியாற்ற முயலுவதும் பேதமைதான்!

பாடவும் முடியவில்லை, ஆடவும் முடியவில்லை, குடலைக் கலக்கும் இருமல். எத்தனை நாள் இன்னும்? ஆனால் அவள் கவலைப்படவில்லை. சாந்தம் ததும்பும் முகத்துடன் சாளரத்தின் ஊடே வெளியே ஆகாயத்தில் வெள்ளிப் பாய் கட்டி மிதந்து செல்லும் முகிற்கலங்களைப் பார்த்துக்கொண்டிருந்தாள்.

காவித் துணியணிந்த பிக்ஷு உபகுப்தன் அங்கு வந்தான். வாஸவதத்தை இருமிக்கொண்டு உட்கார்ந்திருந்ததைப் பார்த்து நின்றான். சஞ்சலமற்ற திருஷ்டியுடன் வாஸவதத்தை அவனை நோக்கினாள். அனுபவத்தில் பக்குவமடைந்த அவள் மனம் இப்பொழுது அறிவை நாடவில்லை.

"வேளை வந்தது..." என்றான்.

"இல்லை-வந்து போய்விட்டது" என்று கூறி உள்ளே எழுந்து சென்றாள் வாஸவதத்தை.

★

கட்டுண்டோம்

போன வருஷம் ஆகஸ்ட் மாதம் ஒருநாள். பிற்பகல் மூன்று மணியிருக்கும். மோகன்லால் தன் மேஜையின் முன் உட்கார்ந்து ஏதோ வேலை பார்த்துக்கொண்டிருந்தான்- லாஹூரில், தன் ஆபீஸில்.

வேலையில் மனம் ஓடவில்லை. மனம் முழுதும் குழப்பம், கிலேசம், பயம். நாட்டுப்பிரிவினையின்போது தன்னை இந்தியாவில் எங்காவது மாற்றிவிடும்படி மேலதிகாரிகளைக் கேட்டிருந்தான். அவர்களும் ஒப்புக்கொண்டு விட்டனர். ஆனால் பம்பாயில் கம்பெனியின் தலைமைக் காரியாலயத்திலிருந்து இன்னும் உத்தரவு வரவில்லை; எந்த நிமிஷமும் வரலாம் டெலிபோன் மூலமாகக்கூட. இதயக் குமுறலுடன் எதிர்பார்த்திருந்தான். இந்த நிலையில் எப்படி வேலை செய்ய முடியும்?

படாரென்று கதவு அடித்துக் கொண்டது. மிகுந்த பரபரப்புடன் கரீம் உள்ளே ஓடி வந்தான்.

"மோகன்! மோகன்!"

"என்ன கரீம்?"

"என்னவா! இங்கு நீ என்ன செய்கிறாய்! ஊரெல்லாம் அமளி..."

"என்ன?"

“ஆமாம், மோகன் நான் சொன்னால் கேட்டாயா?. பயித்தியம் தலைக்கேறி வருகிறது. நேரமிருக்கும்போது தப்பி ஓடு என்றால் சிரித்தாய்...”

“சிரிக்காமல் என்ன செய்வது? நாட்டைப் பிரித்து விட்டால் நட்பு முறிந்து விடுமா? மனம் அரசியலுக்கும் பூகோளத்திற்கும் அப்பாற்பட்டது!”

“மனதைக் கட்டிக்கொண்டு அழு! உடல் என்ன ஆவது?”

“உடல் மடியலாம். மனம்...”

“மண்ணாய்ப் போக வேண்டியதுதான்! போ. போய்ப் பார்-உன் வேதாந்தம் சாவதை!”

“போகிறேன், கரீம், அவசரப்படாதே, வேண்டாத வீட்டிலிருக்க எனக்குப் பிரியமா? பம்பாயிலிருந்து உத்திரவு வந்ததும் போகிறேன்...”

“அதுவரை நீ இருந்தால்... மோகன்! முட்டாள்! வெளியே போய்ப்பார்-எங்கும் அலங்கோலம். ஊர் எரிகிறது, வீதியில் ரத்தம் ஆறாய் ஓடுகிறது!”

“பயந்தது நேர்ந்து விட்டதா?”

“நேர்ந்திருப்பது பயந்ததைப் பார்த்துப் பேய்ச்சிரிப்பு சிரிக்கிறது. வெறியும் யமனும் கைகோர்த்துக் களிநடனம் புரிகிறார்கள். அறிவும் நீதியும் எங்கோ போய் ஒளிந்துகொண்டுவிட்டன?”

“கவலைப்படாதே. தருமத்தின் வாழ்வதனைச் சூதுகவ்வும்; தருமம் மறுபடி வெல்லும்...”

அன்று மாலை மோகன்லால் வீடு திரும்பிய போது, அவன் இருபது வருஷமாக வாழ்ந்து வந்த வீடு அங்கு இல்லை.

மோகன்லால் டெல்லிக்கு வந்து அங்கு காத்து இருந்தான்.

கிருஷ்ணா வருவாளென்று!

கீதாவைத் திரும்பப் பார்ப்போமென்று!

ஊர்மிளாவை மீண்டும் காண்போமென்று!

தருமம் மறுபடி வெல்லுமென்று காத்திருந்தான் மோகன்லால்.

ஒரு மாதத்திற்கு மேல் ஒருவரைப் பற்றியும் ஒரு தகவலும் இல்லை. பிறகு ஒருநாள் திடீரென்று கீதா வந்து சேர்ந்தாள்.

"கீதா? கீதா?"

"ஆமாம். மோகன், நானேதான், என் ஆவியல்ல..."

"வாம்மா, வா. இப்படி உட்காரு... உனக்கு உடம்பு ஒன்றுமில்லையே..."

"மோகன், மென்று முழுங்காதே. நடந்தது நடந்தாகி விட்டது. அதைப்பற்றி பேசாதே. நாம் மறந்துவிட வேண்டும்."

"மறந்து விட முடியுமா உன்னால்?"

"முடியாது... ஆனால் அதைப்பற்றிப் பேசினால் புண்ணில் கோலைவிட்டுக் கிளறுவது போல்தானிருக்கும்..."

"வருத்தப்படாதே கீதா..."

"வருத்தமா? வருத்தம் எதற்கு? நாமெல்லாம் மோகன், இளமையில் இலட்சியப் பித்தர்கள். உயிர் நூலை நம்பாமல் மனிதப்பிறவி மிருக இனத்திற்கு அப்பாற்பட்ட ஒரு உயர் சிருஷ்டி என்று கூட எண்ணிவிடுகிறோம். அதற்கெல்லாம் நல்ல மாத்து இந்த மாதிரி ஒரு அனுபவம்!"

அதற்குமேல் கீதா பேச மறுத்தாள். சாதாரணமாக ஒன்றுமே நேராததுபோல்தான் நடந்து கொண்டாள். ஆனால் அதன் பிறகு, அவள் பாட்டில் ஞானமிருந்தது. இனிமை இல்லை. அவளிடம் அறிவு வலுத்தது. மனத்து ஈரம் உலர்ந்தது; அவள் சிரிப்பில் ஒரு கரகரப்பு ஒலித்தது. கேட்ட பேருக்கு சாப்பிடும்போது தவறிப்போய்க் கல்லைக் கடித்துவிட்டால் உண்டாகும் உணர்ச்சி ஏற்பட்டது.

மோகன் மனைவி கிருஷ்ணாவைப் பற்றி செய்தியே இல்லை. அகதிகள் முகாமுக்குப் போய்ப் போய் அலுத்து விட்டது மோகனுக்கு. எத்தனையோ பேர்களை - நண்பர்கள், அதிகாரிகள், பந்துக்களைச் சென்று பார்த்து விசாரித்தான். ஒன்றும் தெரியவில்லை. மாதம் ஆறாயிற்று.

படித்துக்கொண்டிருந்த தினசரியைக் கீழே வைத்து விட்டு கீதா சொன்னாள். "மோகன், குருதாஸ்பூரில் அகதிகளுக்கென்று ஒரு ஆஸ்பத்திரி வைத்திருக்கிறார்களாமே, அங்கு போய்ப் பார்த்துவாயேன்..."

"கிருஷ்ணா ஆஸ்பத்திரிக்கு ஏன் போக வேண்டும்?"

"அடிபட்டிருக்கலாம். தப்பி வரும்போது விபத்து ஏதாவது நேர்ந்திருக்கலாம்..."

"எழுதியிருக்க மாட்டாளா?"

"எழுத முடியாவிட்டால்?"

"ஆஸ்பத்திரியில் எத்தனை பேர் இல்லை; யாரிடமாவது சொன்னால்...."

"சொல்லத் தெரியாவிட்டால்...."

"என்ன கீதா... என்ன சொல்கிறாய்?"

"போய்ப் பார்த்து வாயேன்..."

மோகன் குருகாஸ்பூர் முகாம் ஆஸ்பத்திரிக்குப் போயிருந்தான். அங்குதான் கீதா சொன்னது புரிந்தது அவனுக்கு. நினைவு இழந்தவர், புத்தி தடுமாறினவர், சித்த சுவாதீனம் மங்கியவர்... எத்தனையோ பேர்!

ஓர் அறையில் கிருஷ்ணா தனியாக உட்கார்ந்திருந்தாள். டாக்டர் சொன்னார், "போய்ப் பேசிப் பாருங்கள்... ஆனால் தயவுசெய்து ஜாக்கிரதையாக..."

"ஏன்? ஏதாவது ஆபத்தான முறையில்..."

"இல்லை இல்லை. ஜாக்கிரதையாகப் பேசுங்கள் என்றேன். அவருக்கு உடம்பும் சரியாக இல்லை..."

மோகன் உள்ளே போனான். கிருஷ்ணா திரும்பிப் பார்த்தாள். புன்சிரிப்புடன் வரவேற்றழைத்தாள். "கிருஷ்ணா! ஓ, கிருஷ்ணா!" - திடீரென்று அவள் முகம் மாறிற்று. சிரிப்பைக் காணோம்... கோபமாகக் கேட்டாள்.

"நீ ஏன் இங்கு வந்தாய்?"

“கிருஷ்ணா. என்ன இது? எத்தனை மாதமாக உனக்காகத் தேடி வருகிறேன்...!”

மறுபடியும் அவள் பாவம் மாறிற்று. சாக்லேட்டை சேற்றில் தவறிப்போட்டுவிட்ட குழந்தை போல் அழ ஆரம்பித்தாள்.

“இதெல்லாம் எவ்வளவு ரகசியமாக வைத்திருந்தேன். நீ சொல்லாமல் வந்து எல்லாவற்றையும் கண்டுபிடித்து விட்டாய்...”

மோகனுக்கு ஒன்றுமே புரியவில்லை.

“கிருஷ்ணா. இதோ பார். நீ எதையெல்லாமோ நினைத்துக்கொண்டு பயப்படுகிறாய்...”

“பயமோ, விளையாட்டுக்காக எல்லாம் ஏற்பாடு செய்திருந்தேன். நீ எல்லாவற்றையும் கெடுத்துவிட்டாய்.”

இது என்ன குழந்தைத்தனம்!

“சரி நான் போய்விடுகிறேன். நீ தயாரான பிறகு கூப்பிடு.”

“ஊஹூம்...” ஓடிவந்து மோகனை இறுகக் கட்டிக் கொண்டுவிட்டாள். “என்னைத் தனியாக இவர்களுடன் விட்டுப் போகாதே...”

“இவர்களைக் கண்டு பயப்படலாமா? டாக்டர், நர்ஸ்...”

“பொய், இவர்கள் எல்லாருமாகச் சேர்ந்து என் குழந்தையைக் கொல்லப் பார்க்கிறார்கள்...”

“குழந்தையா?”

“ஆமாம். அதுதான் என் ரகசியம்.” நம்ப முடியாத வகையில், மீண்டும் முதிர்ச்சியற்ற பச்சை மனம் படைத்த குழந்தை மாதிரி பேச ஆரம்பித்தாள். “அதுதான் என் ரகசியம்! உனக்குத் தெரியாதே!”

“என்ன கிருஷ்ணா... என்ன சொல்கிறாய்...”

“எனக்கு ஒரு குழந்தை பிறக்கப்போகிறது. அதை இவர்கள் எல்லாம் கொன்றுவிடப் பார்க்கிறார்கள்...”

“அப்படியானால் நாம் வீட்டுக்குப் போய்விடலாம். வா.”

"கூடாது. நான் வரமாட்டேன்..."

"பின்?"

"இவர்களை நான் விட்டுவிடுவேனா?" பச்சோந்தியின் நிறம் போல் அவள் பிரமை பிடித்த மனம் மீண்டும் ஒருதரம் மாறிற்று. ஒரு பயங்கர நிதானத்தோடு பேசினாள். வேறு ஒரு சப்தமும் இல்லாத மௌனத்தில் ஐஸ் கண்ணாடி டம்ளரில் மோதினால் ஏற்படும் நாதமற்ற வெற்றொலி கேட்டது அவள் குரலில். ஒரு உயிருள்ள பெண் பேசுவது போலவே இல்லை. சூன்யத்துக்கு வாயிருந்தால்... "இதோ என் வயிற்றில் வளர்ந்து வரும் இந்தக் குழந்தை பிறந்ததும்... இவர்களை விட்டு விடுவேனோ நான்... அதை நானே எடுத்துக்கொண்டு போய், சரியாக இரவு பன்னிரண்டு மணிக்கு, ஆந்தை கத்தும் சமயம் பார்த்து கிணற்றில் போட்டு விடுவேன்..."

டாக்டர் சொல்லப் பார்த்ததும் புரிந்தது மோகனுக்கு.

★★★

கடைசியில் ஊர்மிளாவைப் பற்றியும் தகவல் கிடைத்தது. அவளே கடிதமெழுதினாள்:

"பிரியமோகன்!

அன்று பிற்பகல் என்ன நேர்ந்தது? என்னைக் கேட்காதே! எனக்குத தெரியாது.

நாலுமணியிருக்கும். நானும் கிருஷ்ணாவும்தான் வீட்டில் தனியாக இருந்தோம்: சமையல்கார மாமி எங்கோ வெளியே போயிருந்தாள். கீதா இன்னும் காலேஜிலிருந்து வரவில்லை. நானும் கிருஷ்ணாவும் கூடத்தில் உட்கார்ந்து ஏதோ துணி தைத்துக் கொண்டிருந்தோம்.

என்ன நேர்ந்தது? மோகன், என்ன நேர்ந்தது? வானம் பிளந்ததா? நரகம் இறங்கி வந்து நம்மைக் கொண்டதா? கவிதான் சிரித்தானா?

மோகன், இப்பொழுது எனக்கு வயது முப்பது. உன் அண்ணா இறந்து பத்து வருஷமாகிறது. அன்று முதல் நேற்று வரை

நீதான் என் மகன் போல் என்னைப்பார்த்து வந்துள்ளாய். நான் உன் மன்னி. ஆனால் பார்ப்பவர் எல்லாம் நீ என் தம்பி என்றுதான் நினைக்கிறார்கள். விதி செய்த வினைக்கு யாரும் பொறுப்பாளியல்ல. அவர் போய்விட்டார். இருபது வயதில் கைம்பெண்ணானேன். இதெல்லாம் தவிர்க்க முடியாத குறைகள்தான். அதைச் சொல்லவில்லை. வேறு குறை எனக்கு இருந்ததே கிடையாது. ஆனால்....

புரிந்து கொள்ளப் பார், மோகன். இது உன் தவறு அல்ல. உன்னால் செய்யக்கூடியது ஒன்றுமில்லை. என் வாழ்க்கை பத்து வருஷமாக ஒரு உப்புச் சப்பற்ற பாலைவனம், சுக துக்கமற்ற நிச்சஞ்சல நிலை எய்திவிட்டோம் என்று என்னை நானே ஏமாற்றிக்கொள்ளப் பார்த்தேன். இந்தத் தன்னேமாற்றத்தில் வெற்றியும் பெற்றுவிட்டேன். ஆனால் நான் வாழ்ந்து வந்தது மரக்கட்டை வாழ்க்கை, படிப்பும், உலகனுபவமும் அற்ற கைம்பெண் என்ன செய்ய முடியும்? கெட்டலைந்து ஊர் சிரிக்கச் செய்யாமல் இருந்தால் போதாதா? போதும். ஆனால் என்னால் உன்னிடம் திரும்பிவர முடியாது மோகன்.

காமம் ஒரு வெறி என்று சொல்கிறார்கள். ஆனால் அது நோயும் கூட என்பதை மறந்துவிடுகிறார்கள்! டெட்டால் போட்டு அலம்பிக் கொண்டால் தண்ணீரைக் கொதிக்க வைத்துக் குடித்தால் இந்தத்தொத்து நோய் நம்மை அணுகாமல் தப்பிவிடமுடியாது. நம் அருகே வந்தால் பிடித்துக் கொள்ளும். கிட்டே வராமல் இருந்தால் அது நம் அதிர்ஷ்டம்.

எப்படிச் சொல்வது என்று தெரியவில்லை. சொல்லாமலிருக்கவும் மனம் வரவில்லை மோகன். ஊகித்துப் புரிந்துகொள்ளப்பார்.

அன்று முதல் இன்று வரை நான் பார்த்ததும் கேட்டதும் பட்டதும் அனுபவித்ததும், மானம், வெட்கம் அறிவு ஏதாவது ஒன்றாவது உள்ள எந்த மனிதப் பிறவிக்கும் தாங்கமுடியாத வெறுப்பை, துக்கத்தை. மனக்கொந்தளிப்பை மூட்டியிருக்கும். ஆனால் நானோ, மானம், வெட்கம், தன் மதிப்பு எல்லாவற்றையும் இழந்து விட்டேன். முன்பின் குடித்திராதவர் முதல் தரம் குடிக்கும்போது ஒரு அதிர்ச்சி உண்டாகிறது. அந்த அதிர்ச்சியின் பயனாக பிறகு மதுவை

அணுகமாட்டார்கள் சிலர். அதே அதிர்ச்சியின் பயனாக வேறு சிலர் மதுவின் அடிமையாகிவிடுகிறார்கள். மிருகத் தன்மையான, பேய்க்கொப்பான காமவெறிக்குப் பலியானால் அதன் விளைவாக அந்த அனுபவத்திற்குப் பிறகு, இயற்கையான, ஆரோக்கியத்திற்கு அவசியமான சிருங்காரத்திலும் துவேஷம், வெல்ல முடியாத ஒரு வெறுப்பு ஏற்பட்டுவிடலாம். அந்த வெறுப்பே ஒரு மன நோயாகக் கூட அமைந்துவிடலாம். கேள்விப்பட்டிருக்கிறோம்; ஆனால் அந்தமாதிரி எதிர்பாராத முன்பின் அறிந்திராத ஒரு கோர அனுபவம் நம்மையே காட்டு மிருகம் ஆக்கிவிடமுடியுமா? பேய்க்குப் பலியிடப்பட்ட பெண்ணும் பேயாகி விடுவாளா?

பக்தி ஒருவிதக் காதல் என்றால் காமமும் ஒரு வித பக்தியா? தீக்குள் விரலை வைத்தால் நந்தலாலா. நின்னைத் தீண்டுமின்பம் தோன்றுதடா நந்தலாலா!' பக்திக் கனலும் தீ; காமாக்னியும் தீ. கவியின் கருத்து இந்தக் கோர உண்மையா?

இது அழுக்கு, சாக்கடை; மானக்கேடு. ஆனால் இதில் விழுந்ததில் நானும் இதுவாகி விட்டேன்! என்னால் உன்னிடம் வர முடியவில்லை. மன்னித்துவிடு.

மன்னிப்பு? என்னை உலகம் மன்னிக்க வேண்டுமா? நான் உலகத்தை மன்னிக்க வேண்டுமா?

உன் மன்னியாய் இருந்த,
ஊர்மிளா

★★★

யாரோ மோகனைக் கேட்டார்கள். "தர்மத்தின் வாழ்வுதனை சூதுகவ்வும் தர்மம் மறுபடி வெல்லும் என்றாயே... தர்மம் வென்றதா?"

மோகன் பதில் பேசவில்லை. மனத்தின் அந்தரங்கத்தில் நினைத்துக் கொண்டான்: 'கட்டுண்டோம்; பொறுத்திருப்போம் காலம் மாறும்.'

★

விதி விலக்கு

"ரமா, மோகன் வாருங்கள். விளையாடலாம்" என்றேன். ரமாவும், மோகனும் ஓடிவந்தார்கள்.

"என்ன விளையாட்டு விளையாடலாம்?" என்று கேட்டான் மோகன்.

"வீடு கட்டி, அப்பா-அம்மா விளையாட்டு விளையாடலாம்." ரமாவின் யோசனை.

"சரி, நான்தான் அப்பா."

"ஐய்ய! நீ எப்படி அப்பாவாக இருக்கிறது? மோகன்தான் அப்பா, நீ அம்மா."

"நான் ஏன் அப்பாவாக இருக்கக்கூடாது? நான்தான் அப்பாவாக இருப்பேன்!"

மோகன் எப்பொழுதுமே அடங்கிப் போகிறவன். "சரி. நீயே அப்பாவாக இரு; நான் அம்மாவாக இருக்கிறேன்"

அது எனக்குப் பிடிக்கவில்லை. "நீ அம்மாவாக இருக்கக்கூடாது. பையன்கள் அம்மாவாக இருக்கலாமா?"

"பெண்கள் அப்பாவாக இருக்கலாமோ?"

“அதெல்லாம் எனக்குத் தெரியாது. நான்தான் அப்பாவாக இருப்பேன். ரமாதான் அம்மாவாக இருக்க வேண்டும்”

★★★

அப்பொழுது எனக்கு வயது பதினான்கு இருக்கும். தோட்டத்திற்குப் போய்ப் பூப் பறித்து வரலாம் என்று ரமா என்னைக் கூப்பிட்டாள்.

“நான் வரவில்லை.”

“ஏன்? என்ன செய்யப்போகிறாய்?”

“நான் ஆற்றில் நீந்தப்போகிறேன்...”

“தனியாகவா..?”

“ஏன் கூடாது?”

“அங்கு மோகனும் அவன் சினேகிதர்களும், குதித்து நீந்திக்கொண்டிருப்பார்கள்.”

“எனக்கு மட்டும் மரத்திலிருந்து ஆற்றில் குதிக்கத் தெரியாதா?”

“தெரியலாம். ஆனால், அப்படியெல்லாம் நாம் விளையாடக் கூடாது.”

“யார் சொன்னது?”

“என் அம்மா சொன்னாள்.”

“அப்படியென்றால் நீ வரவேண்டாம்...”

“உன் தாத்தா மட்டும் உன்னைப் போகவிடுவாரா?”

“அவர் ஒன்றும் சொல்லமாட்டார்.”

“இப்பொழுதெல்லாம் உனக்கு என்னைக் கண்டால் பிடிக்கவேயில்லை...”

“போ பைத்தியமே... உன்னைக் கண்டால் எனக்குப் பிடித்திருக்கிறது. மோகனைக் கண்டால்தான் எனக்குப் பிடிக்கவில்லை.”

“என்னோடுவர உனக்குக் கசப்பு.”

"உன்னோடு வர இல்லை ரமா. எனக்குப் பூப்பறித்து சிண்டு கட்டுவதும், அம்மானை ஆடிக்கொண்டு பாடுவதும் பிடிக்கவில்லை..."

"ஏனாம்?"

"என்னைக் கேட்டால்? அதெல்லாம் செய். உன்னைப் பார்த்துக்கொண்டிருந்தாலே, எனக்கு நேரம் ஓடிப்போய்விடும்."

"மோகனோடு போய்விட மாட்டாயே?"

"மாட்டவே மாட்டேன். பையன்கள் என்றாலே, எனக்குப் பாகல் காயாக இருக்கிறது."

"ரமா, ரமா? ஏன் ஓடி மறையப் பார்க்கிறாய்? நான் இங்கு வந்தால்கூட என்னோடு பேசக்கூடாதா?"

"இல்லை... நான் கொஞ்ச அவசரமாக..."

"மோகனைப் பார்க்கப்போக வேண்டும்!"

"ஆமாம். அதில் என்ன தவறு? உனக்கு ஆட்சேபணை ஒன்றும் இல்லையே?"

"நான் ஏன் ஆட்சேபிக்க வேண்டும்? உன்னிஷ்டம்."

"உனக்கு இஷ்டமில்லையோ..."

"யாரிடம்?"

"மோகனிடம்?"

"இல்லை..."

"பின்?"

"உன்னிடம்..."

"நம் சிநேகத்திற்கும் மோகனுக்கும் என்ன சம்பந்தம்? இவ்வளவு வயதாகியும் நம் சிநேகத்திற்கும், எனக்கு மோகனிடமிருக்கும்..."

"ஏன் தயங்குகிறாய்? சொல்லேன், காதலுக்கும்..."

"ஆம். நான் ஏன் பயப்படவேண்டும்? நாங்கள் காதலர்கள்தான்!"

“யோசித்துச்சொல். நீங்கள் காதலர்களா? உனக்கு அவனிடம் பாசமா?”

“என்ன?”

“நீங்கள் காதலர்களானால், மோகன் ஏன் என்னைச் சுற்றியலைகிறான்?”

“உளறாதே... எனக்காகத் தோப்பில் காத்திருக்கிறான் மோகன்...”

“நானும் வரட்டுமா?”

“பரிகாசம் போதும்.”

“பரிகாசமில்லை. பந்தயம்”

“என்ன பந்தயம்? அவன் அங்கு இருக்கமாட்டான் என்கிறாயா?”

“இருப்பான். ஆனால் நான் இடங்கொடுத்தால் உனக்காக இல்லை, எனக்காகக் காத்திருப்பான்.”

“உனக்கு அவன் வேண்டாமே?”

“வேண்டவே வேண்டாம். நீயே வைத்துக்கொள்... ஆனால், ஒன்றே ஒன்று சொல்... இந்தக் காதல் என்கிறாயே, இது என்ன? எனக்குப் புரியவில்லையே!”

“விளையாடுகிறயா?”

“இல்லை ரமா. நிஜமாக...”

“அது உனக்கு நேர்ந்தால்தான் தெரியும்.”

“உனக்குத் தெரிந்ததைச் சொல்லேன்....”

“அதையெல்லாம் சொல்ல முடியாது.”

“அனுபவித்து அறிந்துகொள்ளத்தான் முடியுமோ?”

“ஆமாம்.... காதல் அன்பு கடந்த ஆசை; அறிவுக்குள் அகப்படாத அனுபவம்...”

“அப்படித்தான் இருக்கிறது எனக்கு உன்னிடம்...”

“அசடே நீ சொல்வது சிநேகம். தோழமை...”

“நீ சொல்வது?”

“ஒரு உணர்ச்சிச் சித்திரம்... அந்த உணர்ச்சி, உடலை என்னமோ செய்யும். நீ பெரிதாகிப் பெரிதாகி உன்னுள் அவன்போல் இருக்கும்... நீ சிறிதாகிச் சிறிதாகி அவனுள் நீ மாதிரிபடும்... ஊன் உருகி இளகின மனதுடன் கலந்து உடல் கரைந்து மறைந்தது போல் தோன்றும்... அது ஒரு பைத்தியம்.”

“எனக்குப் புரியவில்லை.”

★★★

“தாத்தா வேண்டாமே எனக்கு இந்தக் கல்யாணம்...”

“என்னம்மா. நீ இன்னம் குழந்தையா? இந்த மாதிரி தனியாக இருந்தால் அழகா... நம் அந்தஸ்து...”

“நம் அந்தஸ்து இருக்கட்டும். என் வாழ்க்கை என்ன ஆவது?”

“புதிதைக் கண்டு பயப்படலாமா?”

“இதில் புதிது என்ன? சரித்திரம் வந்த காலமாக இந்த விவாக ஏற்பாடு இருந்து வந்திருக்கிறது.”

“உனக்குப் புதிது. தாயில்லாத பெண்... உனக்கு எவ்வளவோ சமாசாரங்கள் தெரியாது. புருஷன் அதுவும் கிழவன் வளர்த்த பெண்....”

“பெண்ணறியாத பிராணியா நான்? என்னை வளர்த்த அத்தை இல்லையா? என் தோழிகள்?”

“அவர்கள் உன் பெண்மையை உனக்கு விளக்கவில்லையே!”

“என்னிடம் பெண்மை இல்லாவிட்டால்?”

“இது என்ன பேச்சு? விளையாடாதே.”

“விளையாடவில்லை தாத்தா. நிஜமாகவே எனக்குக் கல்யாணம் தேவையில்லை. என் வாழ்வில் ஒரு புருஷனுக்கு இடமில்லை...”

“அப்படிப் பேசாதே... நீ தவ கன்னியா? அல்லது உனக்குத் தீரா வியாதியா?”

“காட்டிற்குப் போய் தவம் செய்ய எனக்கு மனமில்லை,

அர்த்தமற்ற முறையில் காலத்தை வீணாக்க நான் தயாரில்லை. என் உடம்புக்கு என்ன? என் வயதில் மீதிப் பெண்களுக்கு வரும் இச்சைகள் எனக்கு வராதது நோயானால்...”

“நீ ஏதோ விளையாட்டாக இஷ்டப்படி இருந்து விட்டால் எல்லாம் சரியாகிவிடும்.”

“சரியாகாவிட்டால் அவன் கதி என்ன?”

“கதியா? உன்னை மனைவியாகப் பெறுவது அவன் அதிர்ஷ்டம்.”

★★★

“ஏன் ரமா ஏன் இப்படித் தனியாக இங்கு உட்கார்ந்திருக்கிறாய்?”

“ஏன் கூடாது?”

“கூடாது என்று சொல்லவில்லை.”

“சொல்லித்தான் பாரேன்”

“ரமா, உனக்கு என் மேல் கோபமா?”

“கோபித்து என்ன பிரயோஜனம்? அவனுக்கு உன்னைக் கண்டால்தான் பிடித்திருக்கிறது...”

“எவனுக்கு!”

“மோகனுக்கு...”

உரக்கச் சிரித்துவிட்டேன்.

“நீ சிரிப்பாய் என்றுதான் சொன்னேன். முடவன் கொம்புதேனுக்கு ஆசைப்படுகிறான்...”

“ஐயோ ரமா... அதற்காக நான் சிரிக்கவில்லை, கவியின் கற்பனையில்தான் இதெல்லாம் நடக்கும் என்று நினைத்தேன்... வாழ்க்கையில் கூட நேருவதைப் பார்த்தால் சிரிப்பு வந்தது.”

“என்ன நேர்ந்தது சிரிக்க?”

“உனக்கு மோகன் வேண்டும்”

“மோகனுக்கு நீ வேண்டும்.”

"எனக்கு நீ வேண்டும்"

"ஐயோ, இந்த விரசப்பேச்சை விடமாட்டாயா? எந்தக் கவி இந்த மாதிரி கற்பனை புனைந்தான்...?"

"இது கற்பனையல்ல, நிஜம்"

"உன் நிஜமும் நீயும்... வா போகலாம் மழைவரும் போலிருக்கு..."

"உண்மையை ஒப்புக்கொள்ள மறுத்தால் அது பொய்யாகி விடுமா? இல்லை மறைந்துவிடுமா?"

"இயற்கைக்கு விரோதமானது உண்மையாகாது"

"நான் செயற்கைப் பொருளா?"

"விரசமாப் பேசாதே!"

"அன்பும் இரக்கமும், அழகை விரும்புவதும், நட்பிற்கு ஏங்குவதும் விரசமா?"

"வா, போகலாம். நேரமாகிறது."

நாங்கள் மழைக்குத் தப்பி அவசர அவசரமாக வந்து கொண்டிருக்கும்போதே, இடியும் மின்னலும் ஆர்ப்பாட்டம் செய்ய ஆரம்பித்துவிட்டன. இடியைக் கேட்டு மிரண்ட காளையொன்று, அம்பேறின புலியின் ஆவேசத்துடன் நேராக எங்கள் பக்கம் பாய்ந்தோடி வந்தது. ரமா அதைக் கண்டு பயத்தில், காலெழாமல் அங்கேயே ஸ்தம்பித்து நின்றுவிட்டாள். நான் பாதையைவிட்டுக் கொஞ்சதூரம் ஓடி விலகின பிறகுதான் இதைக் கவனித்தேன். கத்தி அழைத்தேன். அவளுக்கு ஒன்றுமே தெரியவில்லை. மரம் போல அங்கேயே நின்றிருந்தாள். ஒரே தாவில் அவளை அடைந்தேன். நான் அவளைப் பாதையினின்று இழுத்துக் கொண்டதற்கும் காளை மின்னலைப்போல் ஓடி மறைந்ததற்கும் நடுவே ஒரே வினாடிதான். நம்பமுடியாத விதத்தில் ரமா தப்பினாள். ஆனால் அவளை ஓடி வந்து இழுத்ததில் எனக்குக் கால்தவறி விட்டது. ஒருவரை ஒருவர் பிடித்துக் கொண்டு நிலைத்துக் கொள்ளப் பார்த்தோம். முடியவில்லை. நிலை தவறி விழுந்துவிட்டோம். அவளை இன்னும் பிடித்துக் கொண்டிருந்தேன். என்னை அறியாமல் என் கைகள், அவளை இறுகப் பிடித்து என்னுடன் அணைத்துக்

கொண்டன: அந்த ஸ்பர்சம் ஒரு உணர்ச்சிச் சித்திரத்தைத் தீட்டியது.

அந்த உணர்ச்சி உடலை என்னவோ செய்தது...

★★★

"தாத்தா, என்னைக் கூப்பிட்டீர்களாமே...."

"ஆமாம்மா, வா, உட்காரு. உனக்கும் விடிந்தது. இனிமேல் எனக்குக் கவலை இல்லை. நிம்மதியாகப் போகலாம்..."

"என்ன தாத்தா, புதிர் போடுகிறீர்களே?"

"புதிர் இல்லையம்மா; உனக்கேற்ற வரன் கிடைக்கப் போகிறானோ என்று வருந்தியிருந்தேன். பித்து மனம்! பூர்ண சந்திரனை முகில் படலம் எத்தனை நேரம்-எத்தனை நாள்தான் மறைத்து மூடமுடியும்?"

"வரனா?"

"ஆமாம் உனக்குக் கல்யாண ஏற்பாடு செய்து விட்டேன்..."

"நான் வேண்டாம் என்றேனே தாத்தா..."

"அபசகுனமாகப் பேசாதே. நல்ல குணம், கட்டழகன். படிப்பாளி, தைர்யசாலி, பரம ரஸிகன்...!"

"ஆனால் புருஷன். எனக்கு வேண்டாம்."

என் பாட்டனாருக்கு கோபம் வந்து நான் பார்த்ததே இல்லை. அதுவரை என்னிடம் உரக்கப் பேசினதுகூடக் கிடையாது. அன்று அவர் கண்களில் எரிந்த கோபாக்னியை என்னால் மறக்கவே முடியாது.

"நான் சொல்வதைக் கேள்" என்று மூன்றே வார்த்தைகள். என்னால் எதிர்த்துப் பேசமுடியவில்லை. மேலும் அந்தக் கணத்தில் கண்டுகொண்டேன், என்னை ஒருவரும் புரிந்துகொள்ளப் போவதில்லை என்பதை. போராடி என்ன பயன்? தோல்வியைப் புன்சிரிப்புடன் ஏற்றுக்கொண்டேன். அடுத்த மாதம் எனக்கும் விவாகமாயிற்று.

★★★

ஒரு வருஷம் அவருடன் 'வாழ்ந்த' பிறகு, ஒருநாள் இரவு பத்து மணி இருக்கும். கதகதப்பாயிருந்தது. வெளியே நந்தவனத்தில் உட்கார்த்திருந்தோம். மெல்லிய நிலா.

"ஒரு வருஷமாகியும் நம்மிடையே அன்றிருந்த இடைவெளி இன்னும் குறையவில்லை" என்று ஆரம்பித்தார்.

ஏதோ கேட்பதற்கு இது பூர்வ பீடிகை என்று தெரியும் எனக்கு. ஆகையால் பதில் சொல்லவில்லை. "நான் சொல்வது நிஜம்தானே?" என்று பின்தொடர்ந்தார்.

"நீங்கள் சொல்வது எனக்குப் புரியவில்லையே..."

"நம்மிடையே அன்யோன்யம், அந்தரங்கம் இரண்டுமில்லை."

"உங்களிடமிருந்து நான் ஒன்றையும் மறைப்பதில்லையே..."

"அதை நான் சொல்லவில்லை..."

"பின் எதை?"

"கணவன் மனைவி என்றால்..."

"ஊம்? கணவன் மனைவி என்றால்?"

"எனக்கு எப்படிச் சொல்வதென்று தெரியவில்லை..."

"நான் எப்படிப் புரிந்துகொள்ள முடியும்?"

"சரி, புரியும்படி சொல்லுகிறேன். எதனாலோ தெரியாது. எனக்கு வெட்கமாக இருக்கலாம். தெரியாததில் இருக்கும் பயமாக இருக்கலாம் - நீ என் மனைவி மாதிரியே நடந்து கொள்வதில்லை."

"மனைவி எப்படி நடந்து கொள்ளவேண்டும்? நான் நீங்கள் சொல்வதைக் கேட்பதில்லையா, உங்களைத் துன்புறுத்துகிறேனா...?"

"உயிருள்ள பெண்ணாக இருக்கலாம்..."

"நான் என்னவாக இருக்கிறேன்...."

"மரக்கட்டை மாதிரி..."

"அது உண்மைதான். எனக்கு நீங்கள் வேண்டும் விருவிருப்பு, உற்சாகம், உணர்ச்சி வேகம் ஏற்படவில்லையே...."

"ஏனோ?"

"என்னைக் கேட்டால்?"

"பின் யாரைக் கேட்கவேண்டும் -மோகனையா?"

"மோகன்? என்ன சொல்கிறீர்கள்?"

"நீ சொல்லாவிட்டால் எனக்குத் தெரியாமலேயிருந்து விடுமோ...?"

"தெரிய ஒன்றுமில்லை. இல்லாததையெல்லாம் கற்பனை செய்துகொண்டு மனதைக் கஷ்டப்படுத்திக்கொள்ளாதீர்கள்."

"ஓ! உனக்கு என்னிடம்தான் காதலோ?"

"எனக்கு ஒருவரிடமும் நீங்கள் சொல்லும் காதல் இல்லை..."

"நன்றாக இருக்கிறது, என் மனைவி என்னிடம் சொல்வது..."

"நீங்கள்தானே கேட்டீர்கள்."

"இது அழகாயில்லை..."

"எது?"

"நீ இப்மாதிரி நடந்துகொள்வது..."

"என்னால் முடியாததைச் செய்யச் சொன்னால்...!"

"முடியாதது என்ன? உன் வயதுப் பெண்கள் எல்லாரும் இப்படித்தான் 'சத்யாக்ரஹம்' செய்கிறார்களா? அல்லது மானசீகமாக ஒத்துழைப்பு மறியல் நடத்துகிறார்களா? சிலை எவ்வளவு அழகாய் இருந்தாலும் சிலையோடு இல்லறம் நடத்த முடியுமா?"

"கோபிக்காமல் புரிந்துகொள்ளப் பாருங்கள். என்னால் நீங்கள் கேட்பதுபோல் வாழமுடியவில்லை."

"உனக்கு உயிர் இல்லை? ஜீவ உணர்ச்சி இல்லை? நீ மரமா, கல்லா?"

“அப்படிக்கேட்டால், இதற்குப் பதில் சொல்லுங்கள்... வீணையிலிருந்து இசை எழாவிட்டால், வாத்தியத்திற்குப் பாடத் தெரியவில்லையா, வித்வானுக்கு வாசிக்கத் தெரியவில்லையா?...”

கோபத்தில் சொல்லி விட்டேன். அடுத்த நிமிஷம் வருந்தினேன். மன்னித்துவிடும்படி கெஞ்சிக் கேட்டுக் கொண்டேன். எனக்கே தெரியும், இந்த வீணையில்தான் நாதமில்லை என்று. ஆனால் அந்த மாதிரி அவமானத்தை எந்தப் புருஷனும் மன்னிக்கமாட்டான். அவரும் அப்படித்தான் செய்தார்.

பெரிய இடத்துச் சமாசாரம். ஆபாசமாக எதுவும் நடந்துவிடக்கூடாது. ஆகையால் அவருடனேயே இருந்து நாலு பேர் பார்க்க இல்லறம் நடத்தினேன். ஆனால் அன்றைக்குப் பிறகு என்னை அவர் தன் மனைவியாக இருக்கக் கேட்கவுமில்லை – எதிர்பார்க்கவுமில்லை.

எதுவும் அவர் குற்றமுமல்ல, ரமாவின் குற்றமும் அல்ல. அவர் நிஜமாகவே படித்தவர், அறிஞர்; புரிந்து கொண்டார். ஆனால் அவரால் உதவ முடியவில்லை. ஏனெனில் நான் நாடியது அவரிடம் இல்லை. ரமாவுக்கோ புரியவில்லை.

ஒருவிதமாக நானும் வாழ்ந்து காலத்தைக் கழித்து வந்தேன். நேரம் போகப் பாடினேன்; மனதை ஆற்றிக்கொள்ள கற்பனையால் என்னை ஏமாற்றிக்கொண்டேன்; கவிபுனைந்தேன். என் பொழுதுபோக்கைக் கலை என்றும், என் தன் ஏமாற்றத்தை மேதை என்றும், உலகம் சொல்லிக்கொண்டு உள்ளதை மறைக்கப் பார்த்தால் நான் என்ன செய்ய முடியும்? என் கலையும் மேதையும் கௌரவமான, நாகரிக வாழ்க்கையின் வரம்புகளை மீறி வெறியாக ஆரம்பித்ததும், அதை பக்தி என்று சொல்லித் தப்பித்துக்கொண்டு விட்டார்கள்.

வழக்கத்திற்கு விரோதமானதெல்லாம் குற்றமா பாபமா? குறையாக, நோயாக இருக்கக் கூடாதா?

★

அன்றிரவு

அன்பார்ந்த கிட்டுவுக்கு,

சந்தடி எல்லாம் அடங்க இரவு பன்னிரண்டு மணி ஆகிவிட்டது. என்னதான் சங்கிரமமாகப் பார்த்தாலும் கல்யாணம் என்றால் சிநேகிதர்களும் பந்துகளும் சும்மா விடுகிறார்களா? பெரிய வீட்டு கல்யாணங்கள் போன்று ஊர் கூடாவிட்டாலும் என் மட்டில் குடும்பம் அதிகம் என்றுதான் சொல்லவேண்டும். சாப்பாடு முடியவே பத்து மணி ஆகிவிட்டது. பிறகு வம்பு தும்பு, பந்துகளின் குறைகள் எல்லாமாக நான் மாடிக்கு ஏறி வரும்போது கடிகாரம் பனிரெண்டு அடித்துக் கொண்டிருந்தது. தம்பி என் அறையில் இரண்டு படுக்கைகள் போட்டிருந்தான். குறும்புக்காரி பத்மா என் தங்கை ஊதுவர்த்தி கொளுத்தி வைத்து இருந்தாள். ஆனால் மாடியில் ஒருவருமில்லை. அம்மாவின் முன் யோசனை அன்று இரவு முழுதும் எனக்காகக் காலி செய்து விடப்பட்டிருந்தது.

கமலா வருவாளா? இதுவரை அதைப்பற்றி நான் யோசிக்கவே இல்லை. நம் கல்யாணங்களில் இரண்டும் கெட்டான் சமாச்சாரம். நம் நாட்டு பழையகால கல்யாணங்கள் போலும் அல்ல, மேல் நாடுகளை ஒத்தும் இல்லை. பழமைக்கும் புதுமைக்கும் நடுவே பிறந்துள்ள நம் தலைமுறையின் கதி

அப்படித்தான், கல்யாணம்தான் ஆகிவிட்டதே. வராமல் இருப்பாளா?

அறைக்கு வெளியே தாழ்வாரத்தில் ஒரு நாற்காலியை இழுத்துப் போட்டுக்கொண்டு உட்கார்ந்தேன். தேய்பிறை நிலாவைக் காணோம். காதல் கதைகளுக்கு எவ்வளவோ விரோதமாக இருந்தது என் கிரஹஸ்தாச்ரமத்தின் ஆரம்பம். வானத்தில் மிதந்து செல்லும் மேகங்களை சோம்பேறித்தனமாய்ப் பார்த்துக்கொண்டே சிகரெட் பிடித்துக் கொண்டிருந்தேன். கட்டற்ற மனம் எங்கெங்கோ ஓடிற்று. என் பிரம்மச்சாரி வாழ்க்கையிலிருந்து காட்சிகள்.

சுகந்தி: அவளை ஞாபகமிருக்கிறதா? நம்மோடு பி.ஏ. வகுப்பில் படித்துக்கொண்டு இருந்தாளே? அப்பொழுதுதான் நான் என் ஆண்மையை முதன்முதலாக அறிந்தேன். ஆணுக்குப் பெண்ணிடம் ஒரு கவர்ச்சியுண்டு என்பது எனக்கு அப்பொழுதுதான் புரிந்தது. சுகந்திதான் என் முதல் மோகினி. கல்லூரிக் காதல்! அப்பா. இளமையின் தன்னேமாற்றம் தான் என்ன? காதலில் கூட நம்பிக்கையுண்டு என்றால் அதற்குமேல் சொல்ல என்ன இருக்கிறது! சரி–முதல் காட்சி ரஸமற்ற ஒரு போலி சிருஷ்டி. அனுபவம் அல்ல: மனக் கற்பனை கவிதை போல்.

முதியோரின் அனுபவ பாரம், அனுபவம் பெற இளைஞரின் ஆவல் இரண்டும் பரிதாபகரமானவை. 19 வயது இளங்காளையைக் குழந்தை என்று சொல்லிவிட்டால் அது அவனுக்கு என்ன பொறுக்க முடியாத தூஷணையாகப் படுகிறது. சுல்தானை உனக்குத் தெரியுமல்லவா. அவன் ஒருநாள் என்னமோ பச்சையாக ஒரு கதை சொல்லிக்கொண்டு இருந்தான். கதை நிஜமாகவே சாமான்யம், பாதி சொன்ன உடனேயே முடிவு தெரிந்துவிட்டது அக்காலத்தில் என் கர்வமும் மமதையும் உனக்குத்தான் தெரியுமே. கதை முடிவில் எல்லோரும் சிரிக்க, நான் மட்டும் மூக்கைத் தூக்கிக்கொண்டு ரொம்பப் பெரியவன் போல் ஒரு பக்கமாக நின்றேன். ‘உனக்கு இதெல்லாம் புரியாதுடா–நீ சின்னப் பையன்’ என்றான் சுல்தான். எனக்குக் கோபமும் வெட்கமும் தாங்க முடியவில்லை. இதன் விளைவு

ஸிந்தியா. 19 வயது கல்லூரி மாணவனுக்கு அனுபவம் பெற வேறு வழியேது? நாற்பது ரூபாய் சம்பளத்தில் பட்டாடை கட்டி மோட்டார் வண்டியில் சவாரி செய்ய ஆசைப்படும் பெண்கள்தான். இளம் மாணவர்களுக்கு அனுபவம் விநியோகம் செய்யும் இந்நாரிமணிகள் ஏன் எப்பொழுதும் கம்பெனிகளில் டெலிபோனைக் கவனித்துக் கொள்ளும் குமாஸ்தாக்களாகவே இருக்கிறார்கள்? இதை ஆராயவேண்டும்! இந்த 'சிநேகம்' விட்டுவிட்டு ஒரு வருஷம் இருந்தது. இறுதியில் நான் வாழ்க்கை அனுபவம் பெற்ற ஒரு கெட்ட மனிதன் என்ற பெருமிதத்துடன் வெளியேறினேன்.

காட்சி மூன்று. எம்.ஏ. பரீட்சைக்குப் பிறகு எங்கள் கிராமத்திற்குப் போயிருந்தேன். பத்து வருஷங்கள் கழித்து அது தான் முதல் தரம். என் அப்பாவின் விநோத யோசனை. போய்ச் சேர்ந்த தினத்தன்றே சாயந்திரத்திற்குள் பித்துப் பிடித்துவிடும் போல் ஆகிவிட்டது. மேலும் சமீபத்தில் படித்திருந்த லாரென்ஸ் மாபஸான் கதைகள் மனதில் குழுமிக்கொண்டிருந்தன. இவைதான் முருகாயி சம்பவத்திற்குக் காரணங்கள். வழக்கம்போல் அவள் ஒரு ஐம்பது வயது விவசாயியின் 20 வயது மனைவி. சம்பிரதாயப்படி அந்தி நேரத்தில் வயல் புறத்தில் சந்தித்தோம் - கேட்பானேன். தற்செயலாகத்தான். இயற்கை எங்கும் இல்லற இன்பம். பசுக்களும் கன்றுகளும், கோழிகளும் குஞ்சுகளும்; இரட்டை இரட்டையாக பட்சிகள் மரக்கிளைகளில் ஒரு குரங்கு தன் குட்டியைக் கட்டிக்கொண்டு தாவி ஓடுவதைக் கூடப் பார்த்தோம். இளமையின் ஆத்திர தாகம் தீவிரமானது. அரச ஆக்ஞையைப் போல் தயங்க மறுத்தது. அதுவே நான் நடித்த முதல் கடைசி கிராம்ய நாடகம்.

மீண்டும் நாகரீகம். எனக்கு வேலையான பிறகு மீனாவுக்கும் அவள் கணவனுக்கும் பொருத்தமில்லை. எப்படியிருக்கும்! அவளது அதி நவீன எண்ணங்களும் இச்சைகளும் அவனுக்குப் புரியவில்லை. எப்படிப் புரியும்... என்னிடம் ஆறுதல் தேடினாள். நானும் ஆறுதல் தரச் சித்தமாகத்தான் இருந்தேன். மேலும் கல்யாணம் ஆன ஒருத்தியுடன் இம்மாதிரி ஒரு தொடர்பு ஏற்படுத்திக் கொள்வது நான் முற்போக்கான, புது உலகத்தவன் என்பதை ஊர்ஜிதம் செய்கிறதல்லவா? ஒரு அனுகூலமும்

உண்டு. ஒரு கன்னியுடன் சிநேகமாய் இருந்தால் இருக்கும் அபாயம் இதில் கிடையாது. என் சுயேச்சையை இழக்க நேரிடாதல்லவா? நான் ரொம்பக் கெட்டவன் என்ற எண்ணம் எனக்கு அவ்வயதில் கொடுத்த திருப்தியை வேறெதுவும் கொடுக்கவில்லை.

நான் ஏன் இதெல்லாம் செய்தேன்? பிரியப்பட்டா? இல்லை. இப்படியெல்லாம் பயமற்ற, சம்பிரதாயத்திற்கெதிரான வாழ்க்கை நடத்தியுள்ளோம், சுகித்துள்ளோம் என்று நினைத்துத் திருப்தியடையச் செய்தவை, செயலில் இன்பமில்லை. செய்ததில் பெருமிதம். அனுபவம் அப்பா- அனுபவம். நவயுவனின் வளர்ச்சி முறை-பரிணாமம்!

ஆனால் கடைசியில் கையைச் சுட்டுக் கொண்டேன். தீயோடு விளையாடினால்? லதாதான் என் வாட்டர்லூ (தமிழில் கலிங்கப் போர் என்று சொல்லவேண்டுமோ?) என் கண்களை ஒருவாறு திறந்து வைத்தவள். அச்சங்கடத்தில் இருந்து தப்பி வெளிவரும் முன் பூர்ண அனுபவம் பெற்று விட்டேன். அனுபவத்தின் வெட்டுக் காயங்களின் தழும்புகள் என் உடல் முழுதும் பூராவாக இருக்கின்றன. சில புண்கள் இன்னும் ஆறின பாடில்லை. சில ஆறவே ஆறாது.

ஆனால் ஒன்று நிச்சயம். நேற்று, என் கல்யாணத்திற்கு முந்தின நாள், அவள் 'வா' என்று ஒரு வார்த்தை சொல்லியிருந்தால் நான் ஓடிப்போய் விட்டிருப்பேன். மோகம் தலைக்கேறிட்டது. என் பெயர், வேலை, குடும்பம், கமலா, எல்லோரையும் எல்லாவற்றையும் ஒரு கணத்தில் மறந்து அவளிடம் போய் விட்டிருப்பேன்.

கல்யாணம் ஆன தினம். இன்றிரவு என்ன நினைவுகள்? இந்நினைவுகளின் தோழமையுடன் நான் கமலாவைச் சந்திக்கப் போகிறேன்?

கதவு திறக்கும் சப்தம் கேட்டது. திரும்பிப் பார்த்தேன். கமலா வாசற்படியிலிருந்து என்னை உற்றுப் பார்த்துக் கொண்டிருந்தாள்.

★★★

கிட்டு, நம் பழைய ஒப்பந்தம் ஞாபகம் இருக்கிறதா? நமக்குக் கல்யாணமானால், அன்றிரவு நமக்கு நேர்ந்ததை ஒளிக்காமல் அப்படியே ஒருவருக்கொருவர் சொல்லி, எழுதித் தெரிவித்துக் கொள்ளுவோம் என்று பள்ளியில் படிக்கும் போது -13 வருஷங்களுக்கு முன் - ஒரு ஒப்பந்தம் செய்து கொண்டோமே? நான் என்னடா எழுதுவது? கதைகளில் போல் (தென்னாட்டுச் சிறு கதைகளிலே போல்!) என் வாழ்க்கை இருந்திருந்தால் ரஸமான கடிதம் எழுதலாம். ஆனால் நடந்தது என்ன தெரியுமா?

பன்னிரண்டு மணிக்கு மேல் மாடிக்குப் போனதும் தூக்கம் கண்ணைச் சுற்றிற்று. தாழ்வாரத்தில் நாற்காலியில் உட்கார்ந்தவன் அப்படியே தூங்கிப்போய்விட்டேன். சிகரெட் கையிலிருந்து நழுவிக் கீழே விழுந்து அணைந்து போய்விட்டது. ஏதோ சப்தம் கேட்டது; எழுந்திருந்து பார்த்தேன். கமலாதான் வந்துகொண்டிருந்தாள். உள்ளே போய்ப் படுத்துக் கொண்டோம். "அப்பப்பா. இந்த ஜன்மத்துக்கு ஒரு கல்யாணம் போதும்! என்ன களைப்பாயிருக்கு!" என்று சொல்லிக்கொண்டே மீண்டும் எழுந்திருந்து விளக்கை அணைத்துவிட்டு வந்து படுத்துக்கொண்டாள். பிறகு காலையில் எழுந்திருந்தது வரை தூக்கம்தான். எனக்கும் ஒன்றுமே தெரியாது. இது நிஜம். நீ நம்பாவிட்டால் உனக்கு கல்யாணம் ஆன பிறகு நான் சொன்னதை நினைத்துப் பார். வாழ்க்கை ஒரு கதையல்ல. கண் கூசாமல் தூங்கவும் சில சமயங்களில் விளக்கை அணைப்பது உண்டு.

இப்படிக்கு,
பராங்குசம்

★

கற்பு

1

உள்ளே வந்ததும், "அம்மா, நாளையிலிருந்து நான் பள்ளிக்கூடம் போகமாட்டேன், அப்பா" என்று எங்களிருவருக்கும் சேர்த்துத் தெரிவித்தாள் வஸந்தா.

"ஏம்மா? பள்ளிக்கூடத்தில் சேர வேண்டுமென்று இத்தனை நாளாய்ப் பிடிவாதம் பிடித்தாயே" என்று கேட்டேன்.

"பள்ளிக்கூடம் போகணும்னுதான் அப்பா இருக்கு. ஆனா அந்த வாத்தியாரை எனக்குப் பிடிக்கலை."

மறுநாள் இரவு நானும் என் மனைவியும் பேசிக்கொண்டிருந்தோம்.

"வஸந்தா பள்ளிக்கூடத்திற்குப் போயிருந்தாயா?"

"ஊம், ஹெட்மிஸ்ட்ரெஸ் ரொம்ப நல்ல மாதிரி. குழந்தைகள் மனதையும் நன்கறிந்தவர் போல்தான் தோன்றுகிறது. அவளாக இஷ்டப்பட்டபோது வஸந்தா பள்ளிக்கு வரட்டும் என்று சொன்னார்."

"வஸந்தாவின் வாத்தியாரைச் சந்தித்தாயோ?"

"பார்த்தேன்."

“ஏன், என்னமோ மாதிரி சொல்கிறாய்?”

“வஸந்தா சொன்னதில் கொஞ்சம் நிஜம் இருக்கிறது போல் தோன்றுகிறது.”

“அப்படியென்றால்?”

“குழந்தைகளுக்கு அந்த அம்மாவைப் பிடிக்காதுதான்.”

“ரொம்பக் கோபித்துக்கொள்பவள்போல்...!”

“இல்லை. எனக்கு எப்படிச் சொல்கிறது என்று தெரியவில்லை... நாளெல்லாம் சாப்பிடாவிட்டால் நமக்கு எப்படி இருக்கும். சட்டென்று கோபம், சொன்னதெல்லாம் தப்பாகப்படும். வயிற்றை வலிப்பது போல் தோணும், பொறுமை கிடையாது, சிரிப்பு வராது...”

“புரிகிறது, முன்கோபி. குழந்தைகளைக் குஷிப்படுத்திக்கொண்டு போகத் தெரியவில்லை.”

“முன்கோபி என்றால் கோபம் வந்த வேகத்தில் போய்விடுமே... இவர் அப்படியில்லை. அவர் பேசுகிறதே கசப்பாக இருக்கிறது... நான் முன் சொன்னதுதான் சரி – சதா பட்டினி கிடக்க வேண்டியிருக்கும் நோயாளி மாதிரி இருக்கு... பாவம்!”

“பாவம்!”

இதுதான் மிஸ் கோமதிக்கு என் முதல் அறிமுகம்.

2

அப்புறம் பல வருஷங்களுக்குப் பிறகு ஒருநாள் என்னைப் பார்க்க டாக்டர் ராமநாதன் வந்திருந்தார்.

“நமஸ்காரம்.”

“நமஸ்காரம், உட்காருங்கள் ராமநாதன். என்ன சமாசாரம்?”

“என் கவனத்திற்கு வந்துள்ள கேஸ் ஒன்றை உங்களுக்கு அனுப்பியிருக்கிறேன்...”

“பெயர்?”

“கோமதி... மிஸ் கோமதி.”

“ஓ... மிஸ் கோமதி? ஞாபகமில்லையே.”

“இருக்காது, நாளைக்குத்தான் வரப்போகிறார். முன்னதாக உங்களிடம் பேசிப் போகலாம் என்று வந்தேன்.”

“ரொம்ப சந்தோஷம். விவரங்கள் முன்னதாகத் தெரிந்திருந்தால் எவ்வளவோ சௌகரியமாக இருக்கும்.”

“நான் த-உயர்தரப் பாடசாலைக்கும், அதன் மாணவர் விடுதிக்கும் டாக்டர். இரண்டு மூன்று மாதங்களுக்கு முன் அந்தப் பள்ளிக் காரியதரிசி என்னிடம் ஒரு விஷயம் சொன்னார். மாணவரிடையே பள்ளிக்கூடத்துத் தலைமை உபாத்தியாயினியைப் பற்றி சில விரசமான வதந்திகள் உலவி வருவதாகவும், தனக்கு என்ன செய்வதென்று தெரியவில்லை என்றும்...”

“ஒரு நிமிஷம்... இந்தத் தலைமை உபாத்தியாயினி...”

“அவர்தான் மிஸ் கோமதி.”

“ஓ!...இந்த ‘விரசமான வதந்தி’யைப்பற்றிச் சொல்லுமுன் அவரைப் பற்றி, அவர் வாழ்க்கையைப் பற்றி, ஏதாவது சொல்ல முடியுமா?”

“ஆஹா...”

3

அவள் பெயர் கோமதி. பி.ஏ., எல்.டி. பாஸ் செய்த உபாத்தியாயினி. அவள் வாழ்க்கை வரலாறு ரொம்ப சாதாரணம். தரித்திரக் குடும்பத்தில் பிறந்தவள். பெற்றோர் கிராமவாசிகள். ஏழு வயதில் கல்யாணம். ஒன்பதாவது வயதில் விதவை. அப்படியே அந்தக் கிராமத்தில் இருந்திருந்தால் கூட ஏதோ ஒரு விதத்தில் தன் வாழ்க்கையை அமைத்துக்கொண்டு, சந்தோஷம் இல்லாவிட்டாலும், துக்கமும் துயரமும் இல்லாமல் வாழ்ந்திருக்கலாம். ஆனால் அபாக்யவதியான கோமதி ஒரு சீர்திருத்தவாதியின் கையில் சிக்கிக்கொண்டாள். அவர்தான்

அந்த ஊர்ப் பள்ளிக்கூடத்து வாத்தியார். படிப்பில் அவருக்கு அபார நம்பிக்கையுண்டு. அவர் கோமதி போன்ற இளம் விதவைகள் வீண் போகக்கூடாது, தேசத்துக்குப் பயன்பட வேண்டுமென்று அவளுக்குப் படிப்பு சொல்லிக்கொடுக்க ஆரம்பித்தார்.

கிராமத்துப் பள்ளிக்கூடத்தில் ஐந்தாம் வகுப்பு வரை படித்தாள். அதற்குமேல் அங்கு படிப்பு கிடையாது. வாத்தியார் கோமதியையும் அழைத்துக்கொண்டு மதராஸுக்கு வந்தார். பெண்கள் 'விடுதலை'யில் ஆர்வம்கொண்ட பெரியவர் சிவரைப் பேட்டி கண்டார்-கோமதி பின்னே நிற்க. ஏதோ ஒரு சங்கம் உதவ முன்வந்தது. அந்தச் சங்கத்திற்கு ஒரு தர்மப் பள்ளிக்கூடம் உண்டு. ஒரு மாணவர் விடுதியும் நடத்தி வந்தனர். இங்கு கோமதிக்குப் பதினோரு வருஷம் கடுங்காவல் விதிக்கப்பட்டது.

அவளுக்குப் படிப்பு வராமல் இருந்திருந்தாலாவது சங்கத்தார் மனமிரங்கி அவளை எங்காவது வேலைக்கு அனுப்பியிருப்பார்கள். விடுதலை கிடைத்திருக்கும். அவளே தேடித் திரிந்து வாழ்க்கையைக் கூட எட்டிப்பிடித்திருந்தாலும் இருக்கலாம். ஆனால் அபாக்யவதி கோமதிக்குப் படிப்பு நன்றாக வந்தது. ஒரு தரம்கூடத் தவறாமல் ஆறு வருஷங்களில் எஸ்.எஸ்.எல்.ஸி. பாஸ் செய்து விட்டாள். எங்கும் தப்பி ஓடிவிடப் போகிறாளோ என்றோ என்னவோ, இந்தக் கட்டத்தில் காருண்ய சர்க்கார் அவளுக்கு ஒரு ஸ்காலர்ஷிப்பும் கொடுத்துவிட்டார்கள்.

அவ்வளவுதான். பி.ஏ. நான்கு வருஷங்கள், எல்.டி. ஒரு வருஷம். இன்னும் ஐந்து வருஷங்கள் சந்தோஷம் இன்பம் அற்ற அந்த காராக்ரகத்தில் கோமதி வாழ நேர்ந்தது. விடுதியில் வசித்து வந்த அவள் போன்ற அனாதைகள், திக்கற்றவர், மலருமுன் கருகிப்போன மொக்கு மனம் படைத்த நோயாளிகள் அவள் சிநேகிதிகள். வாழ்க்கையில் தோற்றுப்போயோ, விதியை எதிர்த்துப் போராடத் தைரியமில்லாமலோ, மனங்கசந்து, துயரத்திற்கும் கஷ்டத்திற்கும் புனிதப் போர்வையொன்று போர்த்தி, துன்பத்தில் திளைத்து, உடலின் இன்ப இச்சைகளை மனோ விகாரங்கள் என்று வர்ணித்து அதை நம்பவும் செய்யும் அரித்துப்போன பெண்டிர். அவள் படித்துப் பின் தொடர

வேண்டிய உதாரண பிறவிகள். இந்தச் சூழ்நிலையில் கோமதி வளர்ந்தாள். வளர்ந்தாள் என்றால் வருஷங்கள் கழிந்தன என்றுதான் அர்த்தம்.

4

"சரி. இப்பொழுது சொல்லுங்கள். அந்த வதந்தியைப் பற்றி" என்றேன்.

டாக்டர் ராமநாதன் மீண்டும் பேச ஆரம்பித்தார். "சில மாதங்களுக்கு முன் ஒரு மாணவி தலைமை உபாத்தியாயினியைப் பற்றி ஏதோ துச்சமாகப் பேசினது உள்ளிருந்து வந்து கொண்டிருந்த ஒரு உயாத்தியாயினி காதில் விழுந்தது. அந்த மாணவியைக் கூப்பிட்டுக் கண்டித்தனுப்பினார் அந்த வாத்தியாரம்மா. தன்னுடன் வேலை பார்க்கும் வேறு சிலருடன் பேசிக்கொண்டிருக்கும் போது அவர்களும் வெவ்வேறு சமயங்களில் மாணவிகளை அதேபோல் கண்டித்திருந்தது தெரியவந்தது."

"மாணவிகள் பேசிக்கொண்டிருந்தது என்ன?"

"ஏதோ கெட்ட வார்த்தையாக இருக்கும்."

"இப்படிச் சொன்னால்...! டாக்டர் ராமநாதன், நாமே இந்த மாதிரி மூடியும் மறைத்தும் பேசினால், சாதாரண மக்களைப் பற்றி நாம் எப்படிப் புகார் செய்ய முடியும்...? மனதில் தோன்றும் எண்ணங்கள் வார்த்தைகளாக வெளிவருகின்றன. ஆகையால் வார்த்தைகளைக் கெட்ட வார்த்தைகள் என்று சொல்லி என்ன பயன்? எண்ணங்களைத்தான் குறை சொல்லி என்ன லாபம்? புண்ணிலிருந்து சீழ், கெட்ட ரத்தம் வந்தால் நோயாளியை வைத்து வியாதியைத் தீர்க்க முடியுமா? ஏன் சீழ் வருகிறது? ஏன் கெட்ட எண்ணங்கள் தோன்றுகின்றன? அதுதானே முக்கியம். மாணவிகள் என்ன பேசிக்கொண்டிருந்கனர்?"

டாக்டர் ராமநாதன் காதைக் கடிக்க ஆரம்பித்தார்.

"அப்பா இவ்வளவுதானா?"

“டாக்டர் குலசேகர், உங்களுக்கு எல்லாம் சகஜமாக இருக்கலாம். ஆனால் சிறு பெண்கள் படிக்கும் பள்ளியில் அவர்கள் விடுதியில் தலைமை உபாத்தியாயினியாக இருப்பவர் பிறருக்கு உதாரணமாக இருக்க வேண்டாமா?”

“தூக்கத்தில் தாமறியாமல் செய்வதை வைத்துக்கொண்டு ஒருவர் மேல் குற்றம் சாட்டலாமா?”

“பொறுப்புள்ள வேலை பார்ப்பவர் எப்பொழுதும் ஜாக்கிரதையாக இருக்கவேண்டும்.”

“மனக் கோளாறாக இருக்கலாம். நம் கவனத்திற்கு வருவதில்லையே ஒழிய இது ரொம்ப சாதாரண கோளாறு டாக்டர். வேறு விவரங்கள் ஏதாவது...”

“விவரங்கள் என்ன? அவர் ஜன்னலையாவது மூடிவிட்டுப் படுக்கலாம்...”

“ஜன்னல் திறந்திருந்தால்தான்... ஊம்...... அப்புறம்?”

“அப்புறம் என்ன? இவரை எப்படி வேலையில் வைத்திருப்பது என்று பள்ளிக் கமிட்டி பயப்படுகிறார்கள்.”

“கோமதியம்மாளுக்கு இதெல்லாம் தெரியுமா?”

“எப்படித் தெரியும்?”

“ஒருவரும் சொல்லவில்லையா?”

“இதெல்லாம் பற்றி எப்படிப் பேசுவது?”

“பேசாமல் தண்டனை விதிக்கப்பட வேண்டுமல்லவா?”

“கூடாது. அதற்காகத்தான் உங்களிடம் வந்துள்ளோம். நீங்கள் மன வைத்தியர்...”

“நல்ல காரியம் செய்தீர்கள். இந்த நோயின் காரணத்தைக் கண்டுபிடித்து கோமதியம்மாளிடமே சொல்லி விளக்கிவிட்டால் நோய் மறைந்துவிடும்.”

“நீங்கள் ஏதாவது செய்ய வேண்டும். அவர் ரொம்ப நல்ல மாதிரி. இதுவரை, இருபது வருஷமாக இந்தப் பள்ளிக்கூடத்தில் வேலை பார்த்து வருகிறார். இவர் நடத்தையைப் பற்றி ஒரு

பேச்சு இருந்ததில்லை... திறமை வாய்ந்த வாத்தியாரும் கூட.”

5

இருபது வருஷங்கள் உபாத்தியாயினியாக இருந்தாள். பல வகுப்புகளுக்கு பல பாடங்கள் கற்பித்தாள். அவள் வகுப்பிலிருந்து பத்துப் பேர் பரீட்சைக்குப் போனால் ஒன்பது பேர் தேறிவிடுவார்கள் என்ற பெயர் பெற்றாள். ஆனால் வேறென்ன?

சந்தர்ப்பங்கள் இடங்கொடுத்திருந்தால், அந்தச் சங்கத்திலிருந்து பதினோரு வருஷங்களுக்குப் பிறகு தப்பிய போதும்கூட கோமதி இன்பத்தையும், சுகத்தையும், ஆரோக்ய வாழ்வையும் தேக நிம்மதியையும், மன அமைதியையும் தேடிக் கண்டு பிடித்திருக்கலாம். ஒரு வேளை அப்படி ஏதாவது நேர்ந்துவிடப் போகிறதே என்று அந்தச் சங்கத்தின் தலைவி எச்சரிக்கை செய்தாள்: “அம்மா கோமதி. நீ எங்கள் பள்ளிக்கூடத்திற்கும், இந்த விடுதிக்கும், உன்னைப் பெத்த பெண்ணாக வளர்த்து வந்துள்ள இந்தச் சங்கத்திற்கும் ஒரு கௌரவச் சின்னமாக விளங்க வேண்டும். இந்தப் பதினோரு வருஷமாக உன்னைப் போல் நல்ல பிள்ளையில்லை என்று பெயரெடுத்து விட்டாய். ஆனால் உன் சோதனை இனிமேல்தான் ஆரம்பமாகப் போகிறது. உலகம் ரொம்பக் கெட்டது. ஞாபகத்தில் வைத்துக் கொள். பெண்களுக்கு, அதுவும் நம்மைப் போன்றவர்க்கு நன்னடத்தைதான் ஜீவன். சபலத்தையும், தப்பாசைகளையும் வெல்ல வேண்டும். உன் வேலையுண்டு நீயுண்டு என்றிருக்க வேண்டும். வெளி உலகத்திற்கும் நமக்கும் என்ன சம்பந்தம்? துஷ்டனைக் கண்டால் தூர விலகு என்பார்கள். பெண்கள் சம்பந்தப்பட்டவரை ஆண்கள் எல்லாரும் துஷ்டர்கள்தான். மறக்காதே போய்வாம்மா, பத்திரமாயிரு!” அவர் அழுதேவிட்டார். கூட்டுக் கிளி தப்பி ஓடிவிட்டால் எஜமானி அழவில்லையா?

கோமதி அந்தப் புத்திமதியை மறக்கவே இல்லை. அவள் வேலையுண்டு, அவளுண்டு... வெளி உலகத்துக்கும்

அவளுக்கும் என்ன சம்பந்தம்? கல்வி புகட்டுவது அந்த வெளி உலகத்திற்குச் சிறுவர்களை, வளரும் செல்வங்களைக் தயாரித்து அனுப்புவது என்று அவள் நினைத்தாளா? அவளுக்குத் தோன்றத்தான் செய்ததா? சின்னஞ்சிறு வஸந்தாக்களுக்கு அவளைப் பிடிக்கவில்லையென்பதற்காக அவளுக்கு ஒரு பரிசு வழங்கப்பட்டது. அவளே தலைமை உபாத்தியாயினி ஆனாள்.

6

“வாருங்கள், மிஸ் கோமதி”

“நமஸ்காரம். என் வேலை, தலைமை உபாத்தியினியாக, காயமாக என்னமோ மெடிகல் எக்ஸாமினேஷன் வேண்டுமாம். அதற்காக உங்களிடம் அனுப்பினார், டாக்டர் ராமநாதன்.”

எனக்குத் தூக்கிவாரிப் போட்டது. கோமதியின் மனக்கோளாறை அறிய நான் பிரயத்தனப்படுகிறேன். நிஜத்தை அறியப் பொய்யொன்று பேசியா ஆரம்பிப்பது? சற்று யோசித்து ஒரு முடிவுக்கு வந்தேன்; பூராவாக நிஜத்தை அவரிடம் சொல்ல முடியாதுதான். அரைகுறையாக தூக்கத்தில் அவர் நடமாடுவதாயும், அது அபாயகரமானதென்றும் சொன்னேன். கோமதி ஸ்தம்பித்துப் போய்விட்டாள். முகக்கில் ஒரு பெரும் வெட்கம் வந்து குடியேறியது. அந்த வெட்கம் அவரை அரித்துத் தின்று கொண்டிருந்தது. அவரால் பேசக்கூட முடியவில்லை. அதைக் கவனியாததுபோல் நான் பேசிக்கொண்டே போனேன். இரண்டு மணி நேரம் மனக்கோளாறுகளைப் பற்றிப் பேசிக் கொண்டிருந்தேன். பல புத்தகங்களிலிருந்து பலரின் நோய் வரலாறுகளைப் படித்துக் காண்பித்தேன். நான் பேசப்பேச அவர் முகத்தில் படிந்திருந்த வெட்கத் துயரம் லேசாக விலக ஆரம்பித்தது. ஒரு நம்பிக்கை பிறந்தது. அடுத்த நாள் வரச் சொல்லியனுப்பினேன்.

அடுத்து நாள் அவர் வந்ததும் எளிய முறையில் மன வைத்தியன் கையாளும் முறையை அவருக்கு விளக்கினேன். ஞாபகத்திற்கு அடியே புதைந்து கிடக்கும் ஒரு சம்பவம் பல பயங்களுக்கும் மனக் கோளாறுகளுக்கும் காரணமாக அமையலாம்; அந்தப்

பயத்தின், அந்தச் சம்பவத்தின் எதிரொலி வெவ்வேறு செய்கைகளில் வெளிவரும்; ஆகையால் நோயாளியின் செயலை அடக்கி சரியான துறைகளில் அவன் இச்சைகள் திருப்தியைத் தேடவைக்க அவன் ஞாபகத்திற்குக் கீழ்ப்புதைந்து கிடக்கும் அந்தச் சம்பவத்தைக் கண்டுபிடித்து அதைப் புரிந்துகொள்ள வேண்டும் என்று விவரமாக எடுத்துரைத்தேன். டாக்டர் கேட்கும் கேள்விகளுக்கு மறைக்காமல், ஒளிக்காமல் பதில் சொல்லவேண்டும்; நாகரிகம், சமூகக் கட்டுப்பாடு, நன்னடத்தை இவற்றையெல்லாம் மறந்துவிட்டு, மனதைப் போனபடிவிட்டுப் பேசவேண்டும் என்று கேட்டுக் கொண்டேன். கோமதியம்மாள் அரைமனதாக ஒப்புக்கொண்டார். ஏழு நாட்கள், பிரதி தினமும் இரண்டு மூன்று மணி நேரம் பரிசோதனைகள் நடத்தினேன். ஆயிரம் ஆயிரம் கேள்விகள் கேட்டேன். பதில்களையெல்லாம் கூர்ந்து கவனித்தேன். அவரது எண்ணங்கள் கனவுகள், கஷ்டங்கள் வெறுப்புகள், இச்சைகள், தாகங்கள் எல்லாவற்றையும் அறிய முயன்றேன். இவற்றிலிருந்து அவரது நிஜ ஸ்வரூபத்தைக் கண்டெடுக்கப் பார்த்தேன்.

7

இந்த இருபது வருஷங்களாக அவரைப் பற்றி ஊரில் ஒரு வம்பு கிடையாது. ‘ஏதோ காதில் விழுந்தது’ என்று ஒருவரும் ஒருபொழுதும் சொன்னது கிடையாது. அந்தச் சங்கத்தின் தலைவி தனக்குச் செய்த உபதேசத்தைக் கோமதி மறக்கவேயில்லை. தன் வேலையுண்டு, தானுண்டு. வேறெதிலும் உற்சாகமோ, ஊக்கமோ அக்கறையோ ஒன்றும் கிடையாது. இந்த ‘வேறெதிலும்’ வகையறாவில் தன்னையே சேர்த்துக்கொண்டு விட்டாள் கோமதி, முதலில் கொஞ்ச நாட்களுக்குச் சில விபரீத எண்ணங்கள் தோன்றின. ‘துஷ்டனைக் கண்டால் தூர விலகு என்பார்கள். பெண்கள் சம்பந்தப்பட்ட வரையில் ஆண்கள் எல்லாருமே துஷ்டர்கள்தான்.’ இந்தச் சூத்திரத்தை ஜபம் செய்தே அந்தத் துர் எண்ணங்களையெல்லாம் வென்றுவிட்டாள். சந்தேகங்கள் வந்தன. தான் படித்த பள்ளிக்கூடத்திற்கும் வசித்துவந்த விடுதிக்கும், தன்னைப் பெற்ற

மகளாகப் பாவித்து வளர்த்த சங்கத்திற்கும் ஒரு கௌரவச் சின்னமாக விளங்கவேண்டுமானால் சந்தேகப்படக்கூடாதென்று தெரியும் கோமதிக்கு. அந்த நினைவே அவள் சந்தேகங்களை யெல்லாம் விரட்டியடித்து விட்டது. மனதைக்கூட வென்று விட்டாள். இந்தப் பாழும் தேகந்தான் அவளை ரொம்பப் பாடுபடுத்திவிட்டது. இரவெல்லாம் தூக்கமில்லாமல் உடல் பூராவாக ஒரு தாகம் குடிகொண்டிருக்க எவ்வளவு நாட்கள் தவித்தாள். இரவின் குளுமையைத்தான் அவளால் தாங்கவே முடியவில்லை. முன் எச்சரிக்கையின்றிக் கட்டுண்டு உறங்கிக் கிடக்கும் மார்பில் ஒரு புது ஜீவன் வந்து புகுந்து கொள்ளும். என்ன ஆட்டம் ஆட்டி வைக்கும்! இம்மாதிரி சமயங்களிலெல்லாம் மந்திரமாக இருந்து அவளைக் காப்பாற்றியது. ‘பெண்களுக்கு, அதுவும் நம் போன்றவருக்கு, நன்னடத்தைதான் ஜீவன்’ என்ற வார்த்தைகள்.

8

கோமதியைப் பரிசோதித்து வருகையில் நான் எழுதின குறிப்புகளிலிருந்து சில பகுதிகள்:

இந்தச் சம்பவத்தை அவர் பின்வருமாறு விவரித்தார். “எப்படி சொல்வது என்று தெரியாமல், எழுந்து வெளியே போகவும் தைரியமில்லாமல் நடு வகுப்பில் உட்கார்ந்து அழுது கொண்டிருந்த கமலாவைப் பார்த்ததும் எனக்கு முதலில் கோபம் வந்தது. பிறகு வெட்கம். இம்மாதிரி ஆபாசப் பெண்மைதானே நம்முடையதும் என்று. வயிற்றைப் புரட்டிக் கொண்டு வாயிலெடுக்க வந்தது. சீக்கிரம் இதுவும் போய்விட்டது. திடீரென்று உடல் பூராவாக ஒரு வெற்றிடம், காற்றுகூட இல்லாத சூன்யம். மேலே ஒரு கூடுதான் உண்டு, உள்ளே ஒன்றுமில்லை என்றொரு பிரமை வந்து பற்றிக்கொண்டது. வர்ணிக்க முடியாத ஒரு உணர்ச்சி-வெறி மாதிரி. ஏதேதோ செய்து அந்தக் காலியிடத்தை யெல்லாம் அடைத்துவிடவேண்டுமென்று தோன்றியது. இப்பொழுதும், பிரதி மாதமும் எனக்கு உடம்பு சரியாக இல்லாமலிருக்கும் போதெல்லாம் அந்தச் சம்பவத்தை, அதே உணர்ச்சித் தொடரை, மீண்டும் மீண்டும் நான் அனுபவிக்கிறேன்...”

கோமதியே பேசினாள்: "அன்று பஸ்ஸில் ஒரே கூட்டம்; என்றுதான் இல்லை! இரண்டு பேர் உட்கார வேண்டிய ஸீட் அது. ஜன்னலருகே ஒரு புருஷர் உட்கார்ந்திருந்தார். நாற்பது வயதிருக்கும்; படித்தவர் போல்தான் இருந்தது- அவர் அணிந்திருந்த துணிகள், அவர் மாதிரி எல்லாம். அவர் பக்கத்தில் நான் உட்கார வேண்டியிருந்தது. போகவேண்டிய இடம் வந்ததும் இறங்க எழுந்திருந்தார். அவர் எழுந்திருக்கவும் பஸ் நிற்கவும் ஒன்றாக இருந்தது. மேல், நிலை தவறிவிட்டது. விழாமலிருக்க எதையாவது பிடித்துக் கொள்ளப் பார்த்தார். தப்பிப்போய் கை என் மேல் எங்கோ சற்றுப் பட்டுவிட்டது. இப்பொழுது உங்களிடம் பேசிக்கொண்டிருக்கும் பொழுது இது எவ்வளவு சகஜமாக இருக்கிறது. ஆனால் அன்று எனக்கு வெலவெலத்துப்போய் விட்டது; க்ஷணப்பொழுதில் உடம்பெல்லாம் வியர்த்தது; வாழைத்தண்டுபோல் ஜில்லென்று ஆகிவிட்டது. அதுவும் அவர் 'மன்னித்துக் கொள்ளுங்கள்' என்று சொன்னதும் என் உயிரே போய்விட்டது. உங்களுக்குத் தெரியுமா டாக்டர், அன்று முதல் நான் பஸ்ஸில் ஏறினது கிடையாது. என் தேகத்து உஷ்ண நிலையும் நார்மலுக்குக் கீழேதான் இருந்து வந்துள்ளது..."

இந்தக் கனவு கோமதிக்கு அடிக்கடி வருகிறது. வாரத்துக்கு இரண்டு மூன்று தரம்கூட. ஒவ்வொரு தரமும் அதே பாத்திரங்கள். அதே காட்சிகள், அதே வரிசையில். கனவு ஆரம்பத்தில் கோமதி தன் அறையில் தனியாக உட்கார்ந்து படித்துக்கொண்டிருப்பாள். கதவு திறக்கும். கமலா உள்ளே வருவாள். அன்று வகுப்பில் என்ன செய்வது என்று தெரியாமல் பயத்தில் நடுங்கிக்கொண்டு உட்கார்ந்திருந்தது கமலா அல்ல. அழகான இளம் யுவதியாக வளர்ந்து, வடிவழகும் முகக் கவர்ச்சியும் பெற்ற கமலா புன்சிரிப்புடன் உள்ளே வருவாள். ஒவ்வொரு தரமும் அதே ஆடைகளை அணிந்து வருவாள்; அதே நகைகள். சிகப்புப் புடைவை, சிகப்பு ரவிக்கை, சிகப்புக் கம்மல். சிகப்பு அட்டிகை, வேறு நகை கிடையாது; வேறு ஆடைகள் கிடையாது. அவள் உள்ளே வந்ததும் கோமதி படித்துக் கொண்டிருக்கும் புத்தகத்தை மூடி வைத்துவிட்டு இரு கைகளையும் விரித்தழைத்து வரவேற்பாள். கமலா அருகே

வரவரக் கனவுமங்கி மறையும். கோமதி விழித்துக்கொள்வாள்.

இன்றுதான் இந்தச் சங்கிலியின் கடைசி வளையும் அகப்பட்டது. கோமதியே சொல்லட்டும். “அவ்வளவு தூரம் தொடர்ந்து அவ்வளவு நேரம் அதற்கு முன் நான் பிரயாணம் செய்ததே கிடையாது. காலையில் எட்டு மணிக்குப் புறப்பட்டது. மறுநாள் இல்லை, அதற்கடுத்த நாள் காலைதான் டெல்லி போய்ச் சேர முடியும். புறப்பட்டதற்கு மறு நாள் சாயந்திரத்திற்குள் ‘சீ’ என்றாகிவிட்டது. வீட்டிலிருந்தாலே நாளுக்கு இரண்டு தரம் ஸ்நானம் செய்யும் எனக்கு 36 மணிநேரம் தண்ணியைக் காணாமல் ஒரே இடத்தில் அந்த வெய்யிலில் உட்கார்ந்துபோனது தாங்க முடியவில்லை. உடம்பெல்லாம் அரிக்க ஆரம்பித்துவிட்டது. அந்த ஜங்ஷனில் மேல் வகுப்புப் பிரயாணிகளுக்கு ஸ்நானம் செய்ய சௌகர்யமான ஏற்பாடுகள் உண்டு என்று சொன்னார்கள். பொது இடத்தில் ஸ்நானம் செய்வதென்றால் கொஞ்சம் கூச்சமாகத்தானிருந்தது. ஆனால் உபாதை பொறுக்க முடியவில்லை. இறங்கிப்போனேன். மேலே மாடியில் முதல் இரண்டாம் வகுப்பு பிரயாணிகளுக்கென்று ஆறு ஸ்நான அறைகள் இருந்தன. நடுவே வழி; இந்தப் பக்கம் மூன்று அறைகள். அந்தப் பக்கம் மூன்று. சௌகர்யமான முறையில் அமைக்கப் பெற்றிருந்தன; துளி அழுக்கு இல்லை. மேலும் போஜனசாலைக்குப் பின்புறம் ஒரு பக்கமாக இவை இருந்தபடியால் அவ்வளவு பகிரங்கமாகக்கூட ஒன்றுமில்லை. கடைசி அறைக்குச் சென்று அங்கு குளிக்கலாம் என்று பார்த்தேன். உள்ளே போய்க் கதவைத் தாளிட்டுக் கொண்ட பிறகுதான் ஞாபகம் வந்தது. உடுத்திக் கொண்டு ஸ்நானம் செய்யத் துணியொன்றும் கொண்டு வரவில்லையென்று. போய் எடுத்துவர நேரம் அதிகமில்லை. மேலும் அந்த ஈரத்துணியைப் பிறகு என்ன செய்வது, எப்படி எடுத்துச் செல்வது? ஹாஸ்டலில் கூட எத்தனையோ பேர் துணியில்லாமல்தான் குளிப்பது வழக்கம். இங்கு நான் அப்படிக் குளித்துவிட்டுப் போய் விட்டால் ஒரு மாதிரியாகத்தானிருந்தது. ஆனால் அவசரம். எப்படியோ ஸ்தானம் செய்து விட்டேன். பிறகு உடம்பைத் துடைத்துக்கொண்டிருக்கும்பொழுதுதான் கவனித்தேன் - குழாய்க்கு எதிர்ப்புறம் ஒரு ஜன்னல். அது திறந்திருந்தது.

வெளியே கீழிருந்து யாரோ ஒரு ரயில் வேலைக்காரன் என்னைப் பார்த்துக் கொண்டிருந்தான். சுளீரென்று சாட்டையால் அடித்தது போலிருந்தது. 'ஐயோ' வென்று வாய் விட்டுக் கதறினேனோ என்னவோ எனக்குத் தெரியாது. சட்டென்று ஜன்னல் பக்கமிருந்து திரும்பினேன். எதிரே கண்ணாடியிலிருந்து என்னுருவம், ஆடையற்ற என் அமங்கல உருவம், என்னை ஏளனம் செய்தது..."

9

"என்ன டாக்டர். வியாதியா, வயதின் போக்கா?"

பல வருஷங்களுக்கு முன் என் மனைவி சொன்னது மீண்டும் மீண்டும் என் ஞாபகத்திற்கு வந்தது. "சதா பட்டினி கிடக்க வேண்டியிருக்கும் நோயாளி மாதிரி..."

வயிற்றுக்குத்தான் பசியுண்டா?

"வியாதிதான் அம்மா?"

"என்ன வியாதி? இதற்கு என்ன பெயர்?"

"கற்பு."

★

கண்ணாடியில் கண்டது

விருந்து 8-30 மணிக்கு. ஸ்நானம் செய்துவிட்டு, கண்ணாடி முன் தலை சீவிக் கொண்டிருந்தேன். என் பின் மாட்டியிருந்த புகைப்படம் ஒன்றின் பிரதிபிம்பம் கண்ணாடியில் தெரிந்தது. பல வருஷங்களுக்கு முன் எடுத்த படம். பத்துப் பதினைந்து நண்பர்கள் சேர்ந்து எடுத்துக் கொண்டது. வலப்பக்கத்து கடைசியில் ஸ்ரீதரனும் லலிதாவும் உட்கார்ந்திருந்தனர். அவர்களுக்குப் பின் இருவருக்கும் நடுவே நான் நின்று கொண்டிருந்தேன். படத்தில் இருந்த மற்றவர் என் கண்ணில் படவே இல்லை. எண்ணற்ற கைகள் தலையை வாரிக்கொண்டிருந்தன. கண்கள் கண்ணாடியில் தென்பட்ட அம்மூன்று உருவங்களை உற்று நோக்கின. பார்க்கப்பார்க்க அசேதன பிரதி பிம்பங்கள் உயிர்பெற்று எழுந்தன. நகர்ந்தன... பேசின. சினிமாத் திரையிற்போல் கண்ணாடியில் காட்சிகள் கண்டேன்.

ஒரு சிறு ஏரி. அதில் வெள்ளை வர்ணம் பூசப்பட்ட ஒரு படகு மெல்ல மிதந்து செல்கிறது. படகில் நாலு பேர் அமர்ந்திருந்தனர். லலிதாவும் ஸ்ரீதரனும் துடுப்புகள் ஏந்திப் படகை ஓட்டிக் கொண்டிருக்கின்றனர். நானும் பாலுவும் படகில் உட்கார்ந்திருக்கிறோம். அச்சம்பவம் எனக்கு நன்றாக ஞாபகமிருக்கிறது. பாலு என்னைக் கோடைக்கு தன்னுடன்

வந்து தங்கியிருக்கும்படி அடிக்கடி அழைத்திருக்கிறான். ஆனால் அவ்வருஷம்தான் என்னால் செல்ல முடிந்தது. வீட்டில் நாங்கள் நாலுபேர்தான். பாலு, அவன் தங்கை லலிதா, அவள் சினேகிதன் ஸ்ரீதரன், நான். போய்ச்சேர்ந்த தினமே சாயந்திரம் எவ்வளவோ சொல்லிப் பார்த்தேன், படகை நான் ஓட்டுகிறேனென்று... லலிதா கேட்கவில்லை. யௌவனம். நல்ல தேகக்கட்டு, முகராசி, சதா புன்சிரிப்பு, குரலில் ஒரு வசீகரம். சாதுர்யமான பேச்சு. இதெல்லாம் பற்றி நினைத்துக்கொண்டே அவளைப் பார்த்துக் கொண்டிருந்தேன். பின்னே வெண்மேகங்கள் அலைந்து கொண்டிருக்கும் நீல வானம்; சிரித்த முகத்துடன், காற்றில் தலைமயிர் பறக்க, துடுப்புகளை ஊன்றி பின்னால் சாய்ந்த வண்ணம் லலிதா... எங்கோ பார்த்த ஒரு ஞாபகத்திற்கு வந்தது. ஸ்ரீதரனுக்கு படகோட்டுவதில் பரிச்சயம் குறைவு போலும். முன்னெச்சரிக்கையின்றி அவன் கை இடறிற்று. படகு சமநிலை சாய்ந்தது. அடுத்த நிமிஷம் நாங்கள் நாலு பேரும் ஏரியில்... கொஞ்சம்தான் எனக்கு நீந்த வரும். தற்செயலாக எனக்கடுத்து லலிதா இருந்தாள். பண்டைக்கால முதல் நம்மில் தோய்ந்துகிடக்கும் ஒரு உணர்ச்சி என்னை அவள் உதவிக்குச் செல்லத் தூண்டிற்று. இருவரும் ஒன்றாகக் கரையை அடைந்தோம். கொல்லென்று சிரித்தாள். “எனக்கு நன்றாக நீந்த வரும்!” என்றாள் அவள்.

இதுவே எங்கள் சிநேகிதத்தின் ஆரம்பம்.

அக்கோடை முடிவதற்குள் சிறந்த நண்பர்கள் ஆகிவிட்டோம். ஆம் நண்பர்கள் என்றுதான் சொல்ல வேண்டும். எங்களுக்கிடையே பொதுவில் எத்தனையோ விஷயங்கள். அவாக்கள், ஆர்வங்கள், பெண்ணுடன் சகஜமாக நான் பழகியவனில்லை. பெண்களே எனக்குப் புதிது. எனக்கு தங்கை தமக்கைகள் கிடையாது. நான் படித்ததும் ஆண்கள் பள்ளியிலும் கல்லூரியிலும், ஆகவே இப்பொழுது இது ஒரு புதிய அனுபவமாக இருந்தது. அப்புதுமையில் மெய்மறந்து களித்தேன்... ஆனால் அவளுக்கோ? நான் எப்படிச் சொல்ல முடியும். அவள் சங்கோஜமின்றி லாகவமாகப் பேசியதிலிருந்து அவளுக்கு இதெல்லாம் சகஜம் என்றுதான் நினைத்தேன்.

மதராஸுக்குத் திரும்பி வந்த பிறகும் அடிக்கடி அவளைப் போய்ப் பார்த்து வந்தேன். பாலுகூட இதைக் குறிப்பிட்டான். நாங்க பால்ய நண்பர்கள். ஆனால் இவ்வளவு அடிக்கடி நான் அவனைப் போய்ப் பார்த்ததில்லை. அடுத்த வருஷம் மார்ச்சில் லலிதா படிப்பு முடிந்து கல்லூரியை விட்டு வெளியேறினாள். பரீட்சை கடைசி தினத்தன்று லலிதாவைப் பார்க்கப் போயிருந்தேன்.

"என்ன லலிதா... இனிமேல்"

"இனிமேல் என்ன?"

"என்ன செய்யப் போகிறாய்."

"ஓ! இன்னும் ஒன்றும் நிச்சயமில்லை"

"உத்தேசம்?"

"இன்னும் யோசிக்கவில்லை."

"நிஜமாகவா? நம்பமுடியவில்லை."

"ஏன்?"

"நீ என்னமோ, எனக்கு அப்படித் தோன்றவில்லை."

"உனக்கு... உம்... என்னைப் பற்றி என்ன தோன்றுகிறது."

"அப்படி யோசிக்காமல் வருவதை எடுத்துக்கொள்ளுவாய் என்று தோன்றவில்லை."

"ஆனால் நிஜமாக நான் அதைப்பற்றி யோஜித்ததே இல்லை" கொஞ்ச நேரத்தில் நான் வீட்டுக்குத் திரும்பினேன். வழியில், அவள் வீட்டு வாசற்படியிலேயே, பாலுவைச் சந்தித்தேன். ஏன் கேட்டேனோ தெரியவில்லை. "என்ன பாலு லலிதா இனிமேல் என்ன செய்யப்போகிறாள்" என்றேன்.

பாலு வழக்கம்போல் சிரித்தான்.

"உம்...ஒண்ணும் நிச்சயம் இல்லை. ஆனால் படிப்பு முடிந்தவுடன் அவள் கல்யாணம் பண்ணிக்கிறதாகத்தான் நாங்கள் எல்லாரும்..."

"யாரை?"

"ஸ்ரீதரனை..."

"ஓ..."

பிறகு நான் அவர்கள் வீட்டிற்குப் போகவில்லை. முதலிலிருந்து எனக்கு ஒருவாறு இது தெரியுமென்றே சொல்லவேண்டும். இதைப்பற்றி நாங்கள் பேசியதே இல்லை. இருந்தாலும் எனக்குத் தெரியும். ஆனாலும் அதைக் கேட்டதும் எனக்கும் கொஞ்சம் வருத்தம் ஏற்பட்டதென்று சொல்லலாமா? ஏனோ? அதற்குப் பிறகு ஒரு மாதம் அவர்கள் வீட்டுப் பக்கமே நான் போகவில்லை. பாலுவை ஓரிரண்டு முறை சந்தித்தேன். வரச்சொன்னாள் லலிதாவும். ஒருதரம் சொல்லியனுப்பினாள். இருந்தாலும் என்னால் போகமுடியவில்லை. அதற்குள் நான் வெளியூர் போக நேர்ந்தது. சித்திரை மாதம்தான் நான் திரும்பி வந்தேன். வந்ததும் நான் பார்த்தது ஒரு விவாக அழைப்பு. சித்திரை 15-ந்தேதி லலிதாவுக்கும் ஸ்ரீதரனுக்கும் கல்யாணம். போயிருந்தேன். ஒருவர் நடத்தையிலும் மாறுதல் காணப்படவில்லை. லலிதா "நீ வருவாய் என்று நினைக்கவில்லை" என்றாள். "ஏன்?" என்று பதில் எதிர்பார்க்காத ஒரு கேள்வியைக் கேட்டுவிட்டு அப்புறம் நகர்ந்து விட்டேன்.

ஸ்ரீதரனுக்கு ஒரு பாங்கியில் வேலை. மதராஸிலேயேதான். கலியாணமான பிறகு எங்களுக்கிடையே இருந்த தொடர்பு முற்றிலும் அறுந்து போயிற்று. சந்திப்பதே கிடையாது. பொது சிநேகிதர்களும் கிடையாது. நான் என் வேலையைப் பார்த்துக் கொண்டிருந்தேன். அவர்கள் தங்கள் வழியே சென்று கொண்டிருந்தனர். ஒருநாள், அன்று புதன் கிழமை அகஸ்மாத்தாக பாலுவைச் சினிமாவில் சந்தித்தேன். அவன் சொன்னான்– ஸ்ரீதரனுக்கு மாற்றல் வந்திருக்கிறதென்றும், அடுத்த சனிக்கிழமை அவன் புறப்பட்டுப் போகப்போவதாகவும். பழைய ஞாபகம் ஏனோ துள்ளி எழுந்தன. அசட்டு எண்ணங்கள், முட்டாள் கற்பனைகள், பகற் கனவுகள். ஆனால் இவையெல்லாம் இரண்டு நாட்களில் மறுபடியும் என் இதயத்தின் அடியில் போய்ச் சேர்ந்துவிட்டன.

சனிக்கிழமை காலை லலிதா வீட்டு வேலைக்காரி ஒரு கடிதம் கொண்டு வந்தாள். லலிதா எழுதியிருந்தாள். அன்றிரவு அவள்

மதறாஸ் விட்டுப் போவதாகவும் அதற்கு முன் என்னை ஒருதரம் பார்க்க வேண்டுமென்றும் அன்று மாலை வரும்படியும் எழுதியிருந்தாள். போயிருந்தேன். நான் போனபோது ஸ்ரீதரன் வீட்டிலில்லை. லலிதாவும் நானும் பல அற்ப விஷயங்களைப் பற்றிப் பேசிக்கொண்டிருந்தோம். டீ குடித்தோம். மணி ஆறு இருக்கும். லலிதா அறையில் இல்லை. தோட்டத்திற்குச் சென்றிருந்தாள், வேலைக்காரனுக்கு ஏதோ சொல்ல. ஸ்ரீதரனிடம் பேசிக்கொண்டிருந்தேன். பேச்சுப் போக்கில் லலிதா பெயர் வந்தது. "நீ ரொம்ப பாக்யசாலி" என்றேன்.

"சந்தேகமென்ன! ஊரில் பாதிப்பேருக்கு என் மேல் பொறாமை" என்று விளையாட்டாகச் சொன்னான்.

"எனக்குக்கூட...."

"அப்பப்பா - லலிதாவிடம் சொல்லாதே... அப்புறம் கையில் பிடிக்க முடியாது."

"அவளுக்கு கர்வமே கிடையாது..."

"உனக்கு ஒண்ணு தெரியுமா... நினைத்தாலே எனக்கு சிரிப்பு வருகிறது, இன்று காலை அவளுக்கு ஒரு கடிதம் வந்தது."

"ஊம்..."

"அதில் ஒன்றுமில்லை. ஒரு பாட்டு மட்டுந்தான் இருந்தது."

"என்ன பாட்டு?" என்று சிரித்தேன்.

"என்மேல் பொறாமை கொண்ட உன் போலொருத்தன் என்ன பாட்டு அனுப்பி இருப்பான்?" இருவரும் சிரித்தோம். பிறகு கொஞ்ச நேரத்தில் நான் விடை பெற்றுக் கொண்டு வெளியேறினேன். அவர்களும் அன்றிரவே கல்கத்தா சென்றனர்.

அதெல்லாம் நடந்து பத்து வருஷம் ஆகிறது. யாவையும் கண்ணாடியில் கண்டேன். கண்ணைப் பிசைந்துகொண்டு கவனத்தை வேறு விஷயத்தில் திருப்ப முயன்றேன். பழங்கதையெல்லாம் பற்றிச் சிந்தித்து மனதைத் துன்புறுத்திக் கொள்வதில் என்ன பயன்? இந்தப் பத்து வருஷங்களில் நான் எவ்வளவோ மாறிவிட்டேன். என் இச்சைகளும் தேவைகளும்

தேய்ந்து குறைந்துகொண்டே வந்துள்ளன. இளமையிலிருந்து தாமரை இலை மேல் நீர்த்துளிபோல் வாழவேண்டும் என்பது என் இலட்சியம். அது ஏறக்குறைய சித்தி அடைந்துவிட்டது. எனக்குப் பந்துக்களும் கிடையாது. சந்தோஷம் கிடையாது. அந்தப் பிடிப்பற்ற நிலையையே நான் மனப்பூர்வமாக விரும்புகிறேன். பற்று அதிகரிக்க அதிகரிக்க மனக்கிலேசமும் துன்பமும்தான் அதிகரிக்கின்றன. இதுவே வாழ்க்கை உண்மையாக இருக்க ஏன் பிறர் நேசத்தை நாடவேண்டும்? இருக்கிறவரையில் இருக்க வேண்டியது. பிறகு... அதைப்பற்றி ஏன் கவலை, ஒருவருக்கும் தெரியாது. கவனத்தை இவற்றிலிருந்து திருப்ப முயன்றேன். முடியவில்லை. மேஜையில் அழைப்புக் கடிதம் தூங்கிக்கொண்டிருந்தது. டைப் அடித்திருந்தது. ஆனால் அடியில் கையெழுத்தில், 'கட்டாயம் வரவும்' என்று எழுதியிருந்ததை மீண்டுமொருதரம் படித்தேன். போகலாமா வேண்டாமா என்று மீண்டும் சந்தேகம் கிளம்பிற்று. அகஸ்மாத்தாகக் கண்ணாடியைப் பார்த்தேன். அதில் இன்னொரு காட்சி-பழைய காட்சியல்ல புதிது- நடக்கப்போவது, நடக்கக்கூடியது.

"ஏன் இவ்வளவு நேரம்?"

"8-30 மணி என்றுதானே எழுதியிருந்தாய்..."

"ஆமாம்-ஆனால் சீக்கிரமே வருவாய் என்று நினைத்தேன்."

"அப்படி நினைப்பாய் என்று நான் நினைக்கவில்லை..."

"சரி... வந்ததே போதும். உட்காரலாமா...?"

"மீதிப்பேரல்லாம் எங்கே?"

"மீதிப்பேர் யாரு?"

"இன்றைக்கு சாப்பிட நான் மட்டும்தானா?"

"ஆம்- ஏன்?"

"இல்லை- அழைப்பை டைப் செய்து அனுப்பியிருந்ததால்..."

"நீ அப்படி நினைக்காவிட்டால் வரமாட்டாயோ..."

"நீ பேசுவதே எனக்குப் புரியவில்லை."

சிரித்துக்கொண்டே சொன்னாள்: "நிஜமாகவா... நம் சிநேகத்தை உடைத்தெறிந்தது நீதானே..."

நான் மௌனம் சாதித்தேன்.

அவள் சொன்னாள், "ஏன் தயங்குகிறாய்? சரி போகட்டும். இனிமேலாவது..."

"ஸ்ரீதரன் இன்னும் ஆபீஸிலிருந்து வரவில்லை?"

"வந்துவிட்டு வெளியே போயிருக்கிறார்..."

"இன்னும் திரும்பி வரவில்லை?"

"இல்லை... அவர் யாரோ சினேகிதருடன் சாப்பிடப் போயிருக்கிறார்."

"நீ போகவில்லை...?"

"எனக்குத் தலைவலி..."

"நான் வரப்போவது ஸ்ரீதரனுக்குத் தெரியாதா?"

"தெரியாது."

"ஓ..." வேறென்ன சொல்வதென்று தெரியவில்லை.

"இதோ பார் -உன்னை ஒரே ஒரு கேள்வி கேட்க பத்து வருஷமாகக் காத்துக்கொண்டிருக்கிறேன்."

"எழுதியிருக்கலாமே?"

"எழுதினால் நீ பதில் போட்டிருப்பாயா?"

"இப்பவும் நான் பதிலளிக்க மறுக்கலாம்."

"ஆனால் உன் முகத்தை மறைத்துக்கொள்ள முடியாதே"

மீண்டும் நான் மௌனமாயிருந்தேன். "அன்று நான் கல்கத்தாவுக்குப் புறப்பட்ட சனிக்கிழமை அந்தப் பாட்டை அனுப்பியது நீதானே..." தூக்கிவாரிப் போட்டது எனக்கு. அவள் சிரித்தாள். "பார்த்தாயா... நீ பேசாமலே உன் பதிலை நான் அறிந்துகொண்டு விட்டேன். உன்னைப் போன்ற முட்டாளை நான் பார்த்ததே இல்லை... என் கல்யாணத்திற்கு முன் ஒரு வார்த்தை சொல்லி இருக்கக் கூடாதா...?"

நாடகம் போல் இவையெல்லாம் கண்ணாடியில் கண்டேன். கண்களை அக்காட்சியினின்று அகற்ற முடியவில்லை.

அப்பேச்செல்லாம் காதில் உரக்க இடிபோல் ஒலித்தன.

“ஐயா, வண்டி வந்திருக்கு” என்றான் என் வேலைக்காரன் முனிசாமி.

தயங்காமல் சொன்னேன், “வண்டி வேண்டாம்- நான் வெளியே போகப் போவதில்லை.”

★

பிறந்த நாள் பரிசு

இந்தக் காலத்தில் பதினெட்டாவது பிறந்த நாள் ஒரு பெண்ணின் வாழ்க்கையில் இரு முக்கியப் பகுதிகளுக்கு நடுவே நிற்கும் எல்லைக்கோடு. சிறு பெண் என்பது முடிந்து இளம்யுவதி என்பது ஆரம்பமாகிறது. இப்பொழுதெல்லாம் பதினெட்டு வயது ஆகும்வரை பெண்கள் கவலை கட்டின்றி திரியும் சிறுசுகளாகவே கருதப்படுகிறார்கள். அதற்குப் பிறகுதான் அவர்களும் வயது வந்தவர்கள். இன்னும் குழந்தைப் பெண்கள் அல்ல என்பது ஒப்புக்கொள்ளப்படுகிறது- அவர்களாலும் சரி, பிறராலும் சரி. பதினெட்டாம் பிறந்த நாளன்று பெண் வாசற்படியில் நிற்கிறாள்-வீட்டில் வளர்ந்து கற்றுப் பயின்று பக்குவமடைந்த பெண் பருவமெய்தி உலகில் கலந்து பரிணமிக்கக் காத்திருக்கும் மோன இடைவேளை.

வாழ்க்கை என்ன ரசாயனமா, கணிதமா, அந்த மாதிரி குறிப்பிட்ட ஒரு தினத்தன்று ஒரு மாறுதல் ஏற்பட? இதற்கெல்லாம் வழக்கமும் கேள்வி காரணம். ஞானமும்தான்.

சுகுணா இதற்கு விதி விலக்கல்ல.

அன்று காலை எழுந்திருக்கும் போதே இரு பிராயங்களுக்கிடையே தயங்கி நிற்கும் ஒரு சஞ்சலத்தோடு எழுந்தாள் சுகுணா. தான் இனிமேல் அப்பாவின் செல்லப்பெண் சுகுணாக்குட்டியல்ல.

அப்பா இன்னும் எப்பொழுதும் தன்னை குட்டியம்மா, சுகுணா குட்டியென்றுதான் கூப்பிடுவார். ஆனால் அது பழக்க தோஷத்தால், உண்மையில் தான் இனிமேல் சுகுணாதான். வயது வந்த இளம் மங்கை; குழந்தையல்ல; பருவமடைந்த கன்னி.

இப்படியெல்லாம் அவள் எண்ணங்கள் ஓடின. இந்த நினைவோட்டம் பயத்தையும் குதூகலத்தையும் ஒருங்கே விளைவித்ததும் சகஜம். "வளரும் பொழுதுதான் சுயேச்சை கட்டுப்பாடு கவலை இரண்டும் கிடையாது?" என்றது பயம். "இனிமேல் நீ வயது வந்தவள். பெரியவள். உன்னைக் குழந்தைபோல் ஒருவரும் நடத்த மாட்டார்கள். இன்று முதல் உனக்கு சுதந்திரம்" என்றது குதூகலம்.

சாரதி ஞாபகம் வந்தது சுகுணாவிற்கு. சீக்கிரத்தில் அவனைப்பற்றி ஒரு முடிவுக்கு வரவேண்டும். அன்பு, சிநேகம், காதல், கல்யாணம். எண்ணங்கள் மீண்டும் ஓடின. நினைவோட்டம் இன்னொரு இணைப்பு உணர்ச்சியை மூட்டியது. ஒரு பக்கம் ஆவல். இன்னொரு பக்கம் அச்சம். "இன்பம் ஒரு கலை. இன்பத்திற்கு எல்லை இல்லை. அதன் நுணுக்கங்களை ஆராய்ந்து சுகத்தை அலசிப் பருக இதோ உன் இளமை உதயமாயிருக்கிறது. வா! நீயும் சாரதியும் வாழ்க்கைக் கடலில் இறங்கி, அலைகள் மார்பில் மோத எக்களிப்புடன் நீந்திச் செல்லுங்கள்" என்றது ஆவல். "நிலை தவறி விடாதே. கூடி வாழ்வது என்றால் நீ படித்திருக்கும் காதற் கவிதைகள் என்று எண்ணுகிறாயா? இல்லவே இல்லை. வாழ்க்கை ஒரு பிரச்னை. பிரச்னையை நீ புரிந்து கொள்ளுமுன், பிரச்னை உன்னை முடித்துவிடும்... கல்யாணமான பிறகு காதலும் இன்பமும் கரையேறிவிடும். குடும்பக் கவலையும் குழந்தைகளும்தான் மிஞ்சும்." என்றது அச்சம்.

இந்த மார்ச்சில் பரீட்சை படிப்பு முடிந்த பிறகு என்ன? வேலையா? என்ன வேலை? எங்கு வேலை? எத்தனை நாட்களுக்கு அப்பா பெண்ணாக இருப்பது? சீக்கிரத்தில் தன் ஜீவனத்தைத் தானே நடத்திக் கொள்ளவேண்டும். சுயேச்சை, ஏழ்மை, தன் மதிப்பு. இன்னொரு தரம் எண்ணங்கள் ஓட

ஆரம்பித்தன. இந்த நினைவோட்டத்திலும் இரு எதிர் எதிர் உணர்ச்சிகள் வந்து சென்றன. நம்பிக்கை ஒருபுறம், சந்தேகம் எதிர்புறம். “வாழ்க்கை முழுதும் நீ ஏன் இன்னொருத்தருடைய ஏதோ ஒன்றாக நின்றிருக்க வேண்டும். அப்பாவின் பெண், பிறகு சாரதியின் மனைவி, அப்புறம் ஒரு கிட்டுவின் தாயார். உனக்கென்று தனி ஆகிருதி கிடையாதா? நீயும் ஒரு தனி மனுஷி. ஒரு பிரஜை. ஏன் என்றென்றும் ஒட்டி வாழ வேண்டும்? உனக்கு ஆசையில்லை? இலட்சியங்கள் இல்லை? உயரவேண்டும்; ஏதோ ஒரு துறையில் பெயர் பெறவேண்டும் என்ற கனவுகள் இல்லை? பயப்படாமல் முன் செல். என்ன செய்தாலும், கல்யாணம் பண்ணிக் கொண்டாலும் சரி, வேலை பார்த்துக்கொண்டாலும் சரி, உன் சுதந்திரத்தை இழந்து விடாதே. உனக்கென்று வாழ்க்கையை வகுத்துக்கொள், இன்னொருவர் வாழ்க்கையில் கரைந்துவிடாதே” என்றது நம்பிக்கை. “உன்னால் முடியுமா? ஆணானாலும் பெண்ணானாலும் எத்தனை பேரால் உயரமுடியும்? ஏதோ ஒரு துறையில் பெயர் பெறமுடியும். கல்யாணம் குடும்பம் வேண்டாம். நான் வேலை பார்க்கப்போகிறேன் என்றால் பின்னொரு சமயம் உன் வாழ்க்கையில் வறட்சியைக் கண்டு வருந்துவாய். அதற்காகக் கல்யாணம் செய்துகொண்டு குடும்பம் நடத்துவதையே முழுநேரத் தொழிலாக ஏற்றுக் கொண்டால் சீக்கிரத்திலேயே உன் வாழ்க்கையின் வேற்றுமை வேறுபாடற்ற தேக்கம் காரணமாகச் சலிப்புத்தட்டி விடும். இரண்டையும் செய்யப்பார்த்தால் நீ இதையும் சீராகச் செய்யவில்லை. அதையும் சரியாகச் செய்யவில்லையென்று யாராவது... ஒருவர் இல்லாவிட்டால் ஒருவர் சொல்லிக்கொண்டு திரிவார்கள். ஊரார் பேச்சை உதறித் தள்ளிவிட்டு திடமாக வாழ உனக்கு பலமுண்டா? எல்லோரும் மேதாவிகள் ஆகிவிடமுடியாது. நடுத்தர மனிதர் நாமெல்லாம், உலகத்தில் கரையப் பிறந்தவர்கள்தான்” என்றது சந்தேகம்.

சுகுணா அவள் அப்பாவிற்கு ஒரே மகள். மேலும் தாய் இல்லாப் பெண். அவள் தாயார் பால்யத்திலேயே போய் விட்டாள். ஆனால் அதை அவள் இன்றுவரை உணர்ந்ததே இல்லை. வாழ்க்கையில் ஒரு கஷ்டமும் அறியாமல்

வளர்ந்தவள். தாயில்லாப் பெண் என்று சிறு தாயார் கையிலோ பார்த்துக்கொள்ள ஒருவரும் இல்லை என்பதாலோ அடிபட்டவள் அல்ல. அவள் தகப்பனார் மறு விவாகம் செய்து கொள்ளவில்லை. நல்லவேலை, புத்திசாலி. படித்தவர். தன் சுயமுயற்சியுடன் ஏற்ற உபாத்தியாயர் அமைத்தும், தன் தமக்கையின் உதவியைக் கொண்டும் பெண்ணைப் பத்திரமாக வளர்த்தார். செல்லப்பெண். நிரம்பப் பணம் உண்டு. ஆனால் சுகுணா கொடுத்துக் குட்டிச்சுவரான பெண் அல்ல. அவள் கல்வியும் சிரமப்பட்டு திட்டப்பிரகாரம் புகட்டப்பட்டது. பதினெட்டு வயதில் இவ்வளவு தெளிவாக வாழ்க்கையைப் பற்றிச் சிந்திக்க முடிந்தது, இத்தனை சந்தேகங்கள் உதித்தன என்பதே இதற்குச் சான்று.

யார் யாரோ சினேகிதர்கள் வந்து ஏதேதோ நல்வாழ்த்து கூறிச் சென்றனர். சிலர் பரிசுகளும் கொண்டு வந்து கொடுத்தனர். ஹாஸ்டல் மேலதிகாரி கூட வந்து தன் ஆசியைத் தெரிவித்துச் சென்றார். இதிலெல்லாம் ஆச்சரியம் ஒன்றுமில்லை. சுகுணாவைத் தெரியாதவர் கல்லூரியிலோ ஹாஸ்டலிலோ ஒருவரும் கிடையாது. அவள் வகுப்பு மாணவிகள் மட்டுமல்ல, மேல் வகுப்பு, கீழ் வகுப்பு எல்லா மாணவிகளுக்கும், எல்லா ஆசிரியர்களுக்கும் சுகுணாவைத் தெரியும்; எல்லாரையும் சுகுணாவிற்குத் தெரியும். கலகலவென்று சிரித்துப் பேசி சிநேக பாவத்துடன் பழகும் சுபாவம் அவளுடையது. தன் வகுப்பில் முதல் பத்துப் பேருக்குள் எல்லாப் பாடங்களிலும் இருப்பாள். அவள் இல்லாத விளையாட்டு கிடையாது, புத்தகப் பூச்சியல்ல. நன்றாகப் பாடுவாள்; பார்க்க அழகு; ஆகையால் எந்த நாடகம் விசேஷம் என்றாலும் சுகுணா கலந்து கொள்ளாமல் நடைபெறாது. எல்லோருக்கும் அவளைத் தெரிந்திருந்தது சகஜம்தானே. எல்லோருக்கும் அவளைப் பிடித்திருந்ததும் சகஜம்தான்.

எந்தக் கொண்டாட்டத்தையும் ரசித்து அனுபவிக்கும் சுபாவம் அவளுடையது. ஆனால் அன்று எதிலும் மனம் போகவில்லை. ஓரிரு சிநேகிதிகள் குறும்பாக “சாரதியோடு சண்டை போட்டுக்கொண்டு விட்டாயா?” என்று கூட கேட்டார்கள். ஹாஸ்டல் மேலதிகாரிகூட, “ஏன் சுகுணா ஒரு

மாதிரி இருக்கிறாய்? உடம்பொன்றுமில்லையே?" என்றார்.

அவள் சாரதியுடன் சண்டை போட்டுக் கொள்ளவில்லை. உடம்பிற்கும் ஒன்றுமில்லை. எல்லாம் அவள் வயதின் போக்கு. அந்தச் சமயம் இத்தனை சந்தேகங்களும் கேள்விகளும் தோன்றுவது சாதாரணம்தான். ஆனால் அது அவளுக்குத் தெரியாது. தன் மனத்திற்குத்தான் ஏதோ நேர்ந்து விட்டது என்று கூட எண்ண ஆரம்பித்தாள். இதையெல்லாம் யாரிடம் சொல்வது? யாரைக் கேட்பது? சிநேகிதிகள் இவளைப்போல் அனுபவமற்ற சிறுசுகள், உபாத்திமாரிடம் சொந்த வாழ்க்கையைப் பற்றி இவ்வளவு விவரமாக எப்படிப் பேசுவது? அப்பா 1000 மைலுக்கு அப்பால் எங்கோ இருந்தார். கிட்டேயிருந்தாலும் அவர் ஆண். அப்பாவிற்கும் தனக்குமிடையே இந்த வித்தியாசத்தை அன்றுதான் அவள் பூராவாகப் புரிந்து கொண்டாள். தாயாரில்லை. சுகுணா மீண்டும் மீண்டும் 15 வருஷங்களுக்கு முன் இருந்த, தான் அறியாத தன் தாயாரைப்பற்றி நினைத்துக் கொண்டிருந்தாள். "அம்மா இருந்திருந்தால்?" ஆனால் அம்மா இருந்தால் போதுமா? அவள் எப்பேர்ப்பட்டவளோ? 'போடி, புதிசா நீதான் கண்டுட்டே!' என்று அசட்டை செய்தால்? அல்லது சுகுணா வயது வந்தவள்; இனியும் குழந்தையல்ல என்பதைப் புரிந்து கொள்ளாமல் ஏளனம் செய்தால்? புரிந்து கொள்ளாத அம்மா இருப்பது மேலா, அம்மாவே இல்லாமல் இருப்பது மேலா?

"அம்மா... அம்மா" தனியாக அறையில் எண்ணெய் தேய்த்துக் குளித்த தலைமயிரைக் கோதியவாறு உட்கார்ந்திருந்தாள் சுகுணா. அன்று சனிக்கிழமை. கல்லூரி கிடையாது. ஜன்னலுக்கு வெளியே பெண்கள் இப்படியும் அப்படியும் போய்க்கொண்டும் வந்துகொண்டுமிருந்தார்கள். கலங்கின மனதை ஆடாமல் அசையாமல் அமர்த்தி தெளிய வைக்கப் பார்த்துக்கொண்டிருந்தாள் சுகுணா. எண்ணமற்ற, கனவற்ற, கண்முன் இருப்பதைப் பார்க்காத, கேட்டதைப் புரிந்து கொள்ளாத மனத்தூக்கத்தை எட்டிப்பிடிக்க முயன்று கொண்டிருந்தாள். இன்னும் முழுத்தூக்கம் இல்லை. அரைத் தூக்கம்தான்.

“அம்மா, தபால்...”

அப்பா அவள் பிறந்த நாளை மறக்கவே மாட்டார். அன்று காலை ஒரு கடிதமும், ஒரு பிறந்த நாள் பரிசும் கட்டாயம் வந்து சேரும்.

“ரிஜிஸ்டர் பார்ஸல் அம்மா” என்று சொல்லிக்கொண்டே தபால்காரன் வந்திருந்ததைக் கொடுத்தான்.

கையெழுத்திட்டுப் பெற்றுக் கொண்டாள்.

“கடிதம் ஒன்றுமில்லை?”

“இல்லீங்களே...”

ஏன் அப்பா எழுதவில்லை? போடும் பொழுது தபாலுக்கு நாழியாகிவிட்டபடியால் தாமதித்து வருமோ? அப்படி அசிரத்தையாக இருக்கமாட்டாரே அப்பா.

பார்ஸலை அவிழ்த்தாள். உள்ளே ஒரு சிறு வெள்ளிப் பெட்டி இருந்தது. நகைகள் போட்டு வைக்கும் பெட்டி, அழகான வேலைப்பாடு. சுகுணாவிற்கு ரொம்பவும் பிடித்திருந்தது. பெட்டியை மெல்லத் திறந்தாள். அதற்குள் ஒரு கடிதம் இருந்தது. அப்பா மறக்கவும் இல்லை. தாமதித்துப் போடவும் இல்லை. கடிதத்தை எடுத்துப் பார்த்தாள். ஏதோ பழைய காலத்து வாசனை ஒன்று அறையைக் கவ்வியது. கையெழுத்தும் அப்பா கையெழுத்தல்ல. சுகுணா என்று ஆங்கிலத்தில் டைப் செய்திருந்தது. ஆனால் மசி சற்று மங்கி வர்ணம் கலைந்திருந்தது. பல வருஷங்களுக்கு முன் எழுதினது போல் இருந்தது. சுகுணாவிற்கு ஒன்றும் புரியவே இல்லை.

கடிதத்தைப் பிரித்தாள். தன் கையெழுத்து மாதிரியே இருந்தது. ஒரு நிமிஷம் திகைத்துப் போனாள் சுகுணா. அவளால் நம்ப முடியவில்லை. தானே தனக்கு ஒரு கடிதம் எழுதிக்கொண்டாளா? பல வருஷங்களுக்கு முன்... என்ன ப்ரமை? படித்தால் புரியுமோ?

“என் சுகுணாவிற்கு...”

“என் சுகுணாவிற்கு?” சுகுணா யோசித்தாள். இதுவரை அம்மாதிரி உரிமையுடன் தனக்கு எழுதினது இரண்டே பேர்

-அப்பா, சாரதி. இது, கடைசியில் பெயரைப் பார்த்தால் தெரிந்து விடுகிறது. ஆனால் அந்தப் பரபரப்பை இழக்க மனம் வரவில்லை. என்ன பதினெட்டு வயது என்றாலும் உலக அனுபவமற்ற இளமை. இந்தக் கதைப் பரிமளத்தைப் பூராவாக நுகர்ந்து இன்புற ஆசை. மீண்டும் படித்தாள்....

“என் சுகுணாவிற்கு,

நாளை வருவதை இன்று யார் கண்டது என்பது வேதாந்த ஆறுதல் அல்ல, வாழ்க்கை உண்மை. அதனால்தான் நான் இன்று இக்கடிதம் எழுதுகிறேன். இதில் நான் உனக்குச் சொல்லப்போவதை உனக்கு நான் ஒரு சமயம்தான் சொல்லமுடியும். அந்தச் சமயம் இருப்பேனோ மாட்டேனோ, நான் இல்லாவிட்டாலும் உனக்கு அந்தக் குறையிருக்கக்கூடாது.

நீ நன்றாக விளையாடி வளரவேண்டும். பிறகு படித்துப் பயின்று முதிரவேண்டும். உனக்குப் பதினேழு பதினெட்டு வயது இருக்கும்போது எத்தனையோ சந்தேகங்கள் வரும். எத்தனையோ பிரச்னைகள் எழும். பதினெட்டாவது பிறந்த நாள் பெண்கள் வாழ்க்கையில் ஒரு எல்லைக்கோடு- இரு பிராயங்களைப் பிரித்து நிற்கும் ஒரு மோன இடைவேளை. வீட்டின் வாசற்படியில் நின்று உலகில் புகுமுன் பல எதிர் உணர்ச்சிகள், ஆசைகள், எண்ணங்கள் தோன்றும். பயம், குதூகலம், ஆவல், அச்சம், நம்பிக்கை, சந்தேகம் இவை உன் மனதில் போராடும்போது நமக்கு ஏதோ நேர்ந்துவிட்டது என்று பயந்து போய்விடாதே. அப்பொழுது உன் பக்கத்தில் நின்று, உன்னை அணைத்து முத்தமிட்டு அனுபவச் சிரிப்பால் உன் ஆரம்ப கிலேசத்தை நீக்க நான் இருப்பேனோ மாட்டேனோ... அதற்காகவே இதை எழுதுகிறேன். பயப்படாதே. உனக்கு நேருவது சகஜம்... எல்லாருக்கும் நேர்ந்ததுதான். நேரப்போவதுதான். இந்த எண்ணங்கள், இந்தச் சந்தேகங்கள். நீ படித்த பெண், சிந்தித்துப் புரிந்து கொள்ள முயலும் பகுத்தறிவுள்ளவள். கத்தரிக்காயல்ல, முட்டாளும் அல்ல என்பதையே நிரூபிக்கின்றன...”

சுகுணாவால் மேலே படிக்க முடியவில்லை. கண் நிரம்பக் கண்ணீர். முத்து முத்தாய்ப் புரண்டு வழிந்து கொண்டிருந்தது. அவள் வாழ்க்கையில் முதல் முதலாக, “அம்மா” என்று வாய்விட்டு அலறினாள்.

அவசர அவசரமாகக் கடிதத்தைத் திருப்பி, கடைசியில் என்ன எழுதியிருக்கிறது - யார் எழுதின கடிதம் என்பதைப் படித்தாள்.

"...எதற்கு சொல்கிறேன், உன் வாழ்க்கை நல் நினைவுகள் நிரம்பிய ஒரு பூங்காவாக இருக்க வேண்டும். பாவம் என்றும் புண்ணியம் என்றும் பயந்து சாகாதே. யார் என்ன சொல்வார்கள் என்று ஆசையை அடக்காதே. அதற்கும் ஒரே ஒரு பரீட்சை வைத்துக்கொள், நாலு பேர் அறிந்தால் வெட்கப்பட வேண்டியதைச் செய்யாதே. செய்ததை ஏற்றுக்கொள்ள வெட்கப்படாதே.

வாழ்வின் இறுதியில் இன்னொரு தடவை வாழ வேண்டியிருந்தாலும் இப்படியே வாழ்வேன் என்று 'ததாஸ்து' சொல்லக் கூடியதாக இருக்கட்டும் உன் வாழ்க்கை. அதுவே வெற்றி வாழ்வு. சமத்தாயிரு. சந்தோஷமாயிரு. மீதியெல்லாம் தானாக வரும்.

உன் பக்ஷமுள்ள,
அம்மா"

சுகுணாவின் கண்களில் அழுகையில்லை. அவை இரு விண்மீன்கள் போல் ஜ்வலித்தன. "அம்மா அம்மா" என்று வாய் முணுமுணுத்தது. அக்கடிதத்தைக் கண்ணில் ஒத்திக்கொண்டு, நனைந்த தாளை முத்தமிட்டு, பெட்டியையும் கடிதத்தையும் மார்பில் வைத்து இறுகக் கட்டிக் கொண்டாள். அம்மாவே பக்கத்தில் நின்று, அணைத்து முத்தமிட்டு அன்புப் புன்முறுவலால் ஆறுதல் கூறுவது போல் இருந்தது.

★

தெளிவு

ரயில் புறப்பட்டது. அதிசயம்; அந்த இரண்டாம் வகுப்புப் பெட்டியில் நாங்கள் இருவர் மட்டுமே இருந்ததுதான். நானும் புஷ்பாவும் எதிர் எதிர் மூலைகளில் உட்கார்ந்து கொஞ்ச நேரம் வெளியே ஓடி மறைந்து கொண்டிருந்த நிலத்தோற்றத்தைப் பார்த்துக் கொண்டிருந்தோம். அவள் என்ன நினைத்துக் கொண்டிருந்தாளோ! என் எண்ணமெல்லாம் நான் அவளிடம் சொல்ல விரும்பியதை எப்படிச் சொல்வது என்பது பற்றித்தான். 'இதெல்லாம் பற்றி யோசித்துப் பிரயோஜனமில்லை. சொல்ல ஆரம்பித்தால்தான் தெரியும். பேசுவது கேட்பவரின் மனநிலையைப் பொறுத்து அமையவேண்டும். போகப்போகப் பார்க்கலாம்...' சற்று நேரத்திற்கெல்லாம் கொட்டாவி விடுவது போல் பாசாங்கு செய்து கொண்டு கடிகாரத்தைப் பார்த்தேன்.

"உம்...பத்தாகப் போகிறது. படுக்கையை விரித்து விடலாம்..."

அவள் பதில் சொல்லவில்லை. எழுந்து பெட்டிகளையெல்லாம் ஒருபுறமாக அடுக்கிவிட்டு நான் படுக்கையை அவிழ்த்துக் கொண்டிருக்கையில் புஷ்பா எழுந்து வந்து, "நான் போடுகிறேன்" என்றாள்.

"பாதகமில்லை" என்று சொல்லிவிட்டுப் படுக்கையை அவிழ்த்தேன். அவளும் உதவினாள். இரண்டு படுக்கைகளையும்

சரியாகப் போட்டோம். இன்னுமொரு பத்து நிமிஷத்தில் இருவரும் படுக்கத் தயாராகி விட்டோம்.

"இந்த ஸீட்டில் தூங்குகிறாயா... அதுவே சௌகர்யமாக இருக்கிறதா?"

"இதுவே சரியாக இருக்கிறதே..."

"ஃபானை (Fan) அப்படித் திருப்பட்டுமா?"

"கொஞ்சம்... அவ்வளவு வேண்டாம். உங்களுக்கும் காற்று வரட்டும்"

"இது போறும் எனக்கு... விளக்கை அணைத்துவிடட்டுமா."

"ஏதாவது வேண்டுமானால் கூப்பிடு; கீழேயெல்லாம் சாமான்கள் இறைந்து கிடக்கின்றன. இருட்டிலே கண் தெரியாது."

அவள், "சரி" என்பது போல தலையை அசைத்துவிட்டுப் படுத்துக்கொண்டாள். நானும் விளக்கை அணைத்துவிட்டுப் படுக்கையில் போய் உட்கார்ந்தேன். தூக்கம் எப்படி வரும்? இவ்வளவு முக்கியமான விஷயத்தைப்பற்றி புஷ்பாவிடம் பேசாமல் இருந்துவிட முடியுமா? முடியாது. பின் ஏன் இந்தக் தயக்கம்? தயக்கத்திற்குக் காரணம் பயம்தான். பயந்து என்ன செய்வது? சொல்லித்தானே ஆக வேண்டும்? மேலும் வழக்கமாக இந்த மாதிரி விஷயங்களில் பயப்படும் சுபாவம் அல்லவே என்னுடையது! பின்? காரணத்தை அலசி அறிய ஏன் முயலவேண்டும்? காரணம் எதுவாயினும் மூன்று நாட்களாகப் புஷ்பாவிடம் பேசுவதைத் தள்ளிப்போட்டு வந்தேன். முகூர்த்தத்திற்கு முந்தின நாளே அவளுடன் தனித்துப்பேசி பிறகே மணப் பலகையில் உட்கார வேண்டுமென்றிருந்த எண்ணம் நிறைவேறவில்லை. திருமணத்தன்றிரவாவது அதை முடித்துக் கொள்ளவேண்டுமென்று நினைத்ததும் வீணாயிற்று. இன்று...? படுக்கத் தயாராகிக் கொண்டிருந்தேன்: பேச்செடுத்தபாடில்லை.

வெகுநேரம் ஜன்னலருகே உட்கார்ந்து ஒன்றன் பின் ஒன்றாக விடாமல், 'சிகரெட்' பிடித்துக் கொண்டிருந்தேன். மனம் நிலைகொள்ளவில்லை... புஷ்பா தூங்கியிருப்பாளா?

“புஷ்பா!”

“இன்னும் தூங்கவில்லை?”

“நீங்கள்?”

“தூக்கம் வரவில்லை...”

“எனக்கும்தான்...!”

“இப்படி வந்து உட்காரேன்... பேசிக்கொண்டிருக்கலாம்...”

வந்து அருகே உட்கார்ந்தாள். ஆனால் மீண்டும் மௌனமே நிலவி நின்றது. ரயில் கவலையின்றி ஓடிக் கொண்டிருந்தது.

“சௌகர்யமாக சாய்ந்து கொண்டு உட்காரேன்...”

“சௌகர்யமாகத்தான் இருக்கிறது...”

“புஷ்பா...!”

“ஊம்...”

“நீ ஏன் இந்தக் கல்யாணத்திற்குச் சம்மதித்தாய்?”

அப்படியா திடுதிப்பென்று கேட்பது? எவ்வளவோ நாசூக்காகப் பேச்சை நடத்திச் செல்லவேண்டுமென்று நான் போட்டிருந்த திட்டமெல்லாம் போய் இவ்வளவு முட்டாள்தனமாகக் குறுக்கு விசாரணையில் இறங்கிவிட்டேன்...? சரி. மூடுமந்திரம் எதற்கு? உள்ளதை மறைவு மர்மம் இல்லாமல் தெளிவாக நேரில் சொல்லிவிடுவதுதான் மேல் என்று வைத்துக் கொள்வோமே!

“வேறெந்தக் கல்யாணத்திற்கும் என்னால் சம்மதிக்க முடியவில்லை!”

“அப்படியென்றால்...?”

“உங்களுக்குத் தெரியாதா?”

“ஏதோ நாம் குழந்தைகளாக இருந்தபோது நம் பெற்றோர்கள் சொன்னதை...”

“கேட்டுக்கேட்டு அதுவே எனக்கும் பிடித்துப் போய் விட்டது என்று வைத்துக் கொள்ளுங்களேன்...”

“ஆனால் எனக்கு?”

“அதைப்பற்றி எனக்குக் கவலை இல்லை...”

“நிஜமாகவா?”

“நிஜமாகத்தான். பிடிக்காத கல்யாணத்திற்கு ஒத்துக் கொண்டிருப்பீர்களா?”

“பிடிக்கவில்லை என்று சொல்லாமலிருப்பதற்கும் பிடித்திருக்கு என்று சொல்லுவதற்கும் எவ்வளவோ வித்தியாசமுண்டு.”

“தெரியும். பிடிக்கவில்லை என்று நீங்கள் சொல்லாமல் இருந்தால் போதும் எனக்கு.”

“பெண்கள் மனம் சுலபத்தில் திருப்தி அடையாது என்று சொல்வார்களே...?”

“எங்கள் மனம் ரொம்பவும் ஆழமானது என்றும் கேள்விப்பட்டிருப்பீர்களே!”

என்னால் சிரிக்காமல் இருக்க முடியவில்லை.

“போகட்டும். நான் சொல்ல வந்ததைச் சொல்லி விடுகிறேன்... தூக்கம் வருகிறதா?”

“ஏன், கதை ரொம்பவும் நீளமோ?”

“கதையா?”

“சொல்ல வந்தது...”

“ஆமாம்... ரொம்ப இருக்கு சொல்ல வேண்டியது.”

“ஊம், சொல்லுங்கள்” என்றாள்.

எப்படிச் சொல்வது? எதைச் சொல்வது? திடீரென்று என் மனம் பூராவாகவும் அவளிடத்தில் ஒரு பச்சாதாபம் நிரம்பியது. என்னை விரும்பி மணம் புரிந்து கொண்டுள்ள இப்பெண் என்னை அறிவாளா? அறிந்திருந்தால் என்னை வரித்திருப்பாளா? இவள் என்ன எதிர்பார்க்கிறாள்...? அன்பல்ல; இச்சையல்ல. வர்ணிக்க முடியாத ஒரு இரக்கம் என்னைத் தூண்டிற்று.

அவளுக்கு என்ன கிடைக்கப்போகிறது? அவளருகே போய் உட்கார்ந்து கொண்டேன். காலை மடக்கிக் கொண்டு தலையணையில் சாய்ந்து படுத்துக் கொண்டிருந்தாள். மெல்ல அவள் தலையை நகர்த்தி என் மடியில் வைத்துக்கொண்டேன். காற்றில் பறந்து கொண்டிருந்த அவள் தலைமயிரை நெற்றியினின்று தள்ளியவாறு அவள் முகத்தைத் தடவிக் கொடுத்தேன். அந்த ஸ்பரிசம் ஒரு கொந்தளிப்பையும் விளைவிக்கவில்லை. என்னுள் பூராவாக ஒரு அமைதிதான் குடியேறியது. பெண்ணை அணைத்தது- அது எனக்கு முதல் தடவையன்று. ஆனால் அப்பொழுதுதான் நான் முதன் முதலாகப் பெண்மையை அணுகினேன்.

“புஷ்பா, கேள். நான் சொல்லுவது உன் மனதைப் புண்படுத்தலாம். ஆனால் இதையெல்லாம் வேறு யாராவது உனக்குச் சொன்னால் உன் மனம் பொசுங்கியே போய்விடும். மேலும் என்னிடம் உனக்கு நம்பிக்கையே இராது. நம் சந்தோஷத்திற்குப் பரஸ்பர நம்பிக்கை இன்றியமையாதது. இன்னொன்றும் உண்டு. இருவர் கூடி வாழவேண்டுமானால், அவர்களுக்கிடையே சந்தேகங்களும் திரைகளும் இருக்கக்கூடாது. நீ கேட்காவிட்டாலும், வாய் விட்டுச் சொல்லாவிட்டாலும் உன் மனதிலும் எத்தனையோ கேள்விகள், எத்தனையோ சந்தேகங்கள் இருக்கும். எனக்குத் தெரியும். ஏன் இத்தனை நாட்களாக மாட்டேன் என்று சொல்லி வந்த நான் திடீரென்று இந்தக் கல்யாணத்திற்கு இசைந்தேன்...?”

“என் அதிர்ஷ்டம்” என்று குறும்பாகச் சொல்லிவிட்டு புஷ்பா இன்னும் அருகே வந்து என் மேல் சாய்ந்து படுத்துக்கொண்டாள். என் இரு கைகளையும் எடுத்து தன்னை அணைத்தாற் போல் அமைத்துக்கொண்டாள்.

“போர்த்திக்கொள்ள ஏதாவது எடுத்துத் தரட்டுமா?”

“ஜில்லென்றிருக்கா?”

“இப்பொழுது இல்லை... சொல்லுங்கள்.”

மீண்டும் தடுமாறினேன். எப்படிச் சொல்லுவது? உலகமறியாத பெண். கூட்டுக்கிளி, ஊட்டி வளர்க்கப்பட்ட அனுபவமற்ற பச்சை மனம் படைத்தவள்.... எதைச் சொல்லுவது? ஆதியில்

ரஸனை, கட்டுப்பாடு இரண்டுமின்றி மனம் போனபடி திரிந்ததைச் சொல்லுவதா? பிறகு எட்டாத பழத்திற்குக் கொட்டாவி விட்டதைச் சொல்லுவதா? அல்லது நம்பினவளைப் புரிந்து கொள்ளாது நட்டாற்றில் கைவிட்டதைச் சொல்லுவதா? எல்லாவற்றையும் சொல்லிவிடவேண்டியதுதான். மறைக்காமல் சொல்லுவதால் வெறுப்புக்குப் பதில் இரக்கம் ஏற்படலாம். இரக்கம் எவ்வளவோ செய்யக்கூடும். அன்பு கூடப் பிறக்கலாம். எதைச் சொல்லுவது, எப்படிச் சொல்லுவது என்று திணறின அந்த ஒரு சில விநாடிகளில் நான் என் முழு வாழ்க்கையையும் மீண்டுமொருதரம் வாழ்ந்தேன்.

இருபத்திரண்டு வயதில் நல்லவேலை கிடைக்கக் கூடாது; மாதம் நூற்றைம்பது ரூபாய் சம்பளம் கூட அதிகம்தான். அப்படியானாலும் எதுவும் கிடைக்கக்கூடிய பெரிய பட்டணத்தில் வாழ நேரக்கூடாது; அதுவும் நேர்ந்தாலும் வேலையின்றிச் சோம்ப நேரமிருக்கக்கூடாது! எனக்கு அப்பொழுது சம்பளம் இருநூற்றைம்பது ரூபாய்; வேலை கிடைத்தது பம்பாயில்; காலையில் பத்து மணி முதல் மாலை ஐந்து மணிவரை தவிர ஒரு வேலை கிடையாது; ஒரு கவலை கிடையாது: வயது இருபத்திரண்டு; தனியாக வாழ்க்கை... எல்லோருக்கும் நேருவதுதான் எனக்கும் நேர்ந்தது. குமார்... வேலையில்லாத சோம்பேறி...பணம் இருப்பவர்களுக்குச் செலவழிக்கும் வழி சொல்லித் தரத் தெரியும், பிறரிடம் ஒட்டியிருந்து வாழும் புல்லுருவி. வெகு ரஸமான பேர்வழி. அவனுடன் இருக்கும்போது பொழுது போவதே தெரியாது. ஸுனீதா; இருபத்திரண்டு வயது; வாலிபனுக்கு யமன்; பயந்த சுபாவத்திற்கும் கிராம்ய சங்கோசத்திற்கும் நல்ல மாத்து. நுனிப்புல் மேய்ந்த படிப்பு. வெளிப் பகட்டுடன் நின்றுவிட்ட நாகரிகம்; இன்பம் தேடும் இளைஞன் வேண்டும். அனுபவ ஊற்று... வியாஸ்; கோடீசுவரன்; எதற்கும் குறைவில்லை; ஆகையால் வாழ்க்கையில் ஏகப்பட்ட சலிப்பு; சலிப்பைப் போக்க எதையும் செய்யத் தயார். நவ நவமான காம விகாரங்களைக் கண்டுபிடிப்பது அவன் பயின்று வந்த கலை. அவன் சகவாசம் ஒரு ஆபத்து... மேரி; ஆபீஸில் வேலை பார்க்கும் குமாஸ்தா; சாயந்திரம் ஆறு மணி முதல் இரவு வீடு திரும்பும் வரை

அவள் தோழமைக்கு விலை – ஒரு சினிமாக் காட்சி: உள்ளே போனதும் சாக்லெட். இடைவேளையில் ஐஸ்கிரீம், பிறகு நல்ல ஹோட்டல் ஒன்றில் சாப்பாடு; எப்பொழுதாவது ஒரு சமயம் இரண்டு ஜோடி நைசான மேல் ஜோடுகள் வாங்கிக்கொடுத்து விட்டால் நடுத்தெருவிலும் கட்டியணைத்து முத்தம் தருவாள்... இன்னும் எத்தனையோ குமார்கள்; எத்தனையோ ஸுனீதாக்கள்; எத்தனையோ வியாஸ்கள்; எத்தனையோ மேரிகள்... இதெல்லாம் ஒன்றும் மன்னிக்க முடியாத குற்றங்கள் அல்ல; புஷ்பா புரிந்து கொள்ளுவாள்; ஆனால் சாரதா?

சாரதா, பம்பாயில் வேலை பார்த்து வந்த ஐ. ஸி. எஸ். உத்தியோகஸ்தர் ஒருவருடைய பெண். நம் ஊர்தான். அதனால்தான் எங்கள் பரிச்சயம் அவ்வளவு தூரம் செல்ல முடிந்தது. பம்பாய், டில்லி போன்ற தூரதேசங்களுக்குப் போய்விட்டால் தமிழ் பேசுவது என்றாலே ஒரு இன்பம். சாரதாவைச் சந்தித்தது முதற்கொண்டே எனக்குத் தெரியும், அவள்தான் என் மோகினி என்று. நான் அவள் அடிமை என்று... தெரிந்து என்ன பிரயோசனம்? தப்பிவிட முடியுமா? அதுதான் இவ்வுலகத்து மோகினிகளின் ரகசியம்! சாரதா என்னை ஆசை காட்டி இழுத்துச் சென்றாள். நானும் அவள் போன இடமெல்லாம் பின்தொடர்ந்தேன். அவளுக்கு இதெல்லாம் விளையாட்டு; பொழுதுபோக்க ஒரு ரஸமான பரிசோதனை; எனக்கு உயிர்ப் பிரச்னை. கடைசியில் ஒருநாள் என் சித்த ஸ்வாதீனத்தை இழந்து என தன மதிப்பு, சுயமரியாதை எல்லாவற்றையும் மறந்து பேசினேன், அன்று நான் சொன்னதைக் கேட்டு அவள் சிரித்தது இன்னும் என் காதில் ஒலித்து வருகிறது. ஆனால் அதில் ததும்பி நின்ற ஏளனம், அகங்காரம், மமதை எனக்குப் புரிந்ததா? புரிந்தது, ஆனால் புரிந்துகொள்ள மறுத்தேன். பித்தம் தலைக்கேறிவிட்டது. அந்த நிலையை எய்தி விட்டவர்களுக்கு விமோசனம் கிடையாது. வெட்கக்கேடு என்னவென்றால் இன்று கூட அவள் விரலசைத்தால் நான் தாவி எழுவேன். பாசம் ஒரு நோய்; மானத்திற்கும் அப்பாற்பட்டது. சாரதாவை என்னால் என்றும் மறக்கமுடியாது; தப்ப முடியாது. அவள் என் ரத்தத்தில் ஓடுகிறாள். இதெல்லாம் புஷ்பா புரிந்து கொள்ளுவாளா? புரிந்து கொண்டாலும் பொறுத்துக் கொள்ளுவாளா? அப்புறம் கீதா?

கீதா என் கசப்பு வேதாந்தத்திற்குப் பலி; நான் சந்தித்த காலம் எனக்கு எதிலும் நம்பிக்கை இல்லை - அவளை அதுவும் எந்தப் பெண்ணிடமும் நம்பிக்கை, மரியாதை கிடையவே கிடையாது. சாரதா சம்பவம்தான் இதற்குக் காரணம். அவள் என்னை நடத்திய விதம் என் மனிதத்தன்மையை நாசமாக்கிவிட்டது. என் மனம் திரிந்து புளித்துப் போய்விட்டது. அகனால்தான் நான் கீதாவிடம் அவ்வளவு ஈரமற்ற முறையில் நடந்து கொண்டேன். அவள் அதை /அறிந்து கொண்டிருக்கக் கூடாதா? எப்படி முடியும்? சாரதாவை என்னால் அறிந்து கொள்ள முடிந்ததா? அறிந்து கொண்ட பிறகும் அறிவுடன் நடந்துகொள்ள முடிந்ததா? என் பாசம் என் அறிவிற்குப் போதையேற்றுவித்தது. அவள் பாசம் அவள் அறிவிற்கு, இதுதான் வித்தியாசம். என் ஏமாற்றம் என்னை ஈவு இரக்கம் அற்ற மிருகம் ஆக்கியது. அவளால் மன முடைந்த பிறகு வாழ முடியவில்லை. கீதாவின் துயரத்திற்கு, அவள் வாழ்க்கை சீர்குலைந்ததற்கு நான்தான் அபராதி, அந்தப் பாவம் என்னை என்றும் தாக்கும்.

கடைசியாக, இன்னொன்றும் சொல்லிவிட வேண்டும். வேண்டாம் வேண்டாமென்று சொல்லி வந்து இப்பொழுது ஏன் திடீரென்று இந்தக் கல்யாணத்திற்கு ஒப்புக்கொண்டேன்? முதல் காரணம் வேண்டாம் வேண்டாம் என்று சொல்லிக் களைத்துப் போய்விட்டேன். இனி மேலும் இதைத் தள்ளிப் போட எனக்குப் பொறுமையில்லை. இரண்டாவதாக நானும் ஒரு மனிதன்தானே? எனக்கும் தேவைகள், பசிகள், தாகங்கள் உண்டு; ஒவ்வொன்றிற்கும் தேடிச் செல்ல எனக்கு அருவருப்பாக இருக்கிறது. ஏதாவது ஒரு நிரந்தர ஏற்பாடு அவசியம்...

எப்படியோ எல்லாவற்றையும் புஷ்பாவிற்குச் சொல்லித்தான் ஆகவேண்டும். குளிரும்போது கணப்பருகே நம்மையறியாமல் நகருவது போல் என் மேல் சாய்ந்து படுத்திருந்த புஷ்பாவை இன்னும் சற்று இறுக அணைத்துக் கொண்டு பேச ஆரம்பித்தேன். வெகு நேரம் பேசிக் கொண்டிருந்தேன், பேசப்பேச என்னுள் இருந்த குழப்பம் கலைந்தது. தெளிவு வந்தது. பயமில்லாமல் கூச்சமில்லாமல் எல்லாவற்றையும் சொன்னேன், சொல்லச் சொல்ல ஒரு உண்மையைக் கண்டேன். நான் இவ்வளவு பயப்பட்டிருக்க வேண்டாமென்று ஒரு அதிசயம் நிகழ்ந்தது.

நடந்ததை இன்னொருவரிடம் சொல்லும் பொழுது சம்பவங்களை, என் நண்பர்களை, என்னையே வேறொரு மனிதன் போல் வெளியே இழுத்துப் பார்க்க முடிந்தது. பார்த்ததில் அறிந்து கொண்டேன்; சாரதா பிரமை என்று, நான் அடிமையல்ல. எனக்குத் தனி வாழ்வு உண்டு. அவள் அதை ஆக்கவோ அழிக்கவோ முடியாது. கீதாவும் அப்படித்தான். அவளுக்கு நேர்ந்தது எப்படியும் நேர்ந்திருக்கும். அம்மாதிரி பலஹீன மனம் படைத்தவருக்கு ஒருவரும் உதவமுடியாது. நான் அவளுக்கு ஒரு தீங்கும் இழைக்கவில்லை. நானே ஒரு கருவியாக உபயோகிக்கப்பட்டேன் - அவள் படிப்பினைக்கு... தளைகள் அறுந்து விழுந்தன; நான் சுதந்திரம் பெற்றேன். என் மனதில் ஒரு புது ஆனந்தம் எழுந்தது.

“புஷ்பா, என்னை நம்பு, இதையெல்லாம் உன்னிடம் சொன்னதில் நான் புத்துயிர் பெற்றுள்ளேன். எனக்கு இனிச் சந்தேகமே இல்லை- நாமிருவரும் சந்தோஷமாகத்தான் இருக்கப்போகிறேம். சாரதா இனிமேல் என்னை இழுத்துச் செல்ல முடியாது. கீதாவின் நினைவு நம்மிடையே வந்து பேயாட்டம் ஆடாது. அதற்கும் முன் இளமையில் செய்ததெல்லாம் பால்யத்தில் படிக்கக்கூடாது என்று பெரியோரால் விலக்கப்பட்ட புத்தகத்தை ரகசியமாகப் பெரும் ஊக்கத்துடன் படிப்பது போல் அவ்வளவுதான். அதற்கு அர்த்தமில்லை. பயனில்லை. தண்டனையும் கிடையாது புஷ்பா!... எனக்காக இத்தனை நாளும் காத்திருந்தாயே. இதோ என்னை அழைத்துக்கொள்... புஷ்பா! புஷ்பா!”

பதில் இல்லை: ஒரு நிமிஷம் பயந்தேன். இவ்வளவும், இவ்வளவும் கேட்டபின் அவளால் என்னை ஏற்க முடியாதோ என்று குனிந்து பார்த்தேன். தடுக்கப்பட்ட தூக்கத்தின் கலக்கத்திலும் அவளுடைய முகத்தில் ஒரு தெளிவு, ஒரு களங்கமற்ற புன்னகை. எனக்குத் தெம்பு வந்தது என் மோவாயைத் தீண்டி, “நேரமாகிவிட்டது தூங்குங்கள்” என்றாள்.

ரயில் கவலையின்றி ஓடிக்கொண்டிருந்தது.

★

துணைவி

“நானும் உங்களுக்கு வாழ்க்கைப்பட்டு முப்பது வருஷம் ஆகிறது. நான் கண்ட சுகம் பகவானுக்குத்தான் வெளிச்சம்” என்றாள் சாவித்திரி அம்மாள்.

“நாம் கொடுத்து வைத்தது அவ்வளவுதான்” என்றார் நாகலிங்கமய்யர், சாவித்திரி அம்மாளின் கணவர்.

“நாம் என்ன வேண்டிருக்கு நாம்! உங்களுக்கு என்ன? நீங்க என்னமோ ஆனந்தமாகத்தான் இருக்கிறீர்கள். உங்கள் பள்ளிக்கூடம் உண்டு நீங்களுண்டு. ஏதாவது ஒரு நிமிஷம் வீட்டிலிருந்தால் உங்கள் புஸ்தகங்கள் இருக்கவே இருக்கு. உங்களுக்கு என்ன கவலை?”

நாகலிங்கமய்யர் பதில் ஒன்றும் கூறவில்லை. தன் மனைவி சொல்வது நிஜம் என்று அவருக்கு நன்றாகத் தெரியும். கையிலிருந்த புஸ்தகத்தை மீண்டும் படிக்க ஆரம்பித்தார்.

“நான் உங்களுக்கு ஒரு மனுஷியாகவே தோன்றவில்லை? ஏதோ பயித்தியம் உளறுகிறேன்” என்று மனங் கசந்து சொல்லிக்கொண்டே சமையலறையை நோக்கிச் சென்றாள் சாவித்திரி அம்மாள்.

அந்தக் காலத்தில் குதிரை வண்டி வைத்துக்கொண்டிருக்கும் வக்கீல் என்றால் ரொம்பப் பெரிய மனுஷன் என்று அர்த்தம்.

அந்த மாதிரி வக்கீல்தான் ராமசாமி அய்யர். வெறும் ப்ளீடர் அல்ல: பி.ஏ.பி.எல் பாஸ் பண்ணின வக்கீல். தன் சொந்த ஊரான கும்பகோணத்திலே 'ப்ராக்டிஸ்' பண்ணி வந்தார். 'கோச்சு வைத்துக்கொண்டு கச்சேரி பண்ணினார் எங்கப்பா' என்று சாவித்திரி அம்மாள் அடிக்கடி சொல்லிக் கொள்வதுண்டு, நிரம்ப சம்பாதித்தார், நன்றாகச் செலவு செய்து கண்ணியமாக வாழ்ந்தார். பெரிய மனசு, ஆசையுண்டு; 'எங்க மாப்பிள்ளை பத்து ரூபாய்ப் பரிட்சைக்குப் படிக்கிறார்' என்று பெரிய பெரியவர்களெல்லாம் பெருமிதமாகப் பேசிக்கொண்ட அந்தக் காலத்தில், என் பெண்ணை நான் பி.ஏ. படித்தவனுக்குத்தான் கொடுப்பேன் என்று பிடிவாதமாக இருந்தார் ராமசாமி அய்யர். இதில் சாவித்திரியின் தாயாருக்குக் கூட கொஞ்சம் கோபம்- குறையும்தான். இரண்டு மூன்று நல்ல வரன்கள் வந்தன. இருபது முப்பது வேலி மிராசுகள். சாவித்திரியின் தகப்பனார் அவர்களுடன் பேசக்கூடவில்லை. மாப்பிள்ளைக்காகக் காத்திருந்தார்.

கடைசியில் பி.ஏ. பாஸ் பண்ணின பையனுக்குத்தான் கொடுத்தார்கள் சாவித்திரியை. இடமும் ஒன்றும் மோசமானதில்லை; நாகலிங்கமய்யரின் தகப்பனாரும் வக்கீல்தான். நல்ல மனுஷர், கொஞ்சம் சொத்தும் உண்டு. இன்னும் நாகலிங்கமய்யருக்கு மாமா வழியாக கொஞ்சம் சொத்துவரை இருந்தது. 'இடத்திற்கு என்ன குறைச்சல்... ஏதோ சாவித்திரி தலையில் அவன் தப்பாக எழுதி, அவள் கஷ்டப்படுகிறாள்' என்றுதான் ராமசாமி அய்யர் பிறகும் கடைசிவரை சொல்லி வந்தார்.

படிப்பு முடிந்த அடுத்த வருஷம் நாகலிங்கமய்யருக்குக் கல்யாணம். இதுவே அவர் எந்தமாதிரி என்பதை ஒருவாறு விளக்குகிறது. முப்பது வருஷங்களுக்கு பையனுக்கு பதினெட்டு ஆகியும் கல்யாணமாகவில்லை என்றால் அது ஒரு அற்புதம். நாகலிங்கமய்யர் தன் படிப்பு முடித்துதான் கல்யாணம் என்று சொல்லிவிட்டார். பி.ஏ. பாஸ் செய்த பிறகுதான் கல்யாணமும் செய்து கொண்டார் சாவித்திரியை.

இளம் வயதிலிருந்தே அவர் ஒரு லட்சியவாதி, இன்னும்

தன் வாழ்க்கையை ஏதோ ஒரு விதத்தில் பொதுநலத்திற்காக உபயோகிக்கவேண்டும் எண்ணமும் உண்டு. இதனால்தான் தபால் இலாகாவில் நல்ல வேலையை விட்டுவிட்டு ஒரு உபாத்தியாயர் வேலையில் அமர்ந்தார். அவர் பிள்ளை பல வருஷங்களுக்கு விளையாட்டாகச் சொல்வதுண்டு:

'என்னப்பா அந்த வேலைக்கு மட்டும் நீ போயிருந்தால் உன் சிநேகிதர் எத்தனையோ பேரைப் போல் நீயும் இப்பொழுது எழுநூறு ரூபாய் சம்பளத்தில் ஒரு ராவ் சாஹெப்பாக இருப்பாய். இன்னும் ஒரு வருஷத்தில் பென்ஷனுடன் ரிடையர் ஆகலாமே. நான் கூட இங்கிலாண்டுக்குப் போய் ஐ. ஸி. எஸ்ஸை ஒரு கை பார்த்திருப்பேனே!'

ஆனால் அதெல்லாம் விளையாட்டு. லட்சம் லட்சமாகப் பணமிருந்திருந்தாலும் கோபு ஐ.ஸி.எஸ்ஸுக்குப் போயிருக்கவே மாட்டான். அவன் தகப்பனார் என்னதான் படேபடே திவான்பகதூராய் இருந்தாலும் அவனுக்குத் தன் தகப்பனாரிடம் இருந்த மரியாதையும் பெருமையும் இம்மியளவும் அதிகமாயிருந்திருக்க முடியாது. அவ்வளவு அதிகம்.

அறுபது ரூபாய்தான் சம்பளம். ஆனால் கிராமத்திலிருந்து அரிசி வந்துவிடும். தகப்பனாரும் இன்னும் சம்பாதித்து வந்தார். நிலத்திலிருந்தும் ஏதோ கொஞ்சம் வரும்படி உண்டு. அந்தக் காலத்தில் செலவும்தான் என்ன? சாவித்திரியம்மாள் தன்னைப் பாக்யசாலி என்றுதான் எண்ணியிருந்தாள். அவளும்தான் தன் கணவருடன் சந்தோஷமாக இருக்கவில்லை என்று சொல்லிவிட முடியுமா? பின் வந்த கஷ்டத்தால் அந்தக் காலமெல்லாம் சில சமயங்களில் ஞாபகத்திற்கு வருவதில்லை. அதுவும் கோபு பிறந்தபோது அவர்கள் சந்தோஷத்திற்கு எல்லையில்லை. அவனுக்கு வயது நாலு; லஷ்மி பிறந்தாள். நாகலிங்கமய்யரும் சாவித்திரியம்மாளும் வெகு இன்பமாகத்தான் வாழ்ந்து வந்தார்கள்.

கிராமத்து கேஸ் ஆரம்பமானபோது வக்ஷ்மிக்கு வயது மூன்று. அதற்குள் பாச்சுவும் பிறந்து விட்டாள். காலை ஒன்பது மணியிருக்கும். நாகலிங்கமய்யர் குளித்துக் கொண்டிருந்தார். கிராமத்திலிருந்து ஆள் வந்தபோது மாமா வாங்கின

கடன் இரண்டாயிரம். அடமானமாக வைத்த சொத்து பதினையாயிரத்துக்குக் குறைச்சலில்லை. உடனே தர கையில் பணமில்லை. அதற்காக ஜப்தியாம். நாகலிங்கமய்யர் கிராமத்திற்கு ஓடினார். வியாஜ்யம் ஆரம்பித்தது: அத்துடன் சாவித்திரி அம்மாளின் கஷ்டங்களும் தொடர்ந்தன.

வியாஜ்யம் பதினெட்டு வருஷங்களுக்கு நடந்தது. நாகலிங்கமய்யர் தகப்பனார் தன் மைத்துனரின் சொத்தையும் கடனையும் தானே ஏற்றுக்கொண்டு வியாஜ்யத்தை நடத்தினார். ஸப் கோர்ட்டில் இவர்களுக்கே ஜயம். ஆனால் எதிர்க்கட்சி ஜில்லா கோர்ட்டிற்கு அப்பீல் செய்தனர். அங்கு அவர்களுக்கே வெற்றி. இவர்கள் ஹைகோர்ட்டிற்கு வியாஜ்யத்தை எடுத்துச் சென்றனர். இதற்குள் எட்டு வருஷம் ஆகிவிட்டது. பிறகு ஹைகோர்ட்டிற்கும் ஜில்லா கோர்ட்டிற்குமாக வியாஜ்யம் அலைந்து கொண்டிருந்தது. ஒவ்வொரு நீதிபதி ஒவ்வொரு விதம் சொல்லுவார். ஒவ்வொரு விதம் நோக்குவார். இப்படியும் அப்படியுமாக பத்து வருஷம் நடந்தது. இதற்கிடையே இரண்டு தரம் எதிர்க்கட்சிக்காரர் சமாதானத்திற்கு வந்தனர். ஆனால் நாகலிங்கமய்யரின் தகப்பனார் முரட்டுப் பிடிவாதக்காரர். பிள்ளையும் அப்படியே.

பதினெட்டு வருஷங்களுக்குப் பிறகு வியாஜ்யம் நாகலிங்கமய்யர் கட்சிக்கு ஜபமாக முடிந்தபோது சொத்தெல்லாம் போய் மிஞ்சியது ஐயாயிரம் ரூபாய்க் கடனும் தன் நூறு ரூபாய் உபாத்தியாயர் வேலையுந்தான். மேலே கொசுறு போல் ஆறு குழந்தைகள்.

இந்தப் பதினெட்டு வருஷங்களும் சாவித்திரியம்மாளும் நாகலிங்கமய்யரும் பட்ட கஷ்டம் சொல்லி முடியாது. சாவித்திரி அம்மாள் இரட்டை சீருடன் வந்தவள், ஒட்டியாணம் முதல் காசுமாலை வரை எல்லாத்துடனும்தான் வந்தாள், இப்போது சாவித்திரி அம்மாள் மூக்கில் எண்ணெய் இறங்கி கன்னங்கரேல் என்று கிடக்கும் ஒரு ஒத்தக்கல் மூக்குத்தி: காதில் ஒரு சிகப்புத்தோடு: கழுத்தில் மஞ்சள் சரடில் தொங்கும் தாவி; அவ்வளவுதான். ஊரார் என்ன சொன்னால் சாவித்திரி அம்மாளுக்கு என்ன ஆயிற்று. வீட்டில் ஒரு நல்ல வார்த்தை

வேண்டாமா? ஒரு ஊக்கமளிக்கும் புன்சிரிப்பு வேண்டாமா? ‘எனக்கு வாழ்க்கைப்பட்டு இவ்வளவு கஷ்டத்துக்கும் ஆளானாயே’ என்றுதான் சொன்னால் என்ன ஆறுதலாய் இருக்காதா?

ஒன்று சொல்ல வேண்டும். இத்தனை வருஷங்களுக்கிடையே சாவித்திரியம்மாள் தன் கணவருக்கு நிஜத்துணைவியாக நின்று வந்தாள்; இத்தனை வருஷங்களும் இவ்வளவு கஷ்டங்களுக்கும் இடையே நாகலிங்கமய்யர் தனக்கும் தன் குடும்பத்திற்கும் அரை வயிற்றுக்குப் போட்டு வந்த தன் உபாத்தியாயர் தொழிலை முழு மனதுடன், அன்புடன், பெருமிதத்துடன் செய்து வந்தார்.

நாகலிங்கமய்யர் இரண்டு பக்கங்கள் கூட படித்திருக்க மாட்டார். சாவித்திரி அம்மாள் சமயலறையிலிருந்து வெளிவந்து சொன்னாள்.

“நான் போய் நாராயணனைப் பார்த்துவிட்டு வருகிறேன்.”

“போய் விட்டு வந்தால் போகிறது.”

நாராயணன் சாவித்திரி அம்மாளின் தம்பி. அவனுடன் அவன் தாயாரும் இருந்து வந்தாள். சாவித்திரி அம்மாள் எங்கும் போவதே கிடையாது. கல்யாணம் கார்த்தி என்றால் கூட போய் ஒருவேளை இருந்து விட்டு வந்துவிடுவாள். அவள் இந்த மாதிரி திடுதிப்பென்று தன் தம்பியிடம் போய் வருவதாகச் சொல்வதென்றால் அவள் மனக் கொதிப்பை ஊகித்து தான் அறிந்து கொள்ள வேண்டும். ‘என்ன வைத்திருக்கிறது எனக்கிங்கு? பட்ட கஷ்டமெல்லாம் போதும், இந்தக் கட்டைக்கு. நாராயணன் இரண்டு வேளை சாப்பாடு போடமாட்டானா’ என்றெல்லாம் அவள் மனம் புழுங்கிக் கொண்டிருந்தது.

திருவாரூர் போக தஞ்சாவூரிலே ரயில் மாற்ற வேண்டும். வந்தது மெயிலில் போகப் போவது சாதாரண வண்டியில். அதனால் தஞ்சாவூருக்கே டிக்கெட் வாங்கியிருந்தாள் சாவித்திரி அம்மாள். இப்பொழுது என்னடாவென்றால் டிக்கெட் இல்லையென்று விட்டார்கள்.

ரயிலில் டிக்கெட் இல்லை என்று எங்காவது உண்டோ! என்னமோ இந்தக் காலத்தில் எல்லாம் நடக்கும். இப்பொழுது

என்ன செய்கிறது! தஞ்சாவூர் ரயிலடியில் ஒரு மூட்டையைக் கையில் கெட்டியாகப் பிடித்துக் கொண்டு கீழே உட்கார்ந்திருந்த சாவித்திரி அம்மாளைப் பார்த்தால் பரிதாபமாக இருந்தது.

“என்ன மாமி. இங்கே என்ன பண்றேள்?”

யார் குரல்? ஏதோ கேட்ட ஞாபகமாகவிருக்கிறது.

“என்ன ஞாபகமில்லையா? தியாகு மாமி. நீங்க எனக்கு வாத்துக் கொடுத்திருக்கற தோசைக்கி இதுக்குள்ள மறந்துட்டேளா...”

“அடே தியாகுவா? வாடாப்பா உட்காரு...”

தியாகு மூட்டையை ஒரு பக்கமாகத் தள்ளிவிட்டு சாவித்திரியம்மாளுக்கு எதிரிலேயே உட்கார்ந்து கொண்டான்.

“என் மனசுக்கு ரொம்ப கஷ்டமா இருக்கு மாமி. எத்தனை வருஷம் மாமாகிட்ட படிச்சிண்டிருக்கேன், நான் எத்தனை ராத்திரி உங்காத்திலே வந்து பாடம் சொல்லிருப்பேன். இதுக்குள்ளே மறந்துட்டேளே மாமி...”

“இல்லேடாப்பா. நீ வளந்துட்டே அதுவும் இப்பத்தான் என்னமோ விளக்கை எல்லாம் அணைச்சு வச்சிருக்காளா அடையாளம் புரியலே.”

“நான் மறக்கவே மாட்டேன் மாமி.”

அரை மணி நேரம் அங்கு உட்கார்ந்து சாவித்திரியம்மாளுடன் பேசிக் கொண்டிருந்தான் தியாகு. பழைய காலத்தையெல்லாம் பற்றிப் பேசிக் கொண்டிருந்தார்கள்.

“சரி மாமி... பத்திரமா போயிட்டு வாருங்கோ. மாமாவை விசாரித்ததாகச் சொல்லுங்கோ. நான் வரட்டுமா?”

“போய்விட்டு வாடாப்பா. பட்டணத்துக்கு வந்தா மாமாவைப் பாரு. எங்கேயாவது பத்துக் காசு சம்பாதிச்சுண்டு க்ஷேமமாயிருக்கணும் நீ!”

அவன் போய் இரண்டு நிமிஷத்துக்கெல்லாம் ஒரு போர்ட்டர் ஓடி வந்தான் சாவித்திரி அம்மாளிடம். அவனுடனேயே ஸ்டேஷன் மாஸ்டர் வந்தார்.

"வாங்கம்மா வண்டிக்கு நேரமாவுது..."

"எந்த வண்டிப்பா?"

"திருவாரூர்தானே போகணும்"

"ஆமாம்-டிக்கெட் இல்லைனு..."

"நீங்க வாங்க-உங்களை வண்டியிலே ஏத்தி விட்டுட்டு போய் டிக்கெட் நொடிப்பொழுதிலே வாங்கி நான் வந்துடுறேன்."

சாவித்திரியம்மாளுக்கு ஒன்றும் புரியவில்லை. ஆனால் போர்ட்டர் மூட்டையை எடுத்துக்கொண்டு திருவாரூர் வண்டியை நோக்கிப் போய்க் கொண்டிருந்தான். சாவித்திரி அம்மாளும் அவனைப் பின்தொடர்ந்தே சென்றாள். அவன் என்னதான் செய்தானோ, வண்டியில் ஒரு இடம் சாவித்திரியம்மாளுக்குக் காத்துக்கொண்டிருந்தது. அவளும் ஏறி உட்கார்ந்து கொண்டாள். போர்ட்டரிடம் பணத்தைக் கொடுத்தாள். இரண்டு நிமிஷங்களுக்குள் டிக்கெட்டுடன் திரும்பி வந்து விட்டான். வண்டி புறப்படத் தயாராகிக் கொண்டிருந்தது. சாவித்திரியம்மாளுக்கு இன்னும் ஒன்றும் புரியவில்லை. ஏன் திடீர் என்று தனக்கு இவ்வளவு மரியாதை? இப்பொழுது மட்டும் எப்படி இடமிருந்தது? எப்படி டிக்கெட் கிடைத்தது? ஸ்டேஷன் மாஸ்டர் பதவிசா ஒரு ஓரத்தில் நின்று கொண்டிருந்தார்.

போர்ட்டர் கேட்டான், "ஐயா உங்களுக்கு உறவுங்களா?"

"எந்த ஐயா?"

"உங்களோட குந்திக்கிட்டு இவ்வளவு நேரம் பேசிக்கிட்டு இருந்தாரேன்னு கேட்டேன்..."

"ஓ... தியாகுவா? உறவு இல்லை. எங்க வீட்டுக்காரரண்டே படிச்சவன் அவன். அவன் தஞ்சாவூரிலே இருக்கான்னே தெரியாது எனக்கு..."

இதற்குள் வண்டியும் புறப்பட்டு விட்டது. அந்தச் சத்தத்திற்கு மேல் போர்ட்டர் சொன்னது சாவித்திரியம்மாளுக்குக் காதில் விழுந்தது.

“இந்த ஊர் கலெக்டர் அம்மா அவரு...”

சாவித்திரியம்மாள் திகைத்துப் போனாள்.

தன்னிடம் தோசை சாப்பிட்டு, அவரிடம் படித்த தியாகுவா தஞ்சாவூர் கலெக்டர். இப்பொழுது எல்லாம் புரிந்தது அவளுக்கு. டிக்கெட் கிடைத்த மர்மமும், போர்ட்டரின் அவசரமும், ஸ்டேஷன் மாஸ்டரின் மரியாதையும்! வண்டி திருவாரூரை நோக்கிச் சென்று கொண்டிருந்தது. சாவித்திரியம்மாள் மனது வேறெங்கேயோயிருந்தது. இந்த மரியாதை எல்லாம் எனக்கா-இல்லை, அவருக்கு! இந்தத் தியாகு மாதிரி எத்தனை கலெக்டர்களுக்கும் ஜட்ஜுகளுக்கும் படிப்புச் சொல்லிக் கொடுத்திருக்கார் அவர் என்று தனக்குள் சொல்லிக்கொண்டாள். சாவித்திரி அம்மாள் முகத்தில் பெருமிதம் பரவியது.

இந்தத் தரமும் நாராயணனின் அக்கா ஒருவேளை இருந்துவிட்டுத் திரும்பிவிடுவாள்.

★

திசை மாற்றம்

இரவு 11 மணியிருக்கும். நானும் என் நண்பன் ரமேஷும் பீச்சில் உட்கார்ந்து கொண்டிருந்தோம். கலகலவென்று சிரிப்பு கேட்டது. நிலா இல்லை. தூரதூர அமைக்கப் பெற்றிருக்கும் விளக்குகள் திட்டுதிட்டாக வெளிச்சத்தைத் தூவியிருந்தன. நடைபாதையில் சௌகரியமான அரை இருட்டு. அன்யோன்யமாகப் பேசிக்கொண்டு, அன்பாகக் கைகோத்து, இருவர் கீழ்ப் பாதையில் சென்று கொண்டிருந்தனர். அவர்கள் வெகுதூரம் சென்ற பிறகும் வெள்ளிமணி போன்ற அவள் சிரிப்பு லேசாக விட்டுவிட்டு வந்து காதில் விழுந்து கொண்டிருந்தது.

என்னை அறியாமல் ஒரு பெருமூச்சு, தப்பி வெளிவந்தது. ரமேஷ் கேட்டான்: “என்ன யோசனை?”

“ஒன்றுமில்லை, ஏன் நம் நாட்டில் சந்தோஷமும் வாழ்க்கையை அனுபவிப்பதும் இவ்வளவு குறையாக இருக்கிறது என்ற வருத்தம்.”

“அவ்வளவு துயரத்தில் ஆழ்ந்தவர்களாகத் தோன்றவில்லையே. அவர்களைப் பார்த்தால்!”

“ இன்பத்தைப் பார்த்ததும் துன்பம் ஞாபகம் வருவது இயல்பு. இவர்களைப் பார்த்ததும் இன்னும் ஏன் இவர்களைப் போல் ஆயிரமாயிரம் பேர் இல்லை என்று தோன்றுகிறது.”

“இவர்கள் போதாதா”

“எப்பொழுதும் இப்படித்தான். உனக்கு இன்பத்தைக் கண்டால் பயம்.”

ரமேஷ் பதில் பேசவில்லை. நான் மேலும் விவரித்தேன்.

“இவர்களைப் பார்; அப்படியொன்றும் இளைஞர்களல்ல. அவளுக்கே முப்பது வயதிருக்கும் போல்...”

“இன்னும் இரண்டு வயதுகூட....”

“இருக்கட்டுமே. நம் நாட்டில் ஏன் 25 வயது ஆகிவிட்டால் பெண்கள் கிழவியாகிவிடுகிறார்கள்?”

“ஏனென்றால், முப்பது வயதில் பாட்டியாகி விடுவதால்தான்.”

“பாட்டியாக இருப்பதைக் கூட அனுபவித்து இன்புற முடியும். நாம் என்னடாவென்றால், முழுசாக முப்பது வயதாகும் முன் முற்றும் துறந்த முனிவராகி விடுகிறோம். முனிவரென்றால் ஞானி என்று அர்த்தமல்ல. வாழ்க்கையில் சலிப்பு வந்துவிடுகிறது. அழகும் இச்சையும் போய்விடுகிறது. மனத்திற்குக் குதூகலமில்லை; உடலுக்குப் பூரிப்பில்லை. வழக்க தோஷம் செய்வதைத் திரும்பித் திரும்பி ஆசையின்றிச் செய்து வருகிறோம். இயந்திரம் மாதிரி குட்டி போடுகிறோம்...”

“பின் யௌவனம் ஆயுள் பூராவாக இருக்குமா?”

“இருக்க முடியும். யௌவனம் என்பது தேக நிலையல்ல. அது ஒரு மனப்பான்மை. வாழ விருப்பம் இருக்கும்வரை யவ்வனம் உண்டு. நமக்கேது வாழ விருப்பம். நமக்குச் சாகக் காத்திருப்பதில்தான் விருப்பம். இல்லாவிட்டால் சுவர்க்கம் போய் அந்தப் பரந்தாமனை எப்படி அடைவது?”

“சாகக்கூட அல்லவா பயப்படுகிறார்கள்?”

“இருக்கும்போது உலகத்து எல்லா அம்சங்களையும் நன்று நுகர்ந்து வாழ்ந்தால், இறக்க நேரம் வரும்போது சாகப் பயமிராது. அதையும் அனுபவித்துப் பார்ப்போமே என்று தைரியமான ஒரு ஆசைதான் இருக்கும்.”

பிறகு நாங்கள் இருவரும் வெகு நேரம் பேசவில்லை. அவரவர் எண்ணத்தில் அவரவர். இதற்குள் அந்த இரண்டு பேரும் திரும்பி வந்து கொண்டிருந்தனர். ஒரு விளக்கின் வெளிச்சம் அவள் மேல் விழ நான் ஒரு வினாடி அவளை நன்றாகப் பார்க்க முடிந்தது. ரமேஷ் சொன்னது போல் அவளுக்கு முப்பத்திரண்டு வயதுகூட இருக்கும். பிஞ்சின் துவர்ப்பும் ஒரு ருசிதான்; காயின் புளிப்பிலும் ஒரு தூக்கு இருக்கத்தான் செய்கிறது. ஆனால் முதுமையின் கவர்ச்சிதான் பரிபூரணமானது. அவ்விருவரும் எங்கள் எதிரே நின்று கொண்டிருந்த காரில் ஏற வந்தனர். அவள் ரமேஷ் பக்கம் பார்த்து ஒரு நிமிஷம் தயங்கினாள். ரமேஷ் அப்படியே ஆடாமல் அசங்காமல் உட்கார்ந்திருந்தான். அவளும் காரில் ஏறிச்சென்று விட்டாள்.

“அது யார்? உனக்குத் தெரியுமா?”

என்னால் கேட்காமலிருக்க முடியவில்லை.

“தெரியும்” என்றான் ரமேஷ்.

பங்கஜமும் நாராயணனும் பரஸ்பரம் நேசித்து இஷ்டப்பட்டுத்தான் கல்யாணம் செய்து கொண்டனர். இருவரும் படித்தவர். கல்லூரி சிநேகிதர் அல்ல. அவள் கல்லூரியில் சேரும் முன்பே அவன் படிப்பு முடிந்து வெளி யேறிவிட்டான். பிறகு சந்தித்து மணம் புரிந்து கொண்டார்கள். கல்யாணமாகிக் கொஞ்ச நாட்களுக்குச் சந்தோஷமாகத்தான் இருந்தார்கள். இல்லறத்தின் புதுமையே இதற்குக் காரணம். ஒரு வருஷத்திற்குள் லேசாகச் சிக்கல்கள் தோன்ற ஆரம்பித்தன. கூடி வாழ்வதின் புது மெருகு தேயத்தேய இருவரையும் பிணைத்து வைத்திருந்த இச்சா பாசமும் குறையலாயிற்று. குடும்பம் வழக்கமென்ற குழிப் பாதையில், விழுந்து செல்ல ஆரம்பித்ததும் சலிப்புத் தோன்றியது. வாழ்க்கை ரஸமற்றுப்போகப் பார்த்தது. சிறு சிறு விஷயங்களுக்கெல்லாம் இருவருக்கும் கோபம் வரும்; சில்லறைச் சம்பவங்கள் மனஸ்தாபத்தில் கொண்டு போய்விடும். இருவருக்கும் என்ன நேர்ந்து வருகிறதென்று தெரியும். உலகனுபவம் உள்ளவர்: விவேகிகள். இருந்தாலும் அதைத் தடுக்க முடியவில்லை.

“ஊம். அப்புறம்? இதெல்லாம் எல்லாருக்கும் சகஜம்தானே...” என்று மேலும் சொல்ல அழைத்தேன்.

“சகஜம்தானா?” என்பதுபோல் என்னை நோக்கினான் ரமேஷ்.

“ஆமாம். நம் தலைமுறையினர் கல்யாண விஷயத்தில் மட்டும் இரண்டு கண்டங்கள் தாண்டவேண்டும். முதலாவது, கல்யாணமாகி வெகு சீக்கிரத்தில் ஒரு குழந்தை பிறந்துவிடக்கூடாது. அப்படி நேர்ந்துவிட்டால் இல்லறம் ஒரு இன்பமாக இல்லாமல் ஒரு பொறுப்பாகி விடுகிறது. சிறுசுகளுக்கு இது எப்பேர்ப்பட்ட ஏமாற்றத்தையளிக்கும், யோசித்துப் பார்.”

“இன்னொரு கண்டம்?”

“கல்யாணம் ஆனதும் முதல் வருஷம் புதுமையின் மோகத்தில், ஒருவரை ஒருவர் பூராவாக அறிந்து கொள்வதில் ரஸமாகக் கழிந்து விடுகிறது. நாலைந்து வருஷமாகி பிறகும் ஒருவித அன்யோன்யம், ஒரு சௌகரியமான கூட்டு வாழ்க்கை, பரஸ்பர நட்பு எல்லாம் ஏற்பட்டு விடுகிறது. இல்லறத்தைப் போன்ற அருவருப்பற்ற சுகமான ஆண் பெண் தொடர்பு இல்லை என்று நிச்சயமாகி விடுகிறது. இது இரண்டிற்கும் நடுவே ஒரு இடைக்காலம் இருக்கிறதே அதுதான் இரண்டாவது கண்டம். முன்பின் அறியாததைத் தெரிந்துகொள்வோம் என்ற ஆவல் பூர்த்தியாகி விட்டது. ஆனால் இன்னும் அன்யோன்யம், ஒன்றுதல் பிறக்கவில்லை. இந்த நடுக்காலத்தில்தான் வெகு கல்யாணங்கள் உடைந்து போகின்றன....”

“இருக்கலாம். நாராயணனும் உன்னைப்போன்ற ஆசிரியர் புத்தி படைத்தவன்தான். அவனும் அப்படியே சொன்னான்...”

“உடலில் ஒரு அதிருப்தி, மனதில் ஒரு அருவருப்பு...”

“சரி... சரி, வியாதியைச் சந்தேகத்திற்கு இடமில்லாமல் கண்டுபிடித்து விடுகிறோம். சிகிச்சை?”

நான் யோசித்து பதில் சொல்லும் முன் ரமேஷ் தொடர்ந்து பேசிக்கொண்டே போனான்.

“நாராயணனுக்கு ஆசிரியர் புத்தி என்றேனே, பிடிவாத

புத்தியும் கூட, எடுத்த காரியத்தை லேசில் விடமாட்டான். எதிலும் தோல்வியைச் சீக்கிரத்தில் ஒப்புக்கொள்ளமாட்டான். இது வாழ்க்கையப்பா... கதையல்ல; கவிதையல்ல என்று யார் சொல்லியும் பிரயோஜனமில்லை. கல்யாணமான பிறகும் மனைவியும் கணவனும் சுயேச்சையாக சம்பந்தம் கட்டுப்பாடின்றித் தனிநபர்களாக வாழவேண்டும். இல்லறமென்ற கூண்டில் சிறைபட்டு நாள் பூராவாக ஒருவர் மேல் ஒருவர் இடித்து உழலுவது கூடாது. ஒரு பெரும் நந்தவனத்தில் மனம் போனபடி பறந்து விளையாடி மீண்டும் மீண்டும் கூடி இன்புறும் புறாக்களாக தம்பதிகள் விளங்கவேண்டும் என்றெல்லாம் வாதாடுபவன். ஆகையால் தன் மண வாழ்க்கையில் தோன்றிப் பயமுறுத்திய அருவருப்பை விலக்க, தனக்கும் தன் மனைவிக்குமிடையே ஏற்பட ஆரம்பித்த ஓர் இடைவெளியைக் குறைக்க எதையும் செய்ய மறுத்தான். இதைச் செயற்கை முறையில் சரிப்படுத்த முயலக்கூடாது. காலக்கிரமத்தில் எல்லாம் சீர்திருந்திவிடும். அப்படி பிளவு பெருகி இருவரும் இன்னும் தூர தூரத் தள்ளப்பட்டால் அவர்கள் மணம் புரிந்துகொண்டது தவறு. இல்லறத்திற்கு அவர்கள் தகுந்த ஜோடியல்ல என்றுதான் அர்த்தம். வீணாகப் பொருத்தமற்ற இருவர் கல்யாணமாகி விட்டது என்ற காரணத்திற்காகச் சேர்ந்து குடும்பம் நடத்துவதில் என்ன பிரயோஜனம்? அதில் இன்பமில்லை; அதைவிட பிரிந்து தனித்தனி போவதே மேல் என்று தீர்மானமாகக் கூறிவிட்டான்."

"உண்மைதானே! வேண்டா வெறுப்பாகப் பாசாங்கு செய்து யாரை ஏமாற்ற வேண்டும்?"

"அது உன் மனப்பான்மையைப் பொறுத்தது; நீ குடும்ப வாழ்க்கையிலிருந்து என்ன எதிர்பார்க்கிறாய் என்பதைப் பொறுத்திருக்கிறது."

"இன்பம்; சந்தோஷம், இச்சா பூர்த்தி."

"இதற்கெல்லாம் கல்யாணம் எதற்கு?"

"ஏ! ஒழுக்கமற்றவன் நானா, நீயா? போகிறது சொல். பிறகு என்ன....?"

"அந்தக் காலம் பங்கஜத்திற்கும் நாராயணனுக்கும் கடும் சோதனைக்காலம். சோதனை என்றால் சைத்தான் இல்லாமல் இருக்குமா?"

"இந்தக் கதையில் அவன் பெயர்?"

"பெயர் ஏதுவாயிருந்தால் என்ன? அவர் நாராயணன்கூட வேலை பார்த்துவந்த ஒருவர் என்றே வைத்துக் கொள்வோமே!"

"அதாவது ஆப்த நண்பர் அல்ல. ஆனால் சுமாராகத் தெரியும். வீட்டுக்குக்கூட சில சமயம் வருவது உண்டு. பங்கஜத்திற்கும் அறிமுகமாகியிருக்கும்... உயரம், உயரத்திற்குத் தகுந்த பருமன். நல்ல சிகப்பு, ராஜாமாதிரி ஜம்னு ஆள்...."

"ஒரே ஒரு குறை பிரம்மச்சாரி."

"ஏன் குறை?"

"உனக்கு முக்கோணத்தை விட– எடர்னல் டிரயாங்கிளைவிட சதுரம் பிடிக்குமோ என்று சொன்னேன்..."

"உன் அபிப்பிராயத்தில் நான் ஒரு கேப்மாறி..."

"அப்படி யார் சொல்ல முடியும்? நாலு பேருக்கும், இன்பம்; சந்தோஷம்; இச்சா பூர்த்தி இருந்தால் ரொம்ப சௌகரியமாக அமைந்துவிடுமே என்றுதான்..."

"அவ்வளவு தூரம் போய் விட்டதா?"

"போகாமல் என்ன செய்யும்?"

"புரியவில்லை."

"ஆரம்பத்திலேயே நான் சொன்னேன். நெருப்போடு விளையாடக் கூடாது என்று."

"நாராயணனுக்கா, பங்கஜத்திற்கா?"

"பங்கஜத்திற்குச் சொல்லி என்ன பிரயோஜனம்."

"நாராயணன் என்ன சொன்னான்?"

"ஆசையை வெல்ல, முதலில் அதன் அடிமையாக வேண்டுமென்று வேதாந்தம் பேசினான்..."

“ரமேஷ், வெறும் வேதாந்தம் அல்ல. அது ஒரு வாழ்க்கை உண்மை. மறக்கக்கூடாத, தப்ப முடியாத உண்மை.”

“இருக்கலாம். அவன் தப்பவில்லை.”

“என்னதான் செய்தான்?”

“ரொம்ப நாளாக ஆபீஸில் அவனை பம்பாய்க்குப் போய் அங்கிருக்கும் அவர்கள் கிளை ஸ்தாபனத்தில் ஏதோ ஏற்பாடுகள் செய்துவரும்படி கேட்டு வந்தார்கள். நாலைந்து மாதம் அங்கு போய் இருக்கவேண்டுமே என்று தள்ளிப் போட்டு வந்தான். இதுதான் ஏற்ற சமயமென்று பம்பாய்க்குப் போய்விட்டான்-பங்கஜத்தை இங்கேயே விட்டுவிட்டு.”

“சபாஷ்! நம்பிக்கையின் மேல்தான் எதையும் கட்ட முடியும்.”

“அவன் என்ன நேருமென்று நினைத்தானோ... எனக்குத் தெரியாது. அவன் சொன்னது...”

“சந்தர்ப்பங்களின் நிர்ப்பந்தத்தால் மாசற்றவனாக இருப்பதைவிட பாபத்தீயின் மூலம் சென்று பரிசுத்தமாவதே மேல்...”

“உனக்கு எப்படித் தெரியும்!?”

“உன் நாராயணனை எனக்கு ரொம்பப் பிடித்திருக்கிறது. அவனைப் போன்ற நோக்குடையவன்தான் நானும்... கடைசியில் அவன்தானே ஜயித்தான், பார்த்தாயா?”

“வெற்றி என்பதற்கு உன் அர்த்தம் என்னவோ?”

“பம்பாயிலிருந்து வந்ததும்...”

“அதற்குப் பிறகு நான் அவர்களைச் சந்திக்கவேயில்லை.”

“கோபமோ...”

“என் கோபம் என்ன செய்ய முடியும்!”

“நீ நினைத்தது தவறு என்று ஒத்துக்கொள்ளேன். ஏன் இந்த மாதிரி முசுடாக...”

“சரி போதுமே!”

“அவர்களைப் பார், இப்பொழுது என்ன ஆனந்தமாக

வாழ்கிறார்கள்!"

"உனக்கு எப்படித் தெரியும்?"

"அவர்களைப் பார்த்தால் போதாதா?"

"பார்த்தால் போதும்."

"பின்?"

"பார்க்கவில்லையே. சற்றுமுன் பங்கஜத்தோடு போனது நாராயணன் என்று நான் சொன்னேனா?"

வெற்றியின் பண்பு

கடிதம் கைலாசத்திடமிருந்து.

கைலாசம் 'அடிவானம்' என்ற வாரப் பத்திரிகையின் ஆசிரியர். அவர் முற்போக்கான எழுத்தாளர் என்று பெயர் பெற்றவர். சமகாலத்தில் சாமர்த்தியமான அரசியல்வாதி, கனத்த சிந்தனையாளர் என்றும் அவரது புகழ் பெருகி உள்ளது. அவரது கலாரசனை பிரசித்தம். அவரது விமர்சனங்கள் காரணமாக இன்று முதல் தர வித்வான்களாகவும் விதுஷிகளாகவும், நாட்டிய ராணி களமிறங்கும் கலைஞர்கள் எத்தனையோ பேர். வேறு சிலர், 'எல்லாம் அதிர்ஷ்டம், ஐயா! நான் கைலாசமவர்களுக்கு என் பாட்டுப் பிடிக்கவில்லை. நான் இந்த மாதிரி பிச்சைக்காரப் பாட்டு வாத்தியாராக வயிறு வளர்க்க வேண்டியிருக்கு!' என்றும் சொல்லிக் கேட்டிருக்கிறேன். மொத்தத்தில் கைலாசம் பல துறைகளிலும் மிகுந்த செல்வாக்கு உடையவர். மேலும் எழுதுவதைத் தொழிலாகக் கொண்டு ஜீவனத்திற்கு வேண்டிய பொருளைச் சேமித்து உள்ள ஒரு சில அபூர்வ மேதைகளில் அவர் ஒருவர்.

ஆரம்பத்தில் அவர் லட்சியம் புது இலக்கியம். அவர் தன் பத்திரிகைக்கு இட்ட பெயரிலிருந்தே இது வெளியாகிறது. அடிவானம்! என்னென்ன கற்பனைகளை ஒவ்வொரு வார்த்தை எழுப்புகின்றது! அர்த்த ஆழமும் அழகும் தொடர்புகளும் மெல்லிய ஆசைகளும் நிறைந்த சொல். அவர் இலக்கியத்தில்

இறங்கிய காலம், நம் நாட்டில் சுதந்திரத்திற்காக அரசியல் புயல் வீசிக் கொண்டிருந்த சமயம். முதலில் சுதந்திரப் போரும் பிறகு சமூகச் சேவையும் கைலாசத்தின் இளம் உள்ளத்தைக் காந்தம் போல் இழுத்ததும் சகஜமே. சிலருக்குத் தொட்டதெல்லாம் சித்திக்கும். பொறாமைக்காரர்கள் மேலிடச் சந்தர்ப்பம் அளிக்கும் இயக்கங்களில்தான் இவர்கள் கலந்து கொள்வார்கள் என்று சொல்லலாம். ஆனால் அது பொய்; பொறாமை. கைலாசத்தின் மேதை மணியைப் போன்றது. மணி ஒலிக்கத்தான் செய்யும். அதனுடைய தூய நாதம் பலர் கவனத்தையும் கவரத்தான் செய்யும். அது மணி சுய விளம்பரத்தை விரும்புவதால் அன்று. அது மணியின் இயல்பு. மேலும் கைலாசத்தின் மன ஆக்கம் பன்முகப் பூரணத்துவம் படைத்தது. சிப்பி முத்து போல் இயற்கையில் பக்குவமடைந்தது அல்ல. கலைச் சிற்பியால் ராவிச் செதுக்கப்பட்ட கல் வைரம் போன்றது. பக்கம் ஒரு டாலடிக்கும். ஆகையால் அவர் ஏதோ ஒரு துறையில் கிணற்றுத் தவளை போல் ஆயுள் பூராவையும் ஓட்ட, மற்ற தேக்கத்தில் வீணாக்கும் இனமல்ல. உயிரின் சுபாவம் வளர்ச்சி. இலக்கியத்தில் ஆரம்பித்தால் அதிலேயே மிதந்து கொண்டிருப்பது சின்ன மனம் படைத்த சாதாரண மக்களுக்குதான் முடியும். முழு மனிதர்கள், உத்தமர்கள், உண்மை மேதாவிகள் நீந்தி நீந்திச் சென்ற வண்ணம் இருப்பார்கள். இதுவே கைலாசத்தின் தத்துவம்.

இதைத்தான் அடிவானத்தின் சரிதையும் எடுத்துரைத்தது. புது இலக்கியத்தின் பக்தனாக ஆரம்பித்த பத்திரிகை, காலக்கிரமத்தில் அரசியல் தியாகியாகவும், பிறகு அண்ணலது சங்கநாதமாகவும் இறுதியில் தமிழ் அன்னையின் சேவகனாகவும் பரிணமித்தது. இன்று அடிவானம் படிக்காத (வாங்காத) தமிழ்க் குடும்பம் கிடையாது. பத்திரிகையும் தன் அசுண குணத்தையெல்லாம் விட்டுவிட்டு பாமர மக்களுக்குப் பண்பாடு போதிக்கும் பலசரக்குப் பத்திரிகையாகப் புகழுடன் சோபிக்கிறது. ஆனால் இது கைலாசத்தின் கதை அல்ல. அவர் நடத்தும் அடிவானத்தின் கதையுமல்ல. கைலாசத்திடமிருந்து கடிதம் - நினைவு எங்கெங்கெல்லாமோ அடிவானத்தைப் பின்தொடர்ந்து போய்விட்டது.

கடிதம் கைலாசத்திடமிருந்து. ஆனால் யாருக்கு? எனக்கல்ல. சுந்தரத்திற்குக் கடிதம் எழுதியிருந்தார் கைலாசம்.

சமீபத்தில் சுந்தரத்தின் புத்தகம் ஒன்று வெளியாகியிருந்தது. அவரது பழைய சிறுகதைகள் பன்னிரண்டு அதில் பிரிக்கப்பட்டிருந்தன. வழக்கம் போல் பல பத்திரிகைகளுக்கும் விமர்சன பிரதிகள் அனுப்பப்பட்டிருந்தன. சில பத்திரிகைகள் விமர்சனம் செய்தன. அவற்றில் ஒன்று அடிவானம். கைலாசமே விமர்சனம் எழுதியிருந்தார். எழுதியிருந்ததிலிருந்து புத்தகத்தைப் படித்த பிறகே விமர்சனம் செய்திருந்தார் என்றும் தெரிய வந்தது. அவருக்கு இந்தச் சின்ன விஷயத்திற்கெல்லாம் நேரமேது? அதுவும் நாலைந்து பக்கம் எழுதியிருந்தார். பார்த்ததும் முதலில் சுந்தரத்திற்குச் சற்று பயமாகவே இருந்தது.

ஏனா? சுந்தரம் மொத்தத்தில் கொஞ்சம் அப்பாவி. கதை எழுதுவதென்றால் மனதில் தோன்றியதைக் கற்பனை என்று பெரிய வார்த்தை எதற்கு - மனதில் தோன்றியதை எழுதி விடுவார். கதையை யார் படிக்கப் போகிறார்கள், அவர்களுக்குப் பிடித்து இருக்குமா, கதையில் ஏதாவது நல்ல நீதி உண்டா, விஷயம் நாகரிக மனிதர் பகிரங்கமாகப் பேசக்கூடாதா, பச்சையாக இருக்கிறதா, பக்குவமாக இருக்கிறதா, இதைப் படிப்பதால் எவராவது கெட்டுவிடக் கூடுமோ... இதெல்லாம் அவருக்குத் தோன்றுவதே கிடையாது. எழுதின பிறகும் தன்னலப் பாதுகாப்பு என்ற தராசில் போட்டுப் பார்த்து வேண்டியவாறு மாற்றவும் மாட்டார். முட்டாள் பிடிவாதம். இதனால்தான் அவரோடு எழுத ஆரம்பித்தவர்கள் பெரிய பெரிய ஆசிரியர்களாகவும் பேசும்பட வசனகர்த்தாக்களாகவும், சாகித்ய அகாடமி ஆலோசனையாளர்களாகவும் வழங்கும்போது சுந்தரம் மட்டும் இன்னும் எழுதிக்கொண்டிருக்கிறார். இன்னொரு துயரமும் அவரது துர்பாக்கியம். அவர் புஸ்தகங்களைப் படிப்பவர் பலர்; வாங்குபவர் சிலர். அவை வீட்டில் வைத்திருக்கக்கூடிய புஸ்தகங்கள் அல்ல என்று பலரது அபிப்பிராயம். இதெல்லாம் காரணமாக, கைலாசம் அடிவானத்தில் சுந்தரத்தின் புஸ்தகம் ஒன்றைப் பற்றி நாலைந்து பக்கம் விமர்சனம் எழுதியிருந்தார் என்றால் கொஞ்சம் பயப்படத் தேவை உண்டுதான்.

ஆனால் சுந்தரம் பயப்பட்டிருக்க வேண்டாம். கைலாசம் அவர் புஸ்தகத்தைப் பாராட்டியே எழுதியிருந்தார். அவரது அலாதிபாணியில் விமர்சனம் ஓடிற்று. இலக்கியத்தையும் கலைக் கற்பனையையும் அன்றாடத் தேவைக்கு எழுத்தாளர் விற்றுவரும் இக்காலத்தில் சுந்தரம்தான் பழுதற்ற இலக்கியம் பயின்று வருகிறாராம். பழமை பழமை என்று யாவரும் எதை எதையோ எழுதித்தள்ளி எங்கும் கல்லறை நாற்றம் வீசும் இன்றைய இலக்கிய உலகில் சுந்தரத்தின் விறுவிறுப்பான சிந்தனை சுகந்தம் நிரப்புமாம். இன்று கதை எழுதும் பலரும் காதல் காதல் என்று பித்தலாட்டம் செய்கிறார்களாம்; இல்லாவிட்டால் உப்புச்சப்பற்ற தினசரி வீட்டுச் சம்பவங்களைப் பற்றித் திரும்பத் திரும்ப எழுதி உபத்திரவம் செய்கிறார்களாம். உண்மை அனுபவங்களைக் கண்டெடுத்து ஆழம் பார்ப்பதில்லையாம். சுந்தரம்தான் வாழ்க்கைக் கடலில் குதித்து மூழ்கி சிறந்த முத்துக்களைப் பொறுக்கிக்கொண்டு வந்து பொது மக்களுக்கு கற்பனை விருந்து படைத்து வருகிறாராம். அதுவும் அக்னி பரீட்சை என்ற கதை அவர் மனதை வெகுவாக உருக்கிவிட்டதாம். அந்தக் கதையைப் பற்றி மட்டும் ஒன்றரைப் பக்கம் எழுதியிருந்தார். அதன் கருத்து, நடைப்பொருத்தம், மனோதத்துவ அடிப்படை, கட்டடம், ஆரம்பம், முடிவு, பாத்திரப் பாகுபாடு... ஒவ்வொன்றையும் விவரமாக விளக்கி, புகழ்ந்திருந்தார்.

ஏன்? அதுதான் சுந்தரத்திற்குப் புரியவில்லை.

அந்த விமர்சனம் சென்ற வாரம். இன்று இக் கடிதம்! சுந்தரத்திற்கு ஒன்றுமே புரியவில்லை.

“புரிய என்ன இருக்கு? ஏதோ வேறு ஜோலி காரணமாக கொஞ்சநாட்களாக கைலாசம் இலக்கியத் துறையில் ஈடுபடவில்லை என்றால் அவர் இனி எழுதவே மாட்டார் என்று அர்த்தமா?” என்றான் குமாரஸ்வாமி.

“எழுதட்டும் ஏன் என் புத்தகத்தைப் பற்றி எழுதியிருக்கிறார் என்றுதான் புரியவில்லை.”

“நீ என்ன சும்மாவா? எழுத்தாளர் சங்கத்திற்குத் தலைவராகத் தேர்ந்தெடுத்திருக்கிறார்கள்...!”

"என்ன கதைக்கிறாய் குமாரஸ்வாமி? நம் சங்கம் கைலாசத்திற்கு ஒரு ஒண்ணே காலணா சமாச்சாரம்!"

"சரி, எதற்காக எழுதினால் என்ன? அவர் எழுதினதுதானே முக்யம்."

"அது ரொம்ப சரி. அவர் எழுதுவதை விட்டுவிட்டு வேறு எத்தனையோ துறைகளில் இறங்கி விட்டார் என்பதுதான் என்போன்றவரது குறை. பதினைந்து வருஷங்களுக்கு முன், குமாரஸ்வாமி, நான் கல்லூரிப்படிப்பு முடிந்து எழுத ஆரம்பித்தபோது கைலாசம்தான் எங்களுக்கு வழிகாட்டியாக நின்றார். அவரைப் பின்பற்றித்தான் நாங்கள் முன்னேறினோம். பிறகு பிரசாரகராகவும், தலைவராகவும் அவர் மாறினதில் எழுத்தாளன் இறந்துவிட்டான். இப்பொழுது அவர் எக்காரணத்திற்காக மீண்டும் எழுத ஆரம்பித்தாலும் அவர் எழுதுவது வரவேற்கப்பட வேண்டியதே."

"அரசியல் தேர்தலுக்கு எதிர்பார்த்த நியமனம் கிடைக்காத தோல்வி கோபத்தில் தன் முதல் காதலுக்குத் திரும்புகிறார் என்றே வைத்துக்கொள்... என்ன தவறு?"

"அதெல்லாம் வெறும் புரளி."

"உனக்கு ஹிண்டுவில் வெளிவரும்வரை எல்லாம் புரளிதான்.... போகட்டும். கடிதம் எழுதி கட்டுரை கேட்டால் எழுதேன். இதில் என்ன சங்கோஜம்?"

"நீ கடிதத்தைப் பூராவும் படிக்கவில்லை."

"நீதான் சொன்னாயே."

"அவர் போட்டிருக்கும் திட்டம் கவர்ச்சியாகத்தான் இருக்கிறது. பல ஆசிரியர்களைக் கொண்டு அவரவர் எழுதியுள்ள ஒரு சிறந்த கதையின் கதையைச் சித்தரிக்கச் சொல்வது. அந்தக் கதை பிறந்த வரலாறு, வளர்ந்த விதம், கற்பனை எப்படித் தோன்றிற்று, எந்தச் சந்தர்ப்பங்கள் அதற்கு உயிரளித்தன, இவையெல்லாம் பற்றிச் சொந்த முறையில் இலக்கியக் கட்டுரைகள் எழுதினால் ரஸமாக இராது? இதுதான் அவர் யோசனை."

"ரஸமாகத்தான் இருக்கும். நல்ல யோசனை."

"முதல் கட்டுரையை என்னை எழுதச் சொல்லி அழைத்திருக்கிறார். பெருமிதமடைய வேண்டிய விஷயம்."

"பின் ஏன் தயங்குகிறாய்?"

"ஏனா? அவர் பொறுக்கியெடுத்திருக்கும் கதை அக்னிப் பரீட்சை!"

"நல்ல கதை, எனக்கும் மிகப் பிடித்த கதை. அதைப்பற்றிதான் எழுதேன்."

"உனக்கு கதை தெரியும். ஆனால் கதையின் கதை தெரியாதே!"

"இலக்கியக் கட்டுரைதானே சுந்தரம். கதையின் கதை ரஸமாக இல்லாவிட்டால் என்ன?"

"ரஸமாக இல்லாவிட்டால் பாதகமில்லை. பாதரஸமாக இருப்பதால்தான் கவலை."

"இல்லாததையும் பொல்லாததையும் கற்பனை செய்துகொண்டு கஷ்டப்படும் சுபாவம் உன்னுடையது. கதையின் கதையைச் சொல். நான் தீர்ப்பளிக்கிறேன்."

"அக்னிப் பரீட்சை நான் எழுதின முதல் கதை. அப்பொழுது எனக்கு வயது இருபத்தியொன்றோ இரண்டோ. எம்.ஏ. பரீட்சை எழுதி முடித்துவிட்டு விடுமுறைக்கு கிராமத்திற்குச் சென்றிருந்தேன். அங்கு எனக்குக் கிட்டிய ஒரு அனுபவம் கதையின் அடிப்படை."

"சரி, இருபத்தியோரு வயதில் கதையாக எழுதக்கூடிய ஒரு அனுபவம் என்றால் அது உனக்குத் தனியாக நேர்ந்திருக்க முடியாது. அவள் ஒருத்தி இருந்திருக்க வேண்டும்!"

"இருக்கத்தான் செய்தாள். ஆனால் அதற்காக இக்கதையின் கதையைக் கூற நான் வெட்கப்படவில்லை."

"பின்? அவள் யார் என்று சில வாசகர்களுக்குத் தெரிந்து விடலாம் என்ற பயமா?"

"தெரிந்து கொள்ளட்டுமே. நடந்ததைப் பற்றி எங்கள் இருவருக்கும் கொஞ்சமும் வருத்தமில்லை; வெட்கமில்லை."

“அப்படியென்றால் என்னதான் ஆட்சேபணை?”

“அந்த இளம் வயதில் நல்ல கதையொன்று எழுதிவிட்டு அதைப் பிரசுரிக்க முயலாத முட்டாள் உண்டா?”

“ஓஹோஹோ! இன்று பிரபல கதாசிரியராக விளங்கும் உங்கள் கதை அன்று திரும்பி வந்து விட்டதோ?”

“ஆமாம் திரும்பி வந்து விட்டது. ஆனால் அதைப் பற்றியும் எனக்குக் கவலையில்லை. இன்று இவ்வாறு புகழப்படும் இக்கதை அன்று பிரசுரம் மறுக்கப்பட்டதை எல்லோருக்கும் சொல்லத் தயார் நான்...”

“சுந்தரம், உனக்கு இந்தக் கட்டுரை எழுதுவதில் என்ன கஷ்டம்! நேராகச் சொல்லிவிடேன்.”

“நீ கேட்பாய் என்று எனக்குத் தெரியும். அதற்காகத்தான் ராவெல்லாம் தேடி இதை எடுத்து வைத்தேன்.”

“இது என்ன கடுதாசி? ரொம்ப பழைய காலத்து சமாசாரம் போலிருக்கே.”

“பதினைந்து வருஷங்களுக்கு முன் எனக்கு வந்த ஒரு கடிதம்.”

“கடிதமா? ஏதோ அச்சிட்டிருக்கிறதே?”

“ஆமாம், அச்சிட்ட கடிதம். கையெழுத்து மட்டும் கிறுக்கித் தபாலில் வீசி எறிய வேண்டிய மாமுல் தீர்ப்பு.”

“ஐயா, தங்கள் கதையைப் பிரசுரிக்க இயலாததற்கு ஆசிரியர் வருந்துகிறார்.”

“வழக்கம் போல்தான். கையெழுத்தைப் பார்.”

“கைலாசம், ஆசிரியர், அடிவானம்.”

“இப்பொழுது புரிகிறதா? ஆட்சேபணை எனக்கல்ல. ஆசிரியரை மீண்டும், இந்தத் தரம் நிஜமாகவே வருந்த வைக்கவேண்டுமா என்றுதான் தயங்குகிறேன்.”

“அட கஷ்டகாலமே!”

“தர்மசங்கடமான நிலைமை.”

“ஏன் சுந்தரம் ? நீ ஏன் தலையை உடைத்துக் கொள்ள வேண்டும். ஒன்றையும் ஒளிக்காமல் மறைக்காமல், கட்டுரையை எழுதி அனுப்பிவிடு. உன்னை அவர் தள்ளியுள்ள தர்மசங்கடமான நிலைமையில் கைலாசமே நிற்கட்டும். என்ன செய்கிறார் பார்க்கலாம்.”

“அதான் நானும் நினைத்தேன், கட்டுரையை எழுதியும் ஆயிற்று. அனுப்பிவிடுகிறேன். ஆனால் கைலாசம் வெற்றிக்கெனவே பிறந்த விஜயன், அவன் எப்படியோ தப்பித்துக்கொள்வான் பார்.”

“என்ன செய்ய முடியும்? கட்டுரையைத் திருப்பி அனுப்பி விடலாம். செய்யட்டுமே...”

இரண்டு மாதங்களுக்குப் பிறகு குமாரஸ்வாமி, சுந்தரத்தைச் சந்தித்தபோது கதையின் கதை எல்லோருக்கும் வெற்றிகரமாக முடிந்திருந்தது.

“கைலாசம் என்ன செய்தார் சுந்தரம்?”

“என்ன செய்தார் என்றால்?”

“உன் கட்டுரையைப் பற்றி?”

“ஓ! அதுவா... நீ இந்த வாரம் அடிவானத்தை இன்னும் பார்க்கவில்லையா?”

“இல்லை. ஏன்?”

“அதில் என் கட்டுரை பிரசுரமாகியிருக்கிறது.”

“என்ன? பிரசுரமாகியிருக்கிறதா?”

“ஆமாம்....”

“நிஜமாகவா....”

“நிஜமாகத்தான். பொய்யா சொல்கிறேன்....”

“நம்பவே முடியவில்லையே.... கத்தரிக்கோல் பெரும் திக்விஜயம் செய்திருக்கிறதோ?”

“இல்லவே இல்லை. நான் எழுதின கட்டுரையை அப்படியே பிரசுரித்துள்ளார்.”

“பேஷ்... உனக்கு இது பெரும் வெற்றிதான் போ...”

“ஒருவிதம் பார்க்கப்போனால் அப்படியும் வைத்துக் கொள்ளலாம்....”

"ஏன், ஒருவாறு சுரம் இறங்கிப் பேசுகிறாய்."

"என் சுருதி எப்பொழுதுமே கால்கட்டைதான். என் சுரம் எப்படி இன்னும் கீழே இறங்க முடியும்?"

"சரி, சுந்தரம்... உள்ளதைச் சொல்லி விடு."

"சொல்ல என்ன இருக்கு? கட்டுரை கேட்டார். அனுப்பினேன். அதைப் பிரசுரித்துள்ளார்கள். சுபம் முற்றிற்று."

"எங்கே இந்த வாரத்து அடிவானம்? இதில் ஏதோ குறும்பு இருக்கவேண்டும்..."

"குறும்பு ஒன்றும் இல்லை. கைலாசத்தின் மேதை அலாதியானது. அதன்முன் நம் போன்றவர் பிரமித்து நிற்கத்தான் முடியும். இதோ, நீயே படித்துப் பார்..."

குமாரஸ்வாமி பத்திரிகையை வாங்கிக்கொண்டு சுந்தரத்தின் கட்டுரை வெளிவந்திருந்த பக்கத்தைப் புரட்டினான். படிக்க ஆரம்பித்தான். தலைப்பில் கட்டுரை துவங்கும் முன் ஆசிரியர் குறிப்பு ஒன்று அச்சிடப்பட்டிருந்தது.

'சுந்தரம் நம் தலைசிறந்த சிறுகதை எழுத்தாளர்களில் முதன்மையானவர். அவரது கதைகள் யாவற்றையும் படித்து அனுபவிக்க பதினைந்து வருஷங்களுக்கு முன் தமிழ்நாடு தயாராக இல்லை. அவரது அக்னிப் பரீட்சை என்ற கதையைப் பிரசுரிக்க இயலாமல் நாமே முன்னொருநாள் வருந்தினோம். ஆனால் இன்று காலம் எவ்வளவோ மாறிவிட்டது. இப்பொழுது இம்மாதிரிக் கதைகளை ரசிக்கத் தேவையான முதிர்ச்சியடைந்துள்ளது நம் தமிழ்நாடு. இந்த முதிர்ச்சியை தமிழகம் பெற அடிவானமும் தனது நெடுநாள் சேவையால் ஏதோ கொஞ்சமேனும் உதவியுள்ளதென நம்புகிறோம்.'

குமாரஸ்வாமி மேலே படிக்கவில்லை. பத்திரிகையை மேஜைமேல் வைத்துவிட்டு பேசாமல் வெளியேறினான்.

(எழுத்து - பிப்ரவரி- 59)

‘எலி பிடிச்ச கதை’

“நன்றாக யோசித்துச் சொல்லுங்கோ. ஒரு வாரம், பத்து நாள் சமாசாரம் இல்லை. ஏழெட்டு மாசம் நீங்க தனியாக இருக்கணும்...”

பத்மா, இவள் என் மனைவியாக வீட்டுக்கு வந்து இரண்டரை வருஷம்தானே ஆகிறது. அதற்கு முன்பெல்லாம் தனியாக இல்லாமல் எப்படி இருந்தேன்? எட்டு ஒன்பது வருஷத்துக்கு முன் தேதி கூட ஞாபகம் இருக்கிறது; *1938* ஏப்ரல் முதல் வாரத்தில் ஏப்ரல் ஃபூல் தினம்! முதல் தரமாக வீட்டைவிட்டு இந்த ஊருக்கு வந்தபோது அம்மா சொன்னது நினைவுக்கு வருகிறது.

“கோபு, பொறந்ததிலிருந்து நீ தனியாக இருந்ததே இல்லை. ஹாஸ்டல்லே சேரவேண்டிய இக்கட்டு கூட நேரலை...”

குழந்தையாக இருக்கும்போது, பிறகும் கூட சில வருஷங்களுக்கு, எல்லாரும்தான் பெற்றோருடன் உடன் பிறந்தவருடன் இருப்பார்கள். அப்புறம்?

“எங்கேயோ புது ஊருக்குப் போகிறாய். ஹோட்டல் சாப்பாடு உடம்புக்கு ஒத்துக்குமான்னு திகிலா இருக்கு...”

திகில் பட்டு பிரயோஜனம்? எல்லாருக்கும் சொந்த ஊரிலேயே வேலை கிடைத்துவிடுமா? வெளியூரில் வேலைக்குப் போகும் எல்லாருக்கும் ஆரம்பத்திலிருந்தே சமையல்காரன் வைத்துக்கொள்ளக் கட்டுமா?

"ஒரு தலைவலி ஜலதோஷம்னா கூட பார்த்துக்கொள்ள யார் இருக்கா..." பிறந்தது வளர்ந்தது பட்டணம் என்றால், வேலைக்குப் போகிற ஊர் பட்டிக்காடா? டாக்டர் இல்லையா, ஆஸ்பத்திரி இல்லையா?

"ஏதோ உனக்கென்று ஒருத்தி வந்து விட்டால் என் கவலை திருப்தி எனக்கென்று அவளா, அவளுக்கென்று நானா?"

"பத்திரமா இரு..."

"பத்திரமா இரு."

அதற்கு என்ன அர்த்தம்?

அப்பா ஆரம்பிக்கிறார். "நான் சொல்வதைக் கொஞ்சம் ஞாபகம் வச்சுக்கோ. உடம்பிலேயும் சரி, மனசுலேயும் சரி பயமிருந்தால் ஆரோக்ய வாழ்வும், வாழ்வில் உயர்வும் தானாக வரும்..."

காலெடுத்து வைக்கப் பயந்தால், பத்திரமாக இருந்த இடத்திலேயே இருக்கவேண்டியதுதான். முன்னேறவோ, மேலேறவோ எப்படி முடியும்?

"காலாகாலத்துலே கல்யாணம் ஆகணும், அதுவரை சுத்தமாயிரு..." சுத்தம் இரண்டு விதம், ஒன்று ஆஸ்பத்திரியின் கிருமியற்ற நிர்குணம். இன்னொன்று கவர்ச்சிகரமான அழைப்பு, அப்பா சூசகமாகச் சொல்வது இரண்டுமில்லை. அது வேறு சுத்தம்.

எப்படியோ ஆறு வருஷம் சுத்தமாக இருந்து கல்யாணமும் செய்துகொண்டு விட்டேன். இரண்டரை வருஷமாக பத்திரமாகத்தான் இருக்கிறோம் - நானும் பத்மாவும்.

பத்மாவின் குரல் கேட்கிறது.

"ஹோட்டல் சாப்பாடு வேண்டாம். கமலம் வந்து சமைத்து வைத்துவிட்டுப் போவாள்."

கமலா என்னுடன் பேசமாட்டாள். பத்மாவுடன்தான் பேசுவாள், அவர்கள் பேசுவது சில சமயங்களில் காதில் விழும்.

“நீங்க ஒண்ணும் கவலைப்பட வேண்டாம்மா. சுகமா போய் வாங்க. குழந்தையும் கையுமா திரும்பி வாங்க. நான் ஐயாவைப் பத்திரமா பார்த்துக்கறேன்.”

பத்திரமா பார்த்துக்கொள்ள நான் என்ன குழந்தையா, நோயாளியா? நாமெல்லாரும் நோயாளிகள்தான், குழந்தைகள்தான். ஒருவரை ஒருவர் பார்த்துக்கொள்ள வேண்டும். அப்பொழுது அது புரியவில்லை.

பத்மா புறப்பட்டு விட்டாள்.

“நான் வரேன்... நீங்க ஒண்ணும் கவலைப்பட வேண்டாம். டாக்டர் சாவித்ரி எங்க குடும்ப சிநேகிதி. அவர் நன்றாகப் பார்த்துக் கொள்வார். அப்பப்ப எழுதிண்டிருங்கோ. நான் கடுதாசி போடாட்டா கூட நீங்க எழுதணும். என்ன?”

கடிதம் எழுதும் பழக்கம் எனக்குக் கிடையாது. சுற்றுக்கொள்ள வேண்டும்.

“நீங்க அனாவசியமாக லீவை வீணாக்கிண்டு ஓடிவரவேண்டாம். பிரஸவம் ஆனதும் தந்தி கொடுக்கச் சொல்றேன். ஒரு மாசம் லீவு எடுத்துண்டு வாருங்கோ. குழந்தையையும் பார்த்துண்டு, கொஞ்சம் ரெஸ்ட் எடுத்துண்டு திரும்பி வரலாம். அதற்கப்புறம் இரண்டு மூன்று மாசத்திலே நானும் வந்துடுவேன்...”

அவர்கள் இல்லாவிட்டால் தங்கள் கணவர்களது உலகமே நின்றுவிடும் என்று ஏன் நினைக்கிறார்கள் மனைவிமார்?

“வேளாவேளைக்கு சாப்பிடுங்கோ...”

“வேளாவேளைக்கு ஏன் சாப்பிடவேண்டும்? பசித்தபோது சாப்பிட்டால் போதாதா?”

“ராத்திரியெல்லாம் புத்தகம் புத்தகமா படிச்சுண்டிருக்க வேண்டாம். காலாகாலத்திலே தூங்குங்கோ...”

தூக்கம் வரும்போது தூங்கினால் போதாது. கடிகாரப்படி வாழ்க்கை நடக்கவேண்டும்.

“உடம்பை பார்த்துக்கோங்கோ...”

உடம்பை நான் பார்த்துக் கொள்ளவேண்டுமா; உடம்பு என்னைப் பார்த்துக்கொள்ள வேண்டுமா?

“நான் சொன்னது நினைவிருக்கட்டும். சிகரெட் அதற்கு மேல் கூடாது...”

ரயில் புறப்பட்டு விட்டது. தினத்துக்கு கணக்கா பத்து மணிக்கு வீட்டுக்கு வந்தால் தூக்கம் வரவில்லை. ஒரு மணி வரை படித்துக்கொண்டிருந்தேன். இடைவிடாது ஒன்றன் பின் ஒன்றாக சிகரெட் பிடித்துக் கொண்டிருந்ததால் வாயெல்லாம் உலர்ந்து போயிருந்தது. வாயைக் கொப்புளித்துவிட்டு வந்து படுத்தேன். உடனேயே தூங்கிவிட்டேன்.

பிறகு நாட்கள் வாரங்களாக, வாரங்கள் மாதங்களாக காலம் சென்று கொண்டிருந்தது. நின்றுவிடவில்லை. பத்மா ஞாபகமாகவே இருந்தது என்றால் அது பொய்யாகும். மனைவி ஊரில் இல்லாத சமயம் அவள் ஞாபகம் வராததும் ஒருவித கற்பின்மையோ? இல்லை புருஷனுக்கே உரித்தான தன்னையே மையமாகக் கொண்ட மனப்பான்மையோ?

பசித்தபோது சாப்பிட்டேன். தூக்கம் வந்தபோது தூங்கினேன். சில நாட்கள் பத்து சிகரெட், சில சமயம் முப்பது, நாற்பது, உடம்பு ஒன்றும் கெட்டுப் போய்விடவில்லை. மனமும் தனிமையில் தவிக்கவில்லை.

பத்மா இருந்தபோது அந்தத் தினசரி நிர்ப்பந்தமாய் இருந்தது. இப்பொழுது வாழ்க்கை இப்படி நிரலற்று ஓடிற்று. எது மேல், எது தாழ்வு என்று சொல்லமுடியவில்லை.

கல்யாணமும் குடும்பமும் வீடும் குழந்தைகளும் எனக்கு பிடித்துத்தான் இருக்கிறது. ஆனால் தனிமையும் கடிகாரத்திற்கும் ஆரோக்ய விதிகளுக்கும் கட்டுப்படாத வாழ்க்கையும் பிடிக்காமல் இல்லை.

நான் அப்படி ஒருத்தன் கிடைத்ததை, கிடைத்தபோது கிடைத்தபடி அங்கீகரித்து குறையின்றி இல்லாததற்கு தாகம் கொள்ளாமல் வாழமுடியும் என்னால். அதுதான் முடியும்

என்னால்.

அப்படி ஒருத்தன் நான். கமலம் வந்து வீடு பெருக்கி சுத்தம் செய்தாள். சமைத்து வைத்துவிட்டுப் போனாள். வீட்டுக்கு அவளிடம் ஒரு சாவி; என்னிடம் ஒரு சாவி.

ஆபீஸுக்குப் போனேன். வேலை செய்தேன். வீட்டுக்கு வந்தேன்.

வீடு வெறிச்சென்று இல்லை.

"உன் மனைவி கூட வீட்டில் இல்லை. தனிமையாக இருக்கும் வாயேன், சினிமாவுக்குப் போய் வரலாம்."

நண்பர்கள் சொல்வது எனக்குப் புரியவில்லை. பத்மா ஊரில் இருந்தபோது எனக்குப் பிடிக்காத சினிமா, இப்பொழுது அவள் ஊரில் இல்லாததால் ஏன் பிடிக்கவேண்டும்?

ரமணி லீவில் வந்தான். லீவில் வந்தானா, இல்லை ஒரு வேலை போய் இன்னொரு வேலை தேடிப்பிடிக்கும் முன் வந்தானா? சரி. வந்தான். அது போதாதென்று என்னை வந்து பார்த்தான்.

★★★

மனம் நிலைத்து மண் மாதிரி நிலைத்து மண் அதனுள் இருக்கும். ஜீவன் ஜடப்பொருளில் சிக்குண்டு உயிரற்று, சுரணையற்று கிடக்கிறது. கட்டாந்தரை. நாலு துளி மழை பேயட்டும். தூங்கி எழுந்த ராக்ஷஸன் மாதிரி மண்ணிலிருக்கும் ஜீவன் விழித்தெழுந்திருக்கிறது. எங்கு பார்த்தாலும் புல்லும் பூண்டும், அதே நிலத்தை உழுது விதைத்தால் மண் எப்படி உயிர்ப்பித்து அன்னத்தாயாகி விடுகிறது.

மனம் கட்டாந்தரை. அதில் ஒரு வித்து விழட்டும் செழிப்பான விளைச்சல்.

★★★

"என்னடா கோபு, எப்படி இருக்கே?"

ரமணி வந்தபோது கமலமும் வீடு பெருக்கிக் கொண்டிருந்தாள். காதில் ரமணி பேசுவது விழுகிறது.

“என்னடா, சோடை! என்னைப் பார்த்தவுடன் வாயடைத்துப் போய்விட்டதா?”

“ஐயா எப்படி இருந்தா இந்தச் சனியனுக்கு என்ன? ஏதோ ஊரைவிட்டுத் தொலைஞ்சதுன்னு பார்த்தா திரும்பி வந்துடுத்தே பீடை!”

“லீவுலே வந்திருக்கேண்டா. அம்மா ஒரு தரமாவது வந்துட்டுப் போடான்னு அழுது அழுது கடுதாசி எழுதினா. ஒருதரம் வந்து தலை முழுகிட்டுப் போயிடலாம்னு வந்தேன். இல்லாட்டா பம்பாயை விட்டுட்டு இந்தப் பட்டிக்காட்டுக்கு ஏன் வரணும்? தலையெழுத்து இங்கு பிறந்தது போதாதா!”

நீ பொறந்தது இந்த ஊரின் கிரகசாரம்.

“என்னடா பண்ற இப்ப? அந்த மில்லிலே ஸப் – அஸிஸ்டன்ட் மானேஜர்தானா இன்னும். என்ன கொடுக்கிறாங்க? முழுசா இருநூற்றைம்பது ரூபாயா...”

“ஆமாம். உனக்கு ஆயிரம் ஆயிரம் ரூபாயா படியளக்கிறாங்க பம்பாயிலே! உன் புத்திக்கும், கைத்திறனுக்கும் அதுவும் கொடுப்பாங்க, இன்னமும் கொடுப்பாங்க! உன் ஆத்தாக்கிழவி நிலத்தை வித்து, வீட்டை வித்து உன் கடனையெல்லாம் அடைக்கிறா. உனக்குப் பேச்சு வேறையா?”

“நான் சொல்வதைக் கேளு. இந்த வேலைக்கு சீட்டெழுதி கொடுத்துவிட்டு என்னோடு பம்பாய்க்கு வந்துவிடு. எட்டிப் பிடிச்சு, கஸ்ரத் பழகி எஸ்.எஸ். எல்.ஸி வரை வந்தேன், ஆனால் அதைத் தாண்டிப்போக முடியவில்லை. எனக்கே வள்ளிசா நானூறு கிடைக்கிறது. உனக்கென்னடா! எம்.ஏ. ஒண்ணாங்கிளாஸ். எடுத்த எடுப்பிலே ஆயிரம் கிடைக்கும்.”

“அதைக் கரைக்க பிரம்மஹத்தி நீயிருக்கே!”

“பட்டணம்னா பம்பாய்தான் பட்டணம். உனக்கு என்ன வேண்டும்! எல்லாம் கிடைக்கும். வாழ்க்கையை அனுபவிக்கணும்னா பம்பாய்க்கு வா!”

“அழிஞ்சு குட்டிச்சுவராகப் போகணும்னா நீயிருக்கிற ஊருக்குப் போனாப் போதும்.”

“உன் மனைவி எப்படி? ரொம்ப நவநாகரிகமோ?”

“ஏ... சனியனே அந்த அம்மா பேரை நீ ஏன் பேசணும்? உன் பாவக்கண்ணிலே படாமே அவங்க ஊருக்குப் போனாங்களே, அதுவே கடவுள் புண்ணியம்தான்.”

“அப்படித்தான் நினைச்சேன். நீ பாத்து கல்யாணம் செஞ்சிக்கிற பொண்ணு, என்னதான் பட்டணத்திலே க்யூ எம் ஸிலே படிச்சு, பி.ஏ. பாஸ் பண்ணியிருந்தாலும் உன் மாதிரிதானே இருக்கும்!”

“இல்லாட்டா உன்னாட்டம் இருக்கணுமா? அவளைப் பெத்தவங்க அப்படி என்ன பாவம் செஞ்சாங்க.”

“பழைய வழக்கங்களிலும் எவ்வளவோ அர்த்தம் இருக்கு. அன்றாடத் தேவைகளுக்கு ஒரு வீடு, குடும்பம், மனைவி எல்லாம் வேண்டியதுதான். மனசு காத்திலே பறந்து போய்விடாமே வாழ்க்கைக்கு நங்கூரம் பாய்ச்சி ஊன்றியிருக்க இந்த வேர்கள் இருக்கணும், ஆனால் தண்ணீரும் நிலத்தின் சாரமும் மட்டும் போதுமா ஒரு பாழாப்போன மரத்துக்குக் கூட ஓங்கி வளர சூரிய வெளிச்சமும் சுயேச்சையாக வீசும் காற்றும் தேவையில்லையா? அந்த மாதிரிதான் புருஷப் பிறவியும். வீட்டு வாழ்க்கையோடு வெளி விவகாரங்களும் வேண்டும். அந்த மாதிரி பூரண வாழ்க்கைக்கு பம்பாய் பட்டணம் ரொம்ப தகுதியான இடம். என்ன, நான் சொல்றது புரிகிறதா?”

“நீ கெட்ட கேட்டுக்கு வேதாந்தம் ஒண்ணுதான் பாக்கி. சரி, தொலையட்டும். இதுங்க கண்ணிலே படாமே எப்படி தப்பிக்க? பின் பக்கம் கூட உள்ளே தாழ்ப்பாள் போட்டு வந்தேன். வீட்டைச் சுத்திக்கிட்டு அப்படியும் போகமுடியாது. என்ன செய்யட்டும்... ஊம், ஏதோ போய் விட வேண்டியதுதான்... அடுப்பிலே வச்ச சோறு பொங்கியிருக்கும்.”

“அடேடே! இது யாரு? கமலின்னா?”

★★★

கோபுவுக்கு ரமணியின் பேச்சு அருவருப்பாக இருக்கிறது. ஆனால் வீட்டுப் படியேறி வந்தவனை எப்படி உட்காரு என்று

சொல்லாமல் அனுப்பிவிட முடியும்? ரமணியோ போவதாக இல்லை. பேசிக் கொண்டே போகிறான்.

"உன் மனைவி பிரசவத்துக்காக பிறந்தகம் போயிருக்கிறாள் என்று சொன்னார்கள். ஆனால் நீ இவ்வளவு சௌகர்யமான இடைக்கால ஏற்பாடுகள் செய்து கொண்டிருப்பாய் என்று நான் எதிர்பார்க்கவில்லை... பலே! பலே! நீ ரொம்ப ஆழமான பேர்வழியப்பா கோபு, ரொம்ப ஆழம்!"

இது என்ன உளறுகிறான்? பத்மா ஊரில் இல்லாவிட்டால் வீடு என்ன ஆவது; நான் சாப்பிட வேண்டாமா... அதற்கு வேண்டிய ஏற்பாடுகளில் இவன் என்ன ஆழத்தைக் கண்டு விட்டான்?

"அடப்பாவி! நிஜமாகவே நீ அவ்வளவு அப்பாவியா? நீ விழிக்கிறதைப் பார்த்தால் உனக்கு உண்மையிலேயே விஷயம் தெரியாது போலிருக்கிறதே! இப்படியும் ஒரு ஆளுண்டா?" என்ன பேத்தரான்னே எனக்குப் புரியலை. சரி, கதையை முடித்துக்கொண்டு போகட்டும் போதும்.

"இந்தக் கமலம் யாருன்னு உனக்குத் தெரியாதா?"

கமலம்? அவள் யாராயிருந்தால் எனக்கு என்ன? வீட்டில் வேலை செய்யும் வேலைக்காரியின் பூர்வீகம், குடும்ப விவரங்கள் எல்லாம் எனக்கு எப்படித் தெரியும்...

"இதோ கோபு? நான் ஒண்ணும் பத்தாம்பசலி விபூதி சாமியார் இல்லை. நானும் உலகத்தவன்தான். பயப்படாமே சொல்லு. நிஜத்தைச் சொல்லு, கமலத்தை ஏற்பாடு மனைவிக்குத் தெரியாமல்தானே?"

இது என்ன கஷ்டம்! கமலம் கமலம்னு என்னமோ சரமாரியா பொழியறானே. அவபேரு கமலம்னு பத்மா சொல்லித்தானே எனக்குத் தெரியும்.

"ஆனால் பயப்பட வேண்டாம். கமலம் காட்டிக்கொடுக்க மாட்டாள்."

"உன்னைக் காட்டிக்கொடுக்கவும், கேட்டுக்கொடுக்கவும் என்ன இருக்கு..."

“ஜம்புலிங்க நாடார் வீட்டிலே அவ இருந்தப்பகூட அவளைப்பற்றி ஒரு பேச்சு கிடையாது. காதோடு காது வச்ச மாதிரி அமரிக்கையாக, ரஸாபாஸம் ஒண்ணும் இல்லாமே ரொம்ப ஒழுங்காக நடந்து கொண்டாள்.”

‘ஜம்புலிங்க நாடார்? அந்தப் பெரிய மனுஷர் பெயரைப் போட்டு இவன் ஏன் உருட்டறான்? அதுவும் அவர் போன பிறகு...’

“அவர் போன பிறகு கமலம் என்ன செய்வாள் என்று நான் சில சமயம் யோசித்ததுண்டு...”

“ஓ! அவர் வீட்டிலே வேலை செய்து கொண்டிருந்தாளா கமலம்! அதனால் என்ன? வீட்டு வேலைக்காரி குடும்ப சொத்தா? ஒரு வீட்டிலே இல்லாவிட்டால் இன்னொரு வீட்டில் வேலை பார்த்துக்கொள்கிறாள். மேலும் அவளுக்கும் கணவன் குடும்பம்னு ஏதாவது இருக்குமோல்லியோ...”

“பாவம், கட்டிக்கொடுத்து இரண்டு வருஷத்துக்கெல்லாம் அவன் போய்விட்டான். ஜம்புலிங்க நாடார் மனைவிதான் அவளை அழைத்துக்கொண்டு வந்து வீட்டோடு வைத்துக் கொண்டாள். மிராசு கிராமத்துப் பெண்தான் கமலம்.”

“இந்தப் பழங்கதையெல்லாம் இப்ப எதற்கு? நாடார் பெரிய மிராசுதார். அவர் கிராமத்திலேயே ஏதோ பெண் துர்பாக்யவதியானதால் உதவினார். இந்த ஊரில் கூடத்தான் எத்தனையோ பேருக்கு உதவியிருக்கிறார். எவ்வளவோ பொதுக் காரியங்களுக்கு ஒத்தாசையாக உழைத்திருக்கிறார். அவருடைய பெருந்தன்மையும், தாராள கையும் பெயர் போனதாயிற்றே.”

“ரொம்ப நாளாகவே நாடார் மனைவி நோயாளி. காசநோய். நாடாருக்கு குடும்ப வாழ்க்கையே முதல் ஐந்தாறு வருஷம்தான்...”

இதெல்லாம் இவனுக்கு எப்படித் தெரியும்...

“எங்கப்பாதான் நாடார் மிராசுக்கு கணக்குப் பிள்ளை. நாடார் மனைவியின் நல்ல குணத்தைப் பற்றிச் சொல்லிச் சொல்லி அங்கலாய்த்துப் போவார். நாடார் இரண்டாம் கல்யாணம் செய்து கொள்ளமாட்டேனென்று விட்டாராம். அந்த அம்மாவே பண்ணிவச்ச ஏற்பாடுதான் கமலம்!”

“என்ன? அட கஷ்ட காலமே... இதெல்லாம் பத்மாவுக்குத் தெரியுமா... எப்படித் தெரிஞ்சிருக்க முடியும்..”

“அப்ப என்ன கமலத்துக்கு இருபது வயதிருக்குமா? ஆமாம், அவ்வளவுதான் இருக்கும். எங்கப்பா அவளையும்தான் புகழ்ந்து புகழ்ந்து புளகாங்கிதமாயிடுவார்.”

“கமலத்தை எதற்குப் புகழவேண்டும்?”

“கிராமத்துப் பெண். படிப்பும் படாடோபமும் இல்லை. ஆனால் சுத்தமான பெண். நல்ல தேகக்கட்டு, ஆரோக்யம், எல்லாவற்றிற்கும்மேல் அடக்கமான சுபாவம், மகா சமர்த்து...”

சுத்தமான பெண்? ஆமாம் பத்மாகூட அடிக்கடி சொல்லுவாளே, கமலம் வேலையை ரொம்ப சுத்தமாகச் செய்கிறாள் என்று. அழுக்கும் ஆபாசமுமாக இருந்தால் பத்மா அவளைச் சமையல் செய்யவிட்டிருப்பாளா? நல்ல தேகக்கட்டு? இருக்கலாம், பாடுபட்டு உழைத்து உயிர் வளர்ப்பவர்களுக்கு தேகக்கட்டு நன்றாகத்தான் இருக்கும். நான் அவளை சரியாகப் பார்த்ததில்லை... எனக்கு எப்படித் தெரியும்? இவன் ஏன் அதைக் கவனித்தான்? அதுதான் எனக்குப் பிடிக்கவில்லை.

“நாடார் வீட்டுக்கு நான் அடிக்கடி போவேன். அப்பாதானே அங்கு கணக்குப் பிள்ளை. அவருக்கு நாடார் பங்களாவேதான் உலகம். அப்பப்ப வீட்டுக்கு வருவார். சாப்பிடவோ, தூங்கவோ, மீதி சமயமெல்லாம் அங்குதான். கமலம் அங்கு வந்தது முதல் நான் அவளை அடிக்கடி பார்த்திருக்கிறேன். நல்ல அழகுன்னு கூட சொல்லலாம். படம் வரையத் தூண்டும் அழகில்லையாக்கும்; ஆனால் உபயோகித்து நுகர வெகு நேர்த்தியான அழகு!”

அப்பப்பா! இவனுக்கு நாக்கிலே நரம்பு இல்லையா?

“நாடார் மனைவி போன பிறகும் அங்கேயேதான் இருந்தாள் கமலம். நாடாரும்தான் இரண்டு வருஷத்துக்கு முன்னே அகாலமாகப் போயிட்டாரே! அவருக்கு என்ன வயசு அப்ப? ஐம்பத்தைந்தோ ஆறோ! அவ்வளவுதான்.”

“பத்மா வந்து ஐந்தாறு மாதங்களுக்கெல்லாம் கமலம் இங்கு எங்கள் வீட்டில் வேலைக்கு வந்தாள். அப்படியானால்...”

"ஏதோ கொஞ்சம் நிலம், பணம் எல்லாம் நாடார் கமலத்துக்கு வைத்துவிட்டுப் போனார் என்றுதான் அப்பா சொன்னார். ஆனால் ஏதோ கமலம் கிராமத்துக்கு திரும்பிப் போகவில்லை."

"பத்துப் பன்னிரண்டு வருடம் நகர வாழ்க்கை நடத்திவிட்டு திடுதிப்புன்னு கிராமத்துக்குத் திரும்பிப் போய்விடுவது என்றால் அது என்ன அவ்வளவு சுலபமா?"

"அவள் கிராமத்துக்குப் போகாதது ஒன்றும் புரிந்துகொள்ள முடியாத புதிர் அல்ல. கமலத்துக்கு இப்ப என்ன வயசு முப்பது, முப்பத்திரண்டு இருக்குமா! நடுமத்திய பருவம். இங்கேயே என்றால் ஏதோ நாசூக்காக தேவைக்கேற்ப ஏற்பாடுகள் செய்துகொள்ள முடியும். அதெல்லாம் கிராமத்திலே ஆகுமா?" இவனும் இவன் ஏற்பாடுகளும்! இது ஒரு மிருகம். பலவித பசிகள் வாய்ப்பட்ட மிருகம். தொலையட்டும், வாயில்லாப் பிராணியாக இருந்து போகக்கூடாதோ!

ரமணியும் ஒரு வழியாகப் புறப்பட்டுப் போனான். பொதுவாகப் பிறரைப் பற்றித் தீர்ப்பளிக்கும் மனப்பான்மை எனக்குக் கிடையாது என்றே சொல்லலாம். அவரவர் போக்கு அவரவருக்கு என்று விட்டுவிடுபவன்தான் நான். ஆனால் ரமணி என் மனத்தில் ஒரு அருவருப்பை விட்டுப் போனான். அவன் பேச்சின் நினைவு ஏனோ என் பழக்கமான அசிரத்தையை அரித்துக்கொண்டிருந்தது. அன்று ஞாயிற்றுக்கிழமை வேறு. ஆபீஸுக்குப் போய் கவனத்தை வேலையில் திருப்பவும் முடியாது.

குளித்துச் சாப்பிட்டுவிட்டு ஏதோ ஒரு புத்தகத்தைப் புரட்டிக் கொண்டிருந்தேன். மில் ஃபோர்மன் ஜேம்ஸ் வந்தான். கொஞ்ச நேரம் பேசிக்கொண்டிருந்தோம். பிறகு அவனுடன் கிளப்புக்குப் போய் விட்டேன். சீட்டுக் கச்சேரி, பிறகு டென்னிஸ். மாலையில் சினிமா.

வீட்டுக்கு வர இரவு ஒன்பது மணிக்கு மேல் ஆகிவிட்டது. கமலம் சமையல் செய்து ஆறிப்போகாமல் குக்கரில் வைத்துப் போயிருந்தாள். சாப்பிட்டுவிட்டுப் படித்துக் கொண்டிருந்தேன். பதினொரு மணி இருக்கும். தூங்கப் படுத்தேன். ஆனால்

தூக்கம் வரவில்லை. ரமணி விட்டுப்போன அருவருப்பு திரும்பி வந்து வற்புறுத்த ஆரம்பித்தது.

நான் ஒரு தீவிர காரணவாதி என்று எனக்கு ஒரு எண்ணம். எதையும் நிதானமாகப் பகுத்தறிவை உபயோகித்து படிப்படியாக யோசித்து வந்தால் புரிந்துகொள்ள முடியும் என்பது என் வேதாந்தம். எதையும் சரிவரப் புரிந்துகொண்டு விட்டால் அது ஒரு பெரும் பிரச்னையாக நம்மை ஆட்டி வைக்காது. நாமே அதை அடக்கி ஆள முடியும் என்பது என் நம்பிக்கை. ஆகையால் நிதானமாகப் பகுத்தறிவை உபயோகித்து ரமணியைப் படிப்படியாக விளக்கிப் புரிந்து கொள்ளப் பார்த்தேன்.

நினைத்துப் பார்க்க நினைத்துப் பார்க்க ரமணியும் எத்தனையோ ஆயிரமாயிரம் மானிட ரகங்களில் ஒன்றுதான், அவனிடம் விசேஷ அருவருப்புக்கான அம்சம் ஒன்றும் இல்லை என்பது தெளிவாயிற்று, பின் ஏன் அவனும் அவன் பேச்சும் என் மனத்தில் அம்மாதிரி ஒரு தனிப்பட்ட துவேஷ உணர்ச்சியை உண்டாக்கியிருக்க வேண்டும்? மேலும் யோசித்துப் பார்த்தேன். கொஞ்ச நேரத்தில் தெளிவு தென்படாவிட்டாலும் தெளிவின்மை இல்லை. என் மனம் மெல்ல மெல்ல காவியாகிக் கொண்டிருந்தது. மென்மையான அரைத் தூக்கம், திடீரென்று விழித்துக் கொண்டேன். சிறிது நேரமாக என் சிந்தனையின் ஆதாரம் ரமணி இல்லை என்பதை திகிலுடன் அறிந்தேன். எங்கோ பாதி வழியில் என் சர்ச்சையிலிருந்து அவன் விலகிக்கொண்டு விட்டான். நான் சிந்தித்துக்கொண்டிருந்தது கமலத்தைப் பற்றி.

மறுநாள் திங்கட்கிழமை. எழுந்தது முதல் காலை நேரத்து அவசர நிரல். காஃபி, தினசரிப் பத்திரிகை; சவரம், குளிப்பு, காலைச் சாப்பாடு. ஆபீஸுக்குப் புறப்பாடு. ஆபீஸில் வேலை. சாயந்திரம் மில் நிர்வாகிகள் மீட்டிங் ஒன்று. வழக்கத்தைவிட சற்று நேரம் கழித்தே வீடு திரும்பினேன். அதற்குள் என் வாழ்க்கை மீண்டும் வழக்கமான குழிபாதையில் ஓட ஆரம்பித்து விட்டது.

ரமணியையும் அவன் பேச்சையும் மறந்தே விட்டேன்.

அடுத்த ஞாயிற்றுக்கிழமை காஃபி சாப்பிட்டுவிட்டுப் பத்திரிகை படித்துக்கொண்டிருந்தேன். ஒரு அரசியல் கட்டுரையில் சென்ற ஞாயிற்றுக்கிழமை பிரசுரமான விஷயத்தின் தொடர்ச்சி என்று போட்டிருந்தது. சரேலென்று ரமணி ஞாபகம் வந்தது. அவன் பம்பாய்க்குத் திரும்பிப் போய்விட்டானா. இல்லை இன்னும் இங்குதான் சுற்றிக் கொண்டிருக்கிறானா?

“குளிக்கப் போறிங்களா? வெந்நீர் ஆறிப்போவுது.”

கமலம். பதவிசான குரல். பாந்தமான பேச்சு.

இதையெல்லாம் நான் முன்பு கவனித்ததே இல்லை. இப்பொழுது ஏன் என் காது இதைக் கருத்துடன் கேட்கிறது?

எதற்கும் ஒரு காரணம் இருக்க வேண்டுமா? நினைவு அலைகள் எங்கெங்கோ எழும். எங்கெங்கோ மோதும். நினைவின் ஓட்டம் பாதசாரியின் பிரயாணம் மாதிரியல்லவே.

காரணம் இல்லாமல் எந்தக் காரியமும் நிகழாது. என்றும் இல்லாமல் இன்று, இப்பொழுது கமலத்தின் குரலையும் பேச்சையும் கவனித்ததற்குக் காரணம்?

கருத்துப் புணர்ப்பு, சென்ற ஞாயிற்றுக்கிழமை என்று படித்ததும் சென்ற ஞாயிற்றுக்கிழமை வந்த ரமணியின் ஞாபகம். அதிலிருந்து அடுத்தபடி அவன் சொன்னது நினைவுக்கு வருகிறது. அதைத் தொடர்ந்து கமலம். சொல்லி வைத்தாற்போல் அதே சமயம் கமலம் ஏதோ கேட்கிறாள். அவள் குரலை அவள் சொல்வதைக் காது கவனித்துக் கேட்கிறது. கருத்துப் புணர்ப்பு.

இது விளக்கமா, தன்னேமாற்றமா? இரண்டும்தான். தன்னேமாற்றத்தின் விளக்கம்.

விட்டுத்தள்ளு. மனத்தின் போக்கை பூராவாகப் புரிந்துகொண்டவன் யார்? குழிபாதையிலும் ஏதோ ஒரு கல்லு விழுந்துகிடக்கலாம். சக்கரம் அதன்மேல் ஏறும்போது வண்டி சற்றுத் தூக்கிப் போடும். பிறகு மீண்டும் பழைய ரஸமற்ற உருளல்.

இன்னொரு நாள்:

"சாப்பாடு எடுத்து வைக்கட்டுங்களா?"

பிரதிதினமும் நான் வீட்டிலிருந்தால் இந்தக் கேள்வியை ஒரு தரம் கேட்காமல் போகமாட்டாள் கமலம். நாள்தோறும் என் பதில், "வேண்டாம். நான் எடுத்துப் போட்டுக்கொள்கிறேன், நீ போ."

இன்று ஏன் தயங்குகிறேன்? நான் ஒன்று சொல்ல வர, வாய் வேறொன்றைப் பேசுகிறது.

"சரி, எடுத்து வை!"

கமலம், சாப்பிடும் மேஜைமேல் இறைந்த காகிதங்கள் பத்திரிகைகள், புத்தகங்கள் எல்லாவற்றையும் ஒரு பக்கமாக அடுக்கி வைத்துவிட்டு தட்டு, டம்ளர் முதலியன வைக்கிறாள். சிறு சிறு கார்க் பாய்களை - அமர்த்தி அவைமேல் அன்னம், குழம்பு, ரஸம், கரி என்று ஒவ்வொன்றாகக் கொண்டு வந்து சேர்க்கிறாள். என் கண்கள் கையிலிருந்த புத்தகத்தில் பதிய மறுக்கின்றன. பார்வை அவள் பக்கம் அலைகிறது. பகிரங்கமாக, கூச்சமின்றி இல்லை. ரகசியமாக, வெட்சித்து வெட்கித்து, பயந்து பயந்து, அரையும் பாதியுமாக. என்ன அநாகரிகமான சில்மிஷச் செயல்! பார்த்தால் ஒளிவு மறைவின்றிக் கம்பீரமாகப் பார்க்க வேண்டும்.

இந்தப் போக்கு எனக்குப் பிடிக்கவே இல்லை. ஆனால் இம்மாதிரி எண்ணங்கள், சிந்தனைச் சேஷ்டைகள் மீண்டும் மீண்டும் தோன்ற ஆரம்பிக்கின்றன.

முதலில் வலிப்பு நோய் போய் திடீரென்று தாக்கும். அப்புறம் பல தினங்களுக்கு ஒன்றுமே இருக்காது. பிறகு இன்னொரு தரம். என் வாழ்க்கை ஓடிக்கொண்டிருந்த குழிபாதையில் கற்கள் நிரம்ப இறைந்து கிடக்கின்றன.

தலையை நிமிர்த்தி அவளைப் பார்க்கிறேன். அதே சமயம் அவள் பார்வையும் என் பக்கம் திரும்புகிறது. மறுபடியும் அந்த அருவருப்பான தயக்கம். பார்வையின் அர்த்தத்தை மறைக்க குரல் பேசுகிறது.

"சாப்பாடு வச்சாச்சா?"

மேஜைக்குப் போய் உட்காருமுன் கமலத்தை நான் ஒருதரம் முழுசாகப் பார்க்கிறேன். இரண்டு வருஷமாக வீட்டில் வேலை செய்யும் இவளை நான் முன் பார்த்ததில்லையா? பார்த்திருக்கிறேன். ஆனால் கவனித்ததில்லை.

சீக்கிரத்திலேயே சந்தர்ப்பம் கிடைத்தபோதெல்லாம் கமலத்தைக் கவனித்துப் பார்ப்பது வழக்கமாகிவிட்டது. அடுத்தபடி பார்த்து ரஸிப்பது, அதற்கும் அடுத்தபடி இந்த ரஸனை அப்பியாசத்திற்கு சந்தர்ப்பம் தானாகக் கிடைக்காவிட்டால், சந்தர்ப்பங்களை ஏற்படுத்திக்கொள்வது.

கமலம் சமைத்து வைத்துவிட்டுப் போகும் காலம் மறைந்து மலையேறியாயிற்று. நான் சாப்பிடத் தயாராகும் வரை காத்திருந்து மேஜைமேல் எல்லாம் எடுத்து வைத்துவிட்டுப் போகும் காலமும் முடிந்து விட்டது. இப்பொழுதெல்லாம் நான் சாப்பிடும்போதுகூட இருந்து கமலம் பரிமாறுகிறாள்!

ஒருநாள்:

“அம்மாகிட்டேருந்து கடுதாசு வந்துதுங்களா? நல்லா இருக்காங்களா?”

கமலத்தின் கேள்விக்கு, ‘நல்லாத்தான் இருக்காங்க’ என்று என் உதடுகள் பதில் அளிக்கின்றன. ‘நீயும் நன்றாகத்தான் இருக்கிறாய்’ என்கிறது மனம்.

ரமணி என்ன சொன்னான்...? சுத்தமான பெண்... நல்ல தேகக்கட்டு... நடுமத்திய பருவம்.

இந்த அவஸ்தையின் கொடுமை தாங்க முடியாமல் போகும் சமயம் மில் கணக்கைப் பார்வையிட ஆடிட்டர்கள் வந்தார்கள். ஒரு வாரம் பரம நிம்மதி. வேலையைத் தவிர எதைப் பற்றியும் நினைக்க ஒரு நிமிஷம்கூட அகப்படவில்லை. பத்மாவின் பிரஸவம் இன்றோ நாளைக்கோ என்றிருந்தது. ஆனால் அவளுக்கு ஒரு வரி எழுதக்கூட நேரமில்லை. வேலையை முடித்துக் கொண்டு வீட்டுக்கு வந்து குளித்து சாப்பிட்டுவிட்டு படுக்கும் முன் அலம்பித் துடைத்து வைத்த பாண்டம்போல் மனம் அப்பு அழுக்கின்றி காலியாக முனகிற்று. அவ்வளவு களைப்பு. படுத்தவுடன் தூக்கம்.

சிந்தனையற்ற நிம்மதி.

நோய் தீர்ந்து விட்டது, நான் சுவஸ்தமாகி விட்டேன் என்றே நினைத்தேன்.

கடைசி நாள் ஆடிட் முடிந்தது. கணக்குகளைப் பார்வையிட வந்தவர் ரொம்ப திருப்தியுடன், “இந்த மில் கணக்குகளில் ஒரு தப்பு தவறு இல்லை என்பது மட்டுமல்ல, சந்தேகத்திற்கு இடங்கொடுக்கக் கூடிய ஒரு சின்ன விவகாரம் கூட நாங்கள் காணவில்லை. இந்த ஆடிட் ஸர்டிஃபிகேட் கொடுக்க எங்களுக்கு பரம சந்தோஷம்!” என்று சொல்லி முடித்தார்கள்.

மேலும் அன்று மில்லின் வருஷாந்திர கொண்டாட்ட தினம். இரவு மில் முதலாளிகள் ஒரு பெரிய விருந்தளித்தனர். நானும் அதற்கு அழைக்கப்பட்டிருந்தேன். விருந்திற்குப் பிறகு பாட்டுக் கச்சேரி வேறு. வீடு திரும்ப பன்னிரண்டு மணியாகி விட்டது. மனதில் குதூகலம்; உடலில் மகா களைப்பு.

ஆனால் இரவு இரண்டு மணியாகியும் தூக்கம் வரவில்லை. படிக்கவும் தோணவில்லை. என்ன நேரப் போகிறது என்று எனக்குத் தெரியும். நடுங்கிக்கொண்டே ஒரு புத்தகத்தைத் திறந்தேன். கமலம் கண்முன் வந்து நிற்கிறாள். புத்தகத்தைப் போட்டுவிட்டு கண்களை இறுக மூடிக்கொண்டு படுக்கிறேன். மனக்கண் கமலத்தின் உருவத்தை அடிப்படையாக துழாவி ஆராயத் துவங்குகிறது.

இரண்டு வருஷமாக நாள்தோறும் வந்து வீட்டு வேலைகளைச் செய்துவிட்டுப் போகிறாள். என் கண்முன் நடமாடி வந்தவளை நான் பார்த்ததில்லை. அந்தக் கமலம் எப்படி இந்தப் பெண் பிறவியாக பரிணமித்து விட்டாள்! அவள் கதையை நான் கேட்டதால் அவள் எப்படி மாறியிருக்க முடியும்? பின், நானா மாறிவிட்டேன்?

★★★

ஒரு உடைந்த சட்டிப் பானை கேட்பாரற்றுக் கிடக்கிறது. யாரோ சொல்கிறார்கள் அது ஆயிரம் வருஷங்களுக்கு முன் பூர்வகுடியினர் உபயோகித்து வந்த பாண்டம் என்று. அதை

உற்றுப் பார்க்கிறோம். ஆராய்ந்து பரிசீலனை செய்கிறோம். பார்க்கும் பாண்டம் பழைய அதே பாண்டம்தான். பார்க்கும் கண்கள் பழைய அதே கண்கள்தான். ஆனால் நோக்கு புது நோக்கு; அந்தப் பானையும் ஒரு புது அந்தஸ்து பெறுகிறது.

கண் காமெரா லென்ஸ் மாதிரி அல்ல. கண்களும் லென்ஸ் செய்யும் வேலையைச் செய்கிறது. மனத்திரையில் பார்த்ததின் படத்தை எறிகிறது. ஆனால் அதற்கு மேலும் செய்கிறது. பார்த்ததை விளக்குகிறது, புரிந்துகொள்கிறது.

பார்ப்பது வஸ்து. விளக்கம் அதன் அர்த்தம். வஸ்து மாறாவிட்டாலும் அர்த்தம் மாறலாம், சந்தர்ப்பத்திற்கேற்ப, அந்த வஸ்துவைப் பற்றி நமக்குக் கிடைத்துள்ள விவரங்களுக்கு ஏற்ப.

கலைச் சிலைகள், சிற்பங்கள் ஆதிகாலந்தொட்டு நிர்வாணமாகவோ, அரை நிர்வாணமாகவோ செதுக்கப்படுகின்றன. நமக்கு அவை கேவலமாகவோ ஆபாஸமாகவோ படவில்லை. கடை ஜன்னலில் ஆடைகளை விளம்பரம் செய்ய வைக்கப்பட்ட பெண்ணின் சிலை ஒருநாள் அம்மணமாகக் காட்சியளித்தால் அது விரஸமாகப்படுகிறது நமக்கு. ஏன்? கலை தத்ரூபா நிலையைத் திறனுடன் தீட்ட மனிதனின் முயற்சி என்று நாம் ஏற்றுக் கொள்கிறோம். அங்கு நிர்வாணம் சகஜமாக இருக்கிறது. கடை ஜன்னலில் சிலை எப்பொழுதும் ஆடை ஆபரணங்களுடன் அலங்கரித்து நிற்கக் காண்கிறோம். ஒரு நாள் அது அம்மணமாக நின்றால் அது நமக்கு இயற்கை நிலையை நினைவூட்டாமல் ஆடை களைவதை ஞாபகத்திற்குக் கொண்டு வருகிறது. அதனால்தான் விரஸம்.

பார்ப்பது வஸ்து. விளக்கம் அதன் அர்த்தம். வஸ்துவை விளக்குவது மனதில் அது தோற்றுவிக்கும் உறவு நினைவுகள்.

மனம் ஒரு கட்டாந்தரை. அதில் ஒரு வித்து விழட்டும், செழிப்பான விளைச்சல்.

★★★

ரமணியுடன் ரயிலடியில் சந்திப்பு.

"அடேடே! யாரு கோபுவா? என்னை வழியனுப்பவா வந்திருக்கே...? இதென்ன சாமானெல்லாம்? நீயும் வரையா? பம்பாய்க்கா? அதானே பார்த்தேன்! நீ எங்கே இந்த குக்கிராமத்தை விட்டு கிளம்பப் போறே! உன் மனைவியைப் பார்க்கப் போகிறாயா? அது சரி, எத்தனை நாள் லீவு... மூணு மாசமா?... ஓ! பிரஸவ சமயத்திலே அங்கே துணையாக இருந்துவிட்டு, மூணாம் மாசம் அவளையும் அழைத்துக் கொண்டு வந்து விடலாம் என்று போகிறாயா? நல்ல திட்டம்தான். ஆனால் மூணாம் மாசம் வரலாமோ! அனுப்புவார்களா?"

(கணையாழி)

மன மாயா

"கொஞ்சம் உடனே வர முடியுமா?" என் மனைவி காந்தாதான் வீட்டிலிருந்து டெலிபோன் செய்கிறாள். நான் ஆபீஸில் இருக்கிறேன். நேரம் நடுப்பகல். என்னால் நம்ப முடியவில்லை.

"என்ன?"

"கொஞ்சம் உடனே வீட்டிற்கு வர முடியுமா?"

"இப்பவா?"

"உடனே என்றால் நாளைக்கா?"

"வரேன்... என்ன விசேஷம்?"

"வாருங்கோ, சொல்றேன்."

"உனக்கு உடம்பு ஒண்ணுமில்லியே?"

"அதெல்லாம் ஒண்ணுமில்லை."

"குழந்தைகள்...?"

"அவாளுக்கும் ஒண்ணுமில்லை. நீங்க சீக்கிரம் வாருங்களேன், சொல்றேன்."

தந்தி ஏதாவது வந்திருக்குமோ? அப்படி என்றால் விஷயத்தை டெலிபோனில் சொல்ல மாட்டாளோ? வேறென்னவாக

இருக்க முடியும்? காலையில் நான் ஆபீஸுக்கு வரும்போது அவளும் புறப்பட்டு வெளியே போனாள்; அவள் சிநேகிதி சுனிதாவைப் பார்த்துவிட்டு, பிறகு கனாட் ப்ளேஸில் ஏதோ சாமான் வாங்கப் போவதாகச் சொன்னாள். அவளை சுனிதா வீட்டில் விட்டுவிட்டுத்தானே நான் ஆபீஸுக்கு வந்தேன்? இதற்குள் என்ன நேர்ந்திருக்கும்?

காந்தா வீட்டில் இல்லாதபோது களவு ஏதாவது நேர்ந்திருக்குமோ? குமாரன்தான் இருக்கிறானே வீட்டில்! யார் வந்து திருடமுடியும்? அவனும் எங்காவது வெளியே போயிருந்தானோ? அவனா!

குமாரன் ஒரு அதிசயப் பிறவி, அவனுக்குச் சிநேகிதர், சகாக்கள் யாரும் கிடையாது. ஊர் சுற்றுவது, தெருச் சந்தியில் நின்று வம்பு பேசுவது-ஒன்றும் செய்யமாட்டான் குமாரன். எப்பொழுதாவது அத்தி பூத்தாற்போல் தில்லியில் மலையாளப் படம் ஏதாவது வந்தால் போவான். ஞாயிற்றுக்கிழமை காலை எட்டரை மணிக்குத்தான் அந்த ஆட்டம் நடக்கும். இன்றோ செவ்வாய்க்கிழமை; நடுப்பகல், இப்போது சினிமா ஏது? கடைக்கு ஏதாவது போயிருப்பானோ...? எதற்கு? முந்தா நாள்தான் மெட்ராஸ் ஸ்டோர்ஸிலிருந்து சாமானெல்லாம் வந்தது; நேற்று சாயந்திரம்தான் போய்க் கறிகாய் வாங்கி வந்தான். இன்று காலை கடைக்குப் போவானேன்?

ஒருவேளை... ஒருவேளை குமாரனே வீட்டில் இருந்ததைச் சுருட்டிக்கொண்டு ஓடிவிட்டானோ? அப்படியும் தில்லியில் சில சமயம் நடப்பதுண்டு. வீட்டு வேலைக்காரனே ஒருவரும் இல்லாத சமயம் பார்த்துக் கையில் அகப்பட்டதை எடுத்துக் கொண்டு ஓடிப் போனான் என்று கேட்டிருக்கிறோம்... சீச்சீ... என்ன கெட்ட எண்ணம்! குமாரன் அப்படிச் செய்யவேமாட்டான்; அவன் நல்லவன். ஒரே ஒரு குறைதான் உண்டு. சாதாரணமாகக் கலகலப்பாகவே இருப்பான். என்றாலும், திடீரென்று காரணமில்லாமல் ஒரு நாள் அவனுக்கு ஏதோ வந்துவிடும். பேசமாட்டான், சிரிக்கமாட்டான். உம்மென்று முகத்தை வைத்துக்கொண்டு, வாயைத் திறக்காமல் வேலையைச் செய்வான். தன் அறையில் போய் உட்கார்ந்து கொள்வான். சரியாகச் சாப்பிடக்கூட மாட்டான். இப்படி இரண்டு நாள். பிறகு வழக்கம் போல் மாறிவிடுவான். இதைப்பற்றி நானும் காந்தாவும் சர்ச்சை செய்ததும் உண்டு.

'வயது வந்த பையன். வீட்டில் தகப்பன், தாயார், அக்கா, தங்கை எல்லோருடனும் இருந்தால், அது வேறு விதம். கண் காணாத தேசத்திலே கேரளா எங்கே, தில்லி எங்கே? பாஷையும் சரியாகத் தெரியாமல், ஒரு சிநேகிதரா, தெரிந்தவரா ஒருத்தரும் இல்லாமல் பிரம்மச்சாரி வாழ்க்கை வாழ்வதும் கஷ்டம்தான். திடீர் திடீரென்று இந்த மனக்கோணல் ஏற்படுவதற்கெல்லாம் காரணம் இந்தத் தனிக்கட்டை வாழ்க்கைதான்.'

இதையெல்லாம் பற்றிக் கலவரத்துடன் நினைத்துக்கொண்டே அவசர அவசரமாக வீட்டை நோக்கிக் காரை ஓட்டினேன், தூரத்திலிருந்தே கலவரச் சின்னங்கள் தெரிந்தன. எங்கள் வீட்டின் எதிரே இருபது, முப்பது பேர் கூடியிருந்தனர். தில்லியில் ஜமேதார் என்று அழைக்கப்படும் வேலைக்காரர் கும்பல். வீட்டில் ஸ்நான அறை போன்றவற்றைச் சுத்தம் செய்து, குப்பையை அப்புறப்படுத்துவது அவர்கள் வேலை. அத்தனை கூட்டம் இருந்தாலும் என் வீட்டு வாசற்கதவு அடைபட்டிருந்தது.

வண்டியை விட்டு இறங்கும் முன்பே ஒரே இரைச்சல், கூக்குரல்.

"உங்க வீட்டு வேலைக்காரப் பையனை வெளியே தள்ளுங்க, அவனைக் கொன்னு போட்டுட்டுத்தான் நாங்க போவோம்."

"அயோக்கியப் பயல்! அக்கிரமம் செய்துட்டான்."

"அவனை விடமாட்டோம். அனுப்புங்க வெளியிலே."

எனக்கு ஒன்றுமே புரியவில்லை. குமாரன் என்ன செய்துவிட்டான்? ஏன் இந்த அமளி? எனக்கோ ஹிந்தி சரிவரப் பேச வராது. ஏதோ தெரிந்த மட்டும் உளறினேன்: "நான் இப்பொழுதுதான் ஆபீஸிலிருந்து வருகிறேன். என்ன நடந்தது என்று எனக்கு ஒன்றுமே தெரியாது. ஒரு நிமிஷம் பொறுத்திருங்கள். நான் போய் விசாரித்து விஷயத்தைத் தெரிந்து கொண்டு வந்து உங்களுடன் பேசுகிறேன்."

"பேச என்ன இருக்கு? அவனை அனுப்புங்க வெளியிலே. நாங்க அவனுக்கு நல்ல பாடம் சொல்லித் தரோம். இந்த மாதிரி இன்னொரு தரம் செய்ய மாட்டான்!"

"அவன் என்னதான் செய்தான்?"

"மாயாவை அநியாயம் செய்யப் பார்த்தான். பெயரைக் கெடுத்து அவ வாழ்வை நாசமாக்கிட்டான்!"

மாயா எங்கள் வீட்டில் வேலை செய்து வந்த ஜமேதாரின் பெண். வயது பதினான்கு, பதினைந்துதான் இருக்கும். ஆனால், நல்ல வளர்த்தி. அந்தக் குப்பைக்கார வேஷத்திலும் மிக வசீகரமான தோற்றம். களையான முகம்; சீரான தேகக்கட்டு. எல்லாவற்றிற்கும் மேல் மகாசுத்தம். அதுவே அவளுக்கு அழகூட்டியது! சுபாவம் கொஞ்சம் துடுக்கு. குறும்புக்காரி. அவளது விஷமப் பேச்சும், போக்கிரி விளையாட்டும், அவள் வேலைக்குப் போகும் வீடுகளிலெல்லாம் பிரசித்தம். ஆனால், எங்களுக்கு அவளை மிகப் பிடிக்கும்.

"கொஞ்சம் பொறுமையுடன் பேசுங்கள். அநியாயம் செய்யப் பார்த்தானா. இல்லை, ஏதாவது நடந்து விட்டதா?"

சிலர் ஏதோ நேர்ந்து விட்டது என்று சாதித்தனர்; வேறு சிலர் - மாயாவின் தாய்-தகப்பன் உள்பட - ஒன்றும் நடந்து விடவில்லை, குமாரன் வெட்கக்கேடான வார்த்தைகளே பேசினான், அக்கிரமமான கேள்விகளே கேட்டான் என்றார்கள்.

"சரி; சற்று இருங்கள். அவன் என்ன சொல்கிறான், கேட்போம்."

"அவனைக் கேட்பானேன்? அவன் அயோக்யன்."

"எங்கள் வீட்டில் இரண்டு வருஷமாக வேலை செய்கிறான். இதுவரை அவன் ஒரு தரம்கூட அயோக்யத்தனமாக நடந்ததில்லை, பொய் சொன்னதில்லை. என்ன நடந்தது என்று அவனையும் கேட்காமல் நான் ஒன்றும் செய்யமாட்டேன்."

இதையெல்லாம் ஜன்னல் வழியே பார்த்துக்கொண்டிருந்த என் மனைவி நான் வாசலை அடையுமுன் கதவைத் திறந்தாள். உள்ளே நுழைந்ததும் கதவை மீண்டும் அடைத்துத் தாழ்ப்பாளை அவசரம் அவசரமாகப் போட்டாள்.

"குமாரன் எங்கே? அவன் என்ன சொல்கிறான்?"

"நாம் போய் அரைமணி நேரத்திற்கெல்லாம் மாயா வேலைக்கு வந்தாளாம். வழக்கம் போல் வம்புக்கு இழுத்தாளாம்..."

"வழக்கம்போல் என்றால்...?"

“நான் வீட்டில் இல்லாதபோது எப்ப மாயா தனியாக வேலைக்கு வந்தாலும் அப்படித்தானாம்...”

“நீ ஏன் கூச்சப்பட்டு மென்னு முழுங்கறே? என்ன சொன்னா, என்ன நடந்தது ஒண்ணும் தெரியாமல் அவங்களுக்கெல்லாம் என்ன பதில் சொல்லியனுப்ப முடியும்? குமாரன்! குமாரன்! இங்கே வா....”

என் மனைவியை உள்ளே அனுப்பிவிட்டு, அவனைக் கேட்டேன். குமாரன் சொன்ன கதை வேறு.

மாயா மகாதுடுக்கு: குறும்புக்காரி -இது எங்களுக்குத் தெரியாததல்ல. நல்ல குடும்பத்தில் பிறந்து சிறிது படிப்பும் இருந்தால், அவள் குணமும் சுபாவமும் முற்போக்கானவை என்று பெருமிதத்துடன் பேசுவோம். ஆனால், அவள் நிலையில், அந்த மாதிரி நடந்து கொள்ளும் பெண்களை, “அடக்கமற்ற போக்கிரி... இது எங்கே உருப்பட்டு வாழப்போகிறது? கெட்டொழியப் பிறந்த பேமானி” என்றெல்லாம் பேசுவதுதானே வழக்கம்!

எப்பொழுதுமே குமாரன் தனியாக இருந்தால், அவனை வம்புக்கு இழுக்காமல் வேலையைச் செய்துவிட்டு போகமாட்டாளாம் மாயா. அன்றும் அப்படித்தான் ஆரம்பித்ததாம்.

“அம்மா வீட்டிலே இல்லியா?”

“இல்லே. நீ வேலையைச் சீக்கிரம் செய்துட்டுப் போ.”

“வேலையைச் செஞ்சுட்டுப் போகாமே உன்னோட விளையாடத்தான் வந்தேனா?”

“சே...உளறாதே... உன் பேச்சு நல்லா இல்லே...”

“என் பேச்சு நல்லா இல்லே ஆனா. நான் நல்லா இருக்கேன்... இல்லியா?”

“இத பாரு மாயா! என்னை வம்புக்கு இழுக்காதே. நான் வாயைத் திறந்தாலே உன் போக்கிரித்தனத்தை எல்லாம் உன் மச்சான்கிட்டே வச்சுக்கோ...”

“எனக்கு மச்சான் இல்லே. நீதான்....”

"நானும் உன் மச்சான் இல்லே... நீ போ..."

"வேலை செய்ய வேணாமா?"

"வேணாம், போ. அம்மா வந்தா நான் சொல்லிக்கறேன்."

"என்ன சொல்லுவே?"

"மாயா வந்துது. வேலை செய்யாம அசிங்கமாப் பேசிச்சு. வேலை ஒண்ணும் செய்ய வேணாம்னு நான் அனுப்பிச்சுட்டேன்..."

"நான் எங்க அம்மாகிட்டே என்ன சொல்லுவேன், தெரியுமா?"

"நீ என்ன வேணுமானாலும் சொல்லிக்கோ. இப்ப போயிடு, போறும்."

"நான் அந்த வீட்டுக்கு வேலை செய்யப் போனேன். நான் உள்ளே நுழைஞ்சதும் அவுங்க வேலைக்காரப் பையன் ஒரே பாய்ச்சலாப் பாஞ்சு கதவைப் பூட்டிட்டான். வாசப் பக்கமா ஓடித் தப்பப் பார்த்தேன். அதையும் முன்னேற்பாடாப் பூட்டி வச்சிருந்தான். எனக்கு ஒரே பயமாப் போயிடுத்து. கத்திக் கூப்பாடு போட்டு யாரையாச்சும் கூப்பிடக்கூட வாய் வரல்லே. நடுங்கிக்கிட்டு நின்னேன். அந்த ஆளு பேயாட்டம் என் மேலே வந்து விழுந்தான். அந்த அதிர்ச்சியிலே 'ஓ'ன்னு அலறிட்டேன். வாயைப் பொத்தப் பார்த்தான். ஆனா, நான் அலறிக்கிட்டே இருந்தேன். யாராவது வந்துடப் போறாங்களேன்னு வாசக் கதவைத் திறந்துகிட்டு ஓடிப் போயிட்டான்."

"அம்மா காளி! நான் பேயா, நீ பிசாசா? சரி, நான் அம்மாகிட்ட ஒண்ணும் சொல்லலே... நீ தயவுசெஞ்சு போயிடு!"

"ஏன்? என்னைக் கண்டா பிடிக்கலியா?"

"மாயா! நான் கெஞ்சிக் கேட்டுக்கறேன். என்னைச் சும்மா விட்டுட்டுப் போயிடேன்!"

"சொல்லேன்... என்னை உனக்கு ரொம்பப் பிடிச்சிருக்கு, இல்லியா? ஏன் பயந்து சாகறே? சொல்லேன்!"

"நாலு பேர் காதிலே விழுந்தா என்ன சொல்லுவாங்க? நீ போயிடும்மா!"

“போ! போ! போ!-வேற வார்த்தையே தெரியாதா உனக்கு?... ஆம்பிளையாம்... ஆம்பிளை!”

ஆவேசம் வந்தவள் போல் ஓடினாளாம். பின் பக்கத்துக் கதவைத் தாழிட்டுக் கொண்டு உள்ளேயே நின்று கூக்குரலிட ஆரம்பித்தாளாம். போட்டிருந்த சட்டையைக்கூடச் சற்றுக் கிழித்துக் கொண்டாளாம். இரைச்சலைக் கேட்டுப் பக்கத்து வீட்டில் வேலை செய்யப் போயிருந்த அவள் தாயார் ஓடி வந்தாளாம். அந்தச் சமயம் பார்த்து என் மனைவி காந்தா வீடு திரும்பினாள்.

“நடந்தது அவ்வளவுதான்” என்று குமாரன் கூறினான். எனக்கு ஒரே ஒரு சந்தேகம். நானும் காந்தாவும் வீட்டைவிட்டுப் புறப்பட்டபோது மணி எட்டே முக்கால் கூட ஆகவில்லை. ஜமேதார் வழக்கமாக எட்டரை மணிக்கு மேல் ஒன்பது மணிக்குள் வேலைக்கு வருவாள். சரி, மாயா ஒன்பதே கால் ஒன்பதரை மணிக்கே வேலைக்கு வந்தாள் என்று வைத்துக் கொள்வோம். காந்தா கிட்டத்தட்ட பன்னிரண்டு மணிக்கு வீடு திரும்பும் வரை, இரண்டு, இரண்டரை மணி நேரம், குமாரன் சொல்லும் வாக்குவாதம்தானா நடந்தது? மேலும், குமாரனுக்குத் தெரிந்த அரைகுறை ஹிந்தியில் அவன் என்ன பேச முடியும், என்ன புரிந்து கொள்ள முடியும்?

வெளியே போய் மாயாவின் தகப்பனையும் தாயாரையும் தனியாக வந்து என்னுடன் பேசும்படி கூப்பிட்டேன்.

அவர்கள் வந்ததும், “மாயா எங்கே?” என்று கேட்டேன். வீட்டுக்கு அனுப்பிவிட்டதாகத் தெரிவித்தார்கள். குமாரன் சொன்னதை அவர்களிடம் என்னால் முடிந்தவரை விளக்கமாகக் கூறினேன். பிறகு கேட்டேன். “இங்கு யாரும் இல்லை. நாம்தான் உண்டு. உண்மையைச் சொல்லுங்கள். விபரீதமாக ஏதாவது நேர்ந்து விட்டது என்று நீங்கள் நம்புகிறீர்களா?”

“அந்தக் கும்பலில் சொல்ல எங்களுக்குக் கூச்சமாக இருந்ததுங்க. ஆனா, நம்புங்க. இந்தப் பையன் பாதகம் செஞ்சுட்டானுங்க. துணியெல்லாம் கிடந்ததுங்க. கன்னிப் பொண்ணுங்க. கண்ணுக்குத் தெரியாதுங்களா...?”

“சரி. அப்படியென்றால் ஒண்ணுதான் செய்ய முடியும். காரில் ஏறிக் கொள்ளுங்கள். நான் குமாரனையும் அழைத்து வருகிறேன். போலீஸ் ஸ்டேஷனுக்குப் போவோம். அவர்களிடம் கேஸை ஒப்படைத்து விடுவோம். சட்டப்படி நடக்கட்டும்.”

என் காந்தாவின் புத்திக் கூர்மை அப்பொழுதுதான் எனக்குப் பூராவாகத் தெரியவந்தது.

“போகும் வழியில் உங்க வீட்டுக்குப் போய் மாயாவையும் வண்டியில் ஏற்றிக் கொண்டு போவோம். போலீஸ் டாக்டர் பரிசோதனை செய்து பார்த்தால் பலாத்காரம் ஏதேனும் நடந்திருந்தால் உடனே தெரிந்துவிடும். குமாரனுக்கு நல்ல தண்டனை கிடைக்கும்” - காந்தா இப்படிக் கூறியதைக் கேட்டதும் மாயாவின் தாய்-தகப்பனின் முகங்கள் துவண்டு சிறுத்து விட்டன.

“வேண்டாமுங்க... சந்தி சிரிச்சுப் போயிடுங்க. நாளைக்கு அந்தப் பொண்ணைக் கட்டிக் கொடுக்க வேணாமுங்களா?”

“ரொம்ப நிஜம். ஆனால், இந்தப் பையனை நீங்க கும்பலாகச் சேர்ந்து அடிச்சுப் போட்டீங்கன்னா, அவன் கதி என்ன ஆகிறது? இந்தச் சேதி நாலு பேர் காதிலே விழுந்தா அவனுக்கு எங்கேயாவது வேலை கிடைக்குமா? அவன் பெயர் என்ன ஆகிறது?”

“அவன் செஞ்ச வினைக்கு அவன் சாகணுமுங்க!”

“அவன் குற்றம் செய்திருந்தால் கடடாயம் தண்டிக்கப்பட வேண்டும். ஆனால், சட்டப்படி உங்கள் கும்பலின் கோபத்திற்கு அவனைப் பலியாக்க நான் சம்மதிக்க மாட்டேன்... சீக்கிரம் சொல்லுங்கள். வருகிறீர்களா, போலீஸ் ஸ்டேஷனுக்கு? இல்லை. டெலிபோன் செய்து போலீஸாரை இங்கு வரவழைக்கட்டுமா?”

“வேணாமுங்க. எங்க ஜாதியிலே இந்த மாதிரி பேரு கெட்டுப்போனா பொண்ணு கழுத்தை வெட்டிப் போட்டுடுவாங்க. ஏதோ சண்டையிலே உளறிப்புட்டுதுன்னு விட்டுடலாமுங்க.”

“சரி, உங்க இஷ்டம். நடந்ததும் அதுதான்னு என் அபிப்பிராயம்... சரி, இந்தக் கும்பலெல்லாம் ஐந்து நிமிஷத்திலே கலைந்து

போகணும்... நான் இன்னொண்ணும் சொல்றேன்: நாளைக்கே மாயாவைக் கிராமத்துக்கு இட்டுக்கிட்டுப் போயிடுங்க. அங்கே மும்முரமாப் பார்த்து, நாலு பேரைக் கேட்டு ஒரு கல்யாணத்தைப் பண்ணி வையுங்க. வயசு வந்த பொண்ணு; முறுக்கான பருவம்; சுபாவமும் கொஞ்சம் துடுக்கு. பயமறியாத மனசு. இந்த மாதிரி விட்டு வைக்கப்படாது. அவளுக்கு எவ்வளவோ ஆசைகள் ஏற்படும். பார்ப்பவர் மனசிலும் எத்தனையோ ஆசைகளைக் கிளப்புவாள். இதற்கெல்லாம் ஏன் இடம் கொடுக்கணும்?"

"ஆமாமுங்க. பார்த்துக்கிட்டுத்தான் இருக்கோம். சீக்கிரமே கட்டிக் குடுத்துடறோமுங்க."

"நல்ல பையனாப் பார்த்துக் குடுங்க. முன்னுக்கு வரக்கூடியவனா இருக்கட்டும். உங்க மாயா சாதாரணப் பொண்ணில்லே. நல்ல புத்திசாலி. விறுவிறுப்பான சுபாவம். அவளை ஆசையோட ஆளக்கூடியவனாப் பார்த்துக் குடுங்க. ஏதோ அகப்பட்ட அசமந்தத்துக்குக் கட்டிப் போட்டுடாதீங்க."

அப்படி ஒருவாறு முடிந்தது அந்தச் சம்பவம். ஆனால், எனக்கென்னவோ திருப்தி இல்லை. குமாரன் சொல்வது உண்மையானால் அந்த மாயா என்ன ஆவது? ஒரு சமயம் இல்லாவிட்டால் ஒரு சமயம் கஷ்டத்திற்கு ஆளாவாள். அவளது அசாதாரண குணாம்சங்களுக்கும் முற்போக்கான தைரிய மனப்பான்மைக்கும் ஒரு நேர்மையும் நோக்கும் அளித்தால் எவ்வளவு அழகாக இருக்கும்! ஏதோ ஒரு ஜமேதாருக்குக் கட்டிக் கொடுத்துவிட்டால் எல்லாம் சரியாகிவிடுமா? இல்லை, குமாரன் சொல்வது பொய்யென்றால், அம்மாதிரி ஆளை வீட்டில் வேலைக்கு வைத்துக்கொள்வது ஆபத்தல்லவா...? இன்னொரு கிலேசமும் என் மனத்தை உறுத்தியது. குமாரன் எங்காவது போகும்போது, வரும்போது இந்த ஜமேதார் கும்பல் அவனை வழிமறித்து அடித்துப் போட்டால்? என் வீட்டில் வேலை செய்யும் அவனது பத்திரம் என் பொறுப்பல்லவா?

இதையெல்லாம் என் மனைவியிடம் சொல்லவும் தயங்கினேன். அவள் அனாவசியமாகப் பயந்து போவாள். இந்த பாஷைக் கஷ்டம் ஒன்று மட்டும் இல்லாவிட்டால் மாயாவுடன்

சற்று விவரமாகப் பேசி, நடந்ததுதான் என்னவென்று கண்டுபிடிக்கப் பார்க்கலாம். ஆனால் எனக்குத் தெரிந்த ஹிந்தியை வைத்துக்கொண்டு அதெல்லாம் முடியாது. ஒரு மாதத்திற்குள் இந்தப் பிரச்னையும் ஒருவாறு தீர்ந்தது. கும்பல் சம்பவம் நடந்து இரண்டு மூன்று வாரங்களுக்குப் பிறகு ஒருநாள் குமாரன் தான் சொந்த ஊருக்குப் போக விரும்புவதாகத் தெரிவித்தான்.

“என்ன லீவு எடுத்துக்கிட்டுப் போறியா இல்லே, ஊருக்கு நிரந்தரமாவே போயிடலாம்னு நிச்சயம் செய்து விட்டியா?”

“ஊரிலே என்ன இருக்கு, அங்கேயே தங்க? இந்த தில்லி பிடிக்கலே எனக்கு. வேறெங்காவது போகலாம்னு பார்க்கிறேன்.”

குமாரன் பிரச்னை அப்படி முடிந்தது. அதற்குப் பத்து நாள் கழித்து ஒருநாள் காந்தா மாயாவைப் பற்றித் தகவல் கொண்டு வந்தாள். “குமாரன் சொன்னதுதான் நிஜம் போலிருக்கு” என்ற பீடிகையுடன்.

“ஏன் இப்பொழுது அப்படி நினைக்கிறாய்?”

“ஒரு வாரமா அவளைக் காணவில்லையாம்!”

“அவ தாயாரைக் கேட்டா ஏதோ மென்னு முழுங்கறா. ஆனா மீதிப் பேர் பேசிக்கிறதைப் பார்த்தா அந்தப் பொண்ணு எங்கியோ ஓடிப் போயிடுத்துன்னுதான் தோணறது...”

“எங்கியோவா? யாருடனோவா?”

“அது ஒத்தருக்கும் தெரியல்லே. கல்யாணத்துக்கு ஏதோ பார்த்துண்டு இருந்தாளாம். அந்த மனுஷனைப் பிடிக்கலியோ, என்னவோ?”

“வேறு யாரையோ பிடித்திருந்ததாக்கும்!”

மாயாவின் கதை அப்படி முடிந்தது. அப்படி முடிந்ததா? இல்லை, அப்படி ஆரம்பித்ததா?

அதற்குப் பிறகு நாங்கள் மோதிபாகில் வேறு வீட்டிற்குப் போய்விட்டோம். மாயாவைப் பற்றி எங்களுக்கு ஒன்றுமே தெரியவர இடமில்லை.

ஆனால் நாலைந்து வருஷங்களுக்குப் பிறகு குமாரனை நான் சந்திக்க நேர்ந்தது. ஆபீஸ் விஷயமாக பரேலி போயிருந்தேன். அங்கு கல்லூரிப் பிரின்சிபல் நாராயணனை எனக்குத் தெரியும். அவருடன்தான் தங்கினேன். அவர் வீட்டில் வேலை செய்து கொண்டிருந்தான் குமாரன்.

"என்னப்பா, ஞாபகமிருக்கா? சௌக்யமா?" என்று விசாரித்தேன்.

"உங்களையெல்லாம் மறந்துடுவேனுங்களா? அம்மா, குழந்தைங்களெல்லாம் சௌக்யங்களா?" என்றான் அவன்.

"ஊம்... எல்லாரும் நல்லாயிருக்காங்க!"

போன இடத்தில் வீட்டு வேலைக்காரனுடன் வேறு என்ன பேச முடியும்? மறுநாள் இரவு நான் தில்லிக்குத் திரும்பினேன். குமாரன் ரயிலடிக்கு வந்திருந்தான்.

"என் பொண்ணுங்க!" என்று தன்னுடன் அழைத்து வந்திருந்த குழந்தையைப் பெருமிதத்துடன் காண்பித்தான்.

நாலு வயதிருக்கும் அதற்கு. புருபுருவென்று கவர்ச்சிகரமான தோற்றம். சிரித்த முகம்... என் பல நாள் சந்தேகங்கள் எல்லாம் தீர்ந்த மாதிரி ஒரு பிரமை.

"இந்த ஐயா யாரு?" என்று துடுக்காகக் கேட்டது குழந்தை.

"இது நம்ப டெல்லி ஐயா. எனக்கு ரொம்ப நாளாத் தெரியும். நமஸ்தே சொல்லு."

கையை ஆட்டி அசைத்து, "டாடா" என்றது குழந்தை.

"சீ, அசடே! வந்தவங்க புறப்பட்டுப் போறப்பதான் டாடா சொல்லணும்."

"ஐயா ஊருக்குப் போறச்சே டாடா சொல்லத்தானே ரயிலடிக்கு வந்திருக்கோம்?" என்று பதில் வந்தது.

"ரொம்பப் போக்கிரிப் பெண்ணுங்க."

"போக்கிரி இல்லே, குமாரன், இது புத்திசாலி. படிக்க வை. இயற்கை அளித்த புத்தி வளரணும்."

என் மனத்தில் குதித்துக் கும்மாளமிட்டுக் கொண்டிருந்த

கேள்வியைக் கேட்கலாமா வேண்டாமா என்று தயங்கினேன்.

“என்னங்க யோசிக்கிறீங்க? என் குழந்தை அந்தப் பொண்ணு மாயா மாதிரியே இருக்கேன்னு பார்க்கிறீங்களா?”

“ஆமாம், குமாரன். தத்ரூபம்... மாயாவே!”

“மாயாவுக்குத் தத்ரூபம் என் மாதிரி ஒரு புள்ளை பொறந்திருந்தா எல்லாரும் ஒரு முடிவுக்குத்தானே வருவாங்க? இப்ப இதுக்கு என்ன சொல்றது?”

“உன் பெண்ஜாதி?”

குமாரன் வாய்விட்டுச் சிரித்து விட்டான். “என்னாங்க, நான் அந்த மாயவைத்தான் கட்டிக்கிட்டேன்னு எண்ணிட்டீங்களா?”

“அப்படித்தான் இருக்குமோ என்று நினைத்தேன்!”

“இல்லீங்க. நான் உங்க வீட்டிலே வேலையை விட்டதும் டெல்லிலேருந்து புறப்பட்டுட்டேனுங்க. அதுக்கப்பறம் நான் அங்கே வந்ததும் இல்லே, அந்தப் பெண்ணைப் பார்த்ததும் இல்லே. மூணு வருசம் கழிச்சு நான் கட்டிக்கிட்ட வேறே ஒரு பொண்ணுக்குப் பிறந்தது இந்தக் குழந்தை. ஏன் அந்த மாயாவைப் போலவே இருக்குதுன்னு எனக்குப் புரியவே இல்லீங்க. இதுக்கு என்ன அர்த்தமுங்க?”

“இது ரொம்பச் சிக்கலான மனோதத்துவ விஷயம், குமாரன். நிபுணர்களே இதைப்பத்தி நிச்சயமா ஒண்ணும் சொல்ல முடியாது. எல்லாம் ஊகம்தான். ஆனால் ஒண்ணு கேக்கறேன், சொல்றியா?”

“கேளுங்க. அந்தப் பழைய கதையைப் பத்திப் பேச என்ன சங்கோசங்க?”

“உண்மையாகவே அன்னிக்கு டெல்லியிலே நடந்தது நீ சொன்னதுதானா?”

“ஆமாங்க. அதுவேதான் நெசம்.”

“அப்படின்னா அந்தச் சம்பவம் உன் மனதில் ஒரு பெரும் அதிர்ச்சியை ஏற்படுத்தியிருக்கணும். அதனோட விளைவாகத்தான் இருக்கவேணும் இது.”

“இருக்கலாமுங்க. ஆனால் ஒண்ணு மாத்திரம் நெசமுங்க. அந்த மாயாவை எனக்கு ரொம்பப் பிடிச்சுத்தான் இருந்தது. பிடித்திருந்ததுன்னா அப்படி அப்படியில்லே, ரொம்பப் பயித்தியமா இருந்துதுங்க. ஆனா அந்தப் பொண்ணோட ஒழுங்கீனமா நடந்துக்க எனக்கு தைர்யம் கிடையாதுங்க. அதோட முறையா சம்பந்தம் வச்சுக்கவும் முடியாத சங்கடமான நிலையிலே மாட்டிக்கிட்டேனுங்க.”

“அந்தப் பொண்ணும் வீட்டை விட்டு எங்கோ போயிட்டுதுன்னா கேள்விப்பட்டேன்.”

“அந்தப் பொண்ணை குறைசொல்லிப் பிரயோசனம் இல்லீங்க. அதன் சுபாவம் அப்படி. ஆம்பளையானாலும் சரி, பொம்பளையானாலும் சரி, சில பேர் அப்படி. ஆம்பளைன்னா பல பெண்களோடு விவகாரம் இருந்துகிட்டே இருந்தாத்தான் அவங்க ஆண்மை பூர்த்தியாகும்னு ஒரு நெனப்பு சில பேருக்கு. முன் காலத்திலே இத்தனை ஆனையைக் கொன்னவன் வீரன்னு சம்பிரதாயம் இருந்தது, இல்லீங்களா? அந்த மாதிரி. சில புருசங்களுக்கு ஒரு வீட்டுக்காரி பத்தாது. அதே மாதிரி சில பொம்பளைங்களும் இருக்காங்க. அவங்களுக்கு பல ஆண்களோட சம்பந்தம் இருக்கறதுகூட அவசியம் இல்லே... மாயா அப்படி ஒரு பொண்ணுங்க. அதுக்கு என் மேலே ஒரு ஆசையும் இல்லீங்க. ஆனா எனக்கு அது மேலே ஒரு மோகம் ஏற்படலைன்னு நெனச்சுக்கிட்டுக் கோபம். தன்னைப் பார்த்து ஆசைப்படாத ஒரு ஆணும் உண்டான்னு ஒரு ஆத்திரம். அப்படிப் பார்த்து ஆசைப்பட்டவங்க கேட்டபடி எல்லாம் அது எண்ணிடாதீங்க. அவன் நடந்துக்கும்னு அவஸ்தைப்படணும், தான் அவனை மறுத்துக் கேலி செய்யணும்! இந்த மாதிரி ஒரு மனசு அந்த மாயாவுக்கு. அதுபோல எத்தனையோ பொம்பளைங்க. அது அவங்க கூடப் பிறந்த சுபாவம்...”

ரயில் புறப்பட்டது. குமாரனின் பெண் கையை ஆட்டி சொல்லி வழியனுப்பினாள். அசைத்து டாடா சொல்லி வழியனுப்பினாள்.

(சுதேசமித்திரன், தீபாவளி மலர் 1968)

இணைப்பு – 1

எழுத்தும் விமரிசனமும்

– பராங்குசம்

எழுதப்படுவது எல்லாம் இலக்கியம் ஆகாது. எழுத்தாளர்களே இதை ஒத்துக் கொள்வார்கள். ஆகையால் எழுதப்படுவதையெல்லாம் இலக்கிய இலக்கணப்படி விமர்சனம் செய்வது தவறு.

பத்திரிகைகளில் வெளியாகும் பல அரசியல், பொருளாதார, செய்திக் கட்டுரைகள் சம்பந்தப்பட்டவரை விமர்சகர்களே இக்கருத்தின் நியாயத்தை ஏற்றுக்கொண்டு தங்கள் இலக்கிய விமர்சனங்களிலிருந்து அம்மாதிரி கட்டுரைகளையும் இதர விஷயங்களையும் விலக்கி விடுகிறார்கள். இதேபோல் பல தலைவர்களின் சொற்பொழிவுகள், சமூக சீர்திருத்தப் பிரசுரங்கள் முதலியன இலக்கிய விமர்சனத்திற்கு எடுத்துக் கொள்ளப்படுவதில்லை.

ஆனால் எழுத்தையே தொழிலாகக் கொண்ட எழுத்தாளர் எழுதுவது யாவும் இலக்கியமென விமர்சகர்களால் கருதப்படுகிறது. ஆகையால் அவை யாவும் இலக்கிய ரீதியில் உற்று நோக்கப்படுகின்றன. அவற்றின் தரம் இலக்கிய

பாகுபாட்டின்படி எடைபோட்டுப் பார்க்கப்படுகின்றன; குறை கூறப்படுகின்றன. இந்த வழக்கத்தை சற்றுக் கவனிப்போம்.

கவிதையைப் பற்றி அபிப்பிராய பேதத்திற்கே இடமில்லை என்று நம்மில் பலரும் நினைக்கலாம். ஆனால் சற்று யோசித்துப் பார்த்தால் கவிதைகூட பலவிதம் என்பது தெரிய வரும். நம் சம்பிரதாயத்தில் கவிதைக்கும் சங்கீதத்திற்கும் தொன்று தொட்டு ஒரு ஈடுபாடு இருந்து வந்துள்ளது. இசை, இலக்கியம் இரண்டு கலைகளும் ஒன்றுபட்டு ஒரு புது சிருஷ்டி வெளிவர வேண்டுமானால், இப்புது சிருஷ்டியில் சில சமயம் இசையும் சிலசமயம் இலக்கியமும் பிரதான்யம் பெறும் என்பது வெளிப்படை. இது சிருஷ்டிகர்த்தாவின் மேதையைப் பொருத்தமையும்.

அவன் அந்தக் குறிப்பிட்ட சிருஷ்டியில் தன் சிந்தனையைப் பாடுகிறானா, அல்லது கவிக் கற்பனையாகத் தீட்ட விரும்புகிறானா என்பதும் அந்தச் சிருஷ்டியின் ரகத்தை நிர்ணயிருக்கும். ஒரு பாட்டை இலக்கியக் கவியுடன் ஒப்பிட்டுப் பார்த்து விமர்சனம் செய்யலாமா? அல்லது ஒரு கவிதையை அதை இசையுடன் அமைத்துப் பாட முடியவில்லை என்பதற்காகக் குறை கூறலாமா?

இசையுடன் பிணைக்கப்படாத கலப்பற்றக் கவிதையிலும் இரண்டு விதம் உண்டு. சிலர் கவிதை ரூபத்தை தங்கள் சிந்தனைக்கு வாகனமாக அமைக்கின்றனர். வேறு சிலர் ஒரு சாதாரண எண்ணத்தையோ, சந்தர்ப்பத்தையோ, நிகழ்ச்சியையோ தங்கள் கவிக் கற்பனைக்குக் கருவாக உபயோகிக்கின்றனர். இரண்டும் அதாவது சிந்தனா புஷ்டியும் கவிதா ரஸனையும் சேர்ந்து அமைவது வெகு வெகு சில மகாமேதைகளின் கற்பனைகளில்தான். மேலும் தற்காலத்தில் ஆழ்ந்த சிந்தனைகளை வெளியிடும்போது எழுத்து வேடனின் அம்பு போல், வைத்தியன் கையில் கத்தி போல், தொழில் திறமையுடன் கூர்மையாக அனாவசிய அலங்காரத் தாமதமின்றி வழங்கப்பட வேண்டும். இம்மாதிரி சந்தர்ப்பங்களில் கலையின் இறுதி இலட்சியம் கலையே என்ற கொள்கையைப் பின்பற்றக்கூடாது. ஓசை நயமும் கற்பனை வனப்பும்கூட வெகு நயமாகக் கையாளப்பட

வேண்டும். அவை சிந்தனைக்கு மெல்லிய பின்னணி இசைக்க வேண்டுமே ஒழிய, அவற்றின் ஆர்ப்பாட்டத்தில் சிந்தனையின் குரல் கேட்காமல் போய்விடக் கூடாது— என்றெல்லாம் புதிய இலக்கியப் போக்குகள் தோன்றியுள்ளன. இதெல்லாம் காரணமாக இன்றைய விமர்சகரின் வேலை மிகவும் சிக்கலானதாகிவிட்டது. ஒருபுறம் இலக்கியத்தின் இலக்கணம் மாறிக்கொண்டே வருகிறது. இன்னொருபுறம் புத்தகத்தை விமர்சனம் செய்வதைவிட அதை எழுதியவரை விமர்சனம் செய்வதுதான் முக்கியம் என்றாகிவிட்டது. எழுத்தாளரின் மனதையும் நோக்கத்தையும் நன்கறிந்து அவன் என்ன எழுத முயல்கிறான் என்பதை விளக்க வேண்டியிருக்கிறது. சில சமயங்களில் விமர்சகரது விளக்கமின்றிப் புத்தகம் புரிவதில்லை. மேநாடுகளில் பிரபல எழுத்தாளர்களைப் பற்றி, அவர்களது வாழ்க்கை வேதாந்தம் மனோதத்துவம் முதலியன பற்றி, எவ்வளவோ கூக்குரல் விவாதம் கேட்கிறது. அவர்களது புத்தகங்களைப் பற்றிப் பேச்சேயில்லை. யாராவது படித்தால்தானே! படிக்க முடிந்தால்தானே!

கவிதையிலேயே இவ்வளவு சிக்கல்கள், இத்தனை வேறுபாடுகள் என்றால் கதை, நாவல், கட்டுரை இவற்றைப் பற்றிக் கேட்க வேண்டுமா? தற்போது நம் நாட்டில் மட்டுமல்ல, உலகெங்குமே பத்திரிகைகளிலும், சஞ்சிகைகளிலும், பிரசுரமாகும் பெரும்பான்மையான சிறுகதைகளும், தொடர்கதைகளும், வாசகரின் பொழுதுபோக்கிற்காக எழுதப்படுபவை. இவற்றை இலக்கிய சிருஷ்டிகளாகக் கருதி ஆராய்வது தவறு. இதேமாதிரி கட்டுரைகளும் வாசகரின் விஷயஞானத்தை அதிகரிக்க எழுதப்படுகின்றன. இவற்றில் நடையழகையோ, இலக்கியத் தெளிவையோ காணமுடியாது. இதையும் விமர்சகர் நினைவில் வைக்க வேண்டும்.

கடைசியாக இன்னொன்றும் குறிப்பிட வேண்டும். எங்குமே பொதுவாக வாசகரின் தரம், தேவைகள், மனப்போக்கு. பண்பாடு எல்லாம் வெகுவாக மாறிவருகின்றன. அதுவும் நம் நாட்டில் இது ஒரு வெகு முக்கியமான மாறுதல். இருபத்தைந்து வருஷங்களுக்கு முன்கூட படிக்கும் பழக்கம் உள்ளவர். அதாவது வாசகர் என்று குறிப்பிடக் கூடியவர், ஒரு சிலரே. மேலும்

இவர்கள் தலைமுறை தலைமுறையாக அம்மாதிரி படித்துப் பண்பட்ட குடும்பத்தைச் சேர்ந்தவர். இவர்களுக்கு இலக்கிய ரஸனையும் சிந்தனா சக்தியும் கூடப் பிறந்த இயல்புகள். இவர்களது வாழ்க்கை முறை, தொழில், பொருளாதார நிலை யாவும் இவர்களை, கல்வியும் பண்பும் மிகுந்த ஒரு சிறுபான்மை குழுவாகப் பராமரித்துக் காப்பாற்றி வந்தது. ஆனால் இருபதாம் நூற்றாண்டில் இலவசக் கல்வி, சமஉரிமை ஜனநாயகம் காரணமாக ஏற்பட்டுள்ள சமூக மாறுதல்கள் இவை யாவும் சேர்ந்து வாசகரின் எண்ணிக்கையை மட்டுமல்ல, அவர்களது விநியோகத்தையும் எவ்வளவோ விஸ்தரித்துப் பெருக்கியுள்ளன. இன்னொரு வினோதம்! வழக்கமாக விலை கொடுத்து புத்தகம் வாங்கிப் படித்து வந்துள்ள சிலர் இப்போதெல்லாம் பண நெருக்கடி காரணமாகப் புத்தகம் வாங்குவதை நிறுத்திக் கொண்டுள்ளனர். ஆனால் முன்பெல்லாம் படிக்கும் பழக்கமே இல்லாத ஆயிரக்கணக்கான மக்கள் வருமானப் பெருக்கம் காரணமாக இப்போது எத்தனையோ பத்திரிகைகள், சஞ்சிகைகள், இதழ்கள் வாங்கிப் படிக்கின்றனர். ஆகையால் இன்றைய எழுத்தாளன் ஏதோ ஒரு குறிப்பிட்ட பண்டிதர் குழுவுக்கு எழுத முடியாது. அவனது வாசகர் கும்பல் கும்பலாகப் பெருகி வருகின்றனர். பலதரப்பட்டவராகி வருகின்றனர்.

இந்நிலையில் எழுத்தாளனின் குறிக்கோள் என்னவாக இருக்க வேண்டும்? ‘அவன் ஒரு கலைஞன். ஆகையால் அவன் கட்டுப்பாடுகளுக்கும் அப்பாற்பட்டவன். அவன் தனது கற்பனையின் அடிமை. தன் கற்பனையை எழுத்தில் உருவாக்குவது அவனுக்கு வாழ்க்கைத் தேவை. சுவாசிப்பது போல், வழிபடுவது போல் எழுதுவது அவனுக்கு அத்தியாவசியத் தேவை. இன்னும் பார்க்கப் போனால் அவன் எழுதவில்லை; அவனது கற்பனைப் பெருக்கு அவனை எழுதச் செய்கிறது. அவன் எழுதிச் சமைப்பது பலருக்குப் பிடித்திருந்தால், படித்த பண்புடைய சிலரால் மதிக்கப்பட்டால் அவனுக்குப் பேரும் புகழும் கிடைக்கும். எழுதுவது பலருக்கும் ரஸிக்காவிட்டால், பண்டிதருக்கு சிலாக்யமானதாகத் தோன்றாவிட்டால், அவன் தோல்வியுற்று க்ஷயரோகத்தால் தேய்ந்து மெலிந்து நாளடையில்

மறைகிறான். இரண்டிற்கும் அவன் உத்திரவாதம் இல்லை.' கலைஞனைப் பற்றி இந்த மனத் தோற்றமே கற்பனை. கதைகளில்தான் இம்மாதிரி கலைஞனைக் காண்கிறோம்.

உண்மையில் கலைஞனும் ஒரு மனிதன்தான். அவன் ஒரு தொழிலாளி; ஒரு எழுத்துத் தச்சன்; சிந்தனையைச் செதுக்கி உருவாக்கி இலக்கிய மாடம் நிர்மாணிக்கும் கொத்தன். அவன் தனக்கு வேண்டியதை, வேண்டியபடி எழுத முடியும். வஸ்து, வடிவம் இரண்டையும் தெரிந்தெடுப்பதில்தான் அவன் மனம் மேதை இரண்டும் பரீட்சிக்கப்படுகின்றன. அவன் எதை எழுத வேண்டும்? தன் மனதைக் கவர்ந்ததைப் பற்றி, தனக்கு அக்கருத்திற்கு ஏற்றதெனத் தோன்றும் வடிவத்தில் எழுதலாம். ஆனால் எழுத்தின் இறுதி இலட்சியம் அது படிக்கப்பட வேண்டும் என்பதுதான். இல்லாவிடில் உபயோகத்திற்கு உதவாத சாமான்போல் அனாவசியப் பொருள் ஆகிவிடும். சில எழுத்தாளர் எழுதுவது என் பொறுப்பு; அதைப் படித்துப் புரிந்து கொள்வது வாசகரது பொறுப்பு என்று நினைக்கலாம். இந்தக் கூற்றில் கொஞ்சம் உண்மை உண்டு. அதாவது வாசகர் சுயமுயற்சி சற்றும் இல்லாது சுலபமாகக் கடிக்காமல் மெல்லாமல் விழுங்கக் கூடிய விஷயங்களையே படிக்க ஆசைப்படுவது கெட்ட பழக்கம். எழுதுவதில் சிந்தனா முயற்சி தேவையாயிருப்பது போல், படிப்பதிலும் சிந்தனைக்கும் இடமிருக்கவேண்டும். படித்து யோசித்துப் புரிந்து கொள்ள வேண்டிய எழுத்துதான் முதிர்ச்சியும் முழுமையும் உள்ள சிந்தனா சிருஷ்டி. இன்றும் படிக்கப் படிக்க, யோசித்துப் பார்க்கப் பார்க்க புரிந்துகொள்ள மேன்மேலும் விஷயம் தென்படவேண்டும். அதனால் எழுத்தாளன் வாசகருக்குப் பிடித்ததையே அவர்களுக்கு சுலபமாகப் புரியும் முறையிலேயே எழுத வேண்டும் என்று அவசியமில்லை. ஆனால் எழுத்தாளன் எதையோ தன் மனத்திருப்திக்காக எழுதிக் கொண்டே போகிறான்; அதைப் படிக்க வாசகரில்லை; ஒரு சிலர் படித்தாலும் அவர்களுக்கு அது பிடிக்கவில்லை. புரியவும் இல்லை, என்றால் அதுவும் உண்மை இலக்கியம் ஆகாது. இலக்கியத்தின் பூர்ண ஜீவனுக்கு எழுத்தாளன் வாசகன் இருவரும் தேவை. இலக்கியம் சிருஷ்டிக்கப்பட்டால் மட்டும் போதாது.

அது படித்து அனுபவிக்கப்பட வேண்டும். அப்பொழுதுதான் இலக்கியம் பிரஸவமாகிச் சுவாசிக்க ஆரம்பிக்கிறது.

இலக்கியகர்த்தா இலக்கிய ரஸிகன் இருவரிடையே போக்குவரத்துச் சாதனமாகத் தொழில்படுகிறான் விமர்சகன். இலக்கியத்தைப் பதம் பார்ப்பது, நல்லதை வரவேற்பது, கெட்டதைக் கண்டிப்பது, விளக்கம் செய்வது எல்லாம் விமர்சகனின் வேலை. ஆனால் எழுத்தாளன் எதை இலக்கியமாகக் கருதி சிருஷ்டிக்கிறானோ அதையே இலக்கிய விமர்சனத்திற்கு எடுத்துக் கொள்ள வேண்டும். மேலும், இன்றைய எழுத்தாளனது வாசகர் யார் யார், அவர்களுடன் ஈடுபாடு ஏற்படுத்திக் கொண்டு உரையாட அவன் எவ்வாறு எழுத வேண்டியிருக்கிறது என்பதையும் உணர்ந்தறியா விட்டால் விமர்சனம் இலக்கியத்திற்கும் சமூக சூழ்நிலைக்கும் இடையே உள்ள நெருங்கிய தொடர்பிற்கு ஏற்ற முக்யத்துவம் அளிக்காத குற்றத்திற்கு இலக்காகிவிடும். இலக்கியமும் இலக்கியத்தின் நோக்கும் அளவைகளும் காலத்தை ஒட்டி மாறிவருபவை. பண்டைய கோட்பாடுகளைக் கொண்டு இன்றைய இலக்கியத்தை மதிப்பிடுவது தவறு. ஆனால் இலக்கியத்திலும் ஒரு சரித்திரத் தொடர்ச்சி இருக்கத் தேவை உண்டு. ஆகையால் புது இலக்கியம் என்பதற்காக அது பரம்பரை, சம்பிரதாயம் இவற்றிலிருந்து வெட்டுண்டு தனித் துண்டுகளாக அமையக் கூடாது. புதுமை பழமையிலிருந்து வளர வேண்டும். ஆனால் இந்த வளர்ச்சி வெறும் தாவர வளர்ச்சியன்று. மாமரத்திலிருந்து ஒவ்வொரு வருஷமும் மாங்காய்தான் விளையும். அம்மாதிரி அல்ல ஒரு மக்களின் இலக்கிய விருட்சம். இந்தக் கல்பதருவில் பலவித பூக்கள் மலரும். சில பார்க்க அழகாயிருக்கும், ஆனால் வாசனை இராது. சில பார்க்க என்றும் அவ்வளவு அழகாயிராது; ஆனால் நறுமணம் வீசும் சுகந்திகள். சில பெயரளவில்தான் மலர்கள். ஒரு சில அழகு, நளினம், சுகந்தம் யாவும் ஒருங்கே அமைந்த ஸர்வோத்தம புஷ்பராணிகள். காலையில் பூத்து மாலையில் மறைவன சில. மாலை மலர்ந்து காணாமற்போவன சில. ஒரு நாள் இரண்டு நாள் ஜீவன் சிலவற்றிற்கு. இத்தனை கோடி மலர்களில் ஒரு ஆயிரம் பூக்கள் மேலும் வளர்ந்து காயாகலாம், அவற்றில் பத்துப் பன்னிரண்டு கனிந்து பழமாகி இனித்தால் அது நம் பாக்யம்.

மேலும், இந்த இலக்கிய விருட்சத்தின் அலாதிகுணம், அது சிரஞ்சீவி என்பது மட்டுமல்ல, அதன் வாழ்க்கையே ஒரு பரிணாமம். காலத்திற்கேற்ப, காலத்தின் தேவைக்கேற்ப அது மாறிக்கொண்டே வரும். இவ்விநோத விருட்சத்திலிருந்து புதுப்புது மலர்கள் புதுப்புது கனிகள் வளர்ந்து கொண்டே இருக்கும். விமர்சகன் போன வருஷம் வாங்கின பழம் மாதிரி இல்லையே இது என்றால் அது விமர்சனம் ஆகாது. சுவைத்துப் பார்த்து தீர்ப்புக் கூறவேண்டும். விமர்சகரது ரஸனையிலும் ஆரோக்கிய பரிணாமம் இருக்க வேண்டும்.

இன்னொன்றும் விமர்சகன் எழுத்தாளன் இருவரும் உணர வேண்டும். மானிடர் யாவரும் ஒரு குலம் என்பது இலட்சியம். இன்றைய நிதர்சனம் வெவ்வேறு மக்கள், வெவ்வேறு இடங்களில், வெவ்வேறு மொழிகள் பேசி, வெவ்வேறு விதம் வாழ்கின்றனர் என்பதுதான். ஆகையால் ஒரு மக்களது இலக்கியத்தில் காணப்படும் புதுப் போக்குகளைப் பிடுங்கி இன்னொரு மக்களது இலக்கியத்தில் நட்டால் அது அந்தச் சூழ்நிலையில் வாழ்ந்து வளருவது துர்லபம். அதே போல் ஒரு இலக்கியத்தின் ரஸனையை அளவுகோலாக வைத்துக் கொண்டு இன்னொரு இலக்கியத்தின் புது சிருஷ்டிகளை அளந்து பார்ப்பது நியாயமல்ல. உலகத்தின் இலக்கியங்கள் ஒன்றை ஒன்று பாதிக்கலாம்! ஒன்றுக்கொன்று புது வேகம் தரலாம்; ஒரு இலக்கியம் இன்னொரு இலக்கியத்தின் போக்கை மாற்றலாம். ஆனால் இவை யாவும் பரிணாம முறையில் தானாக நேர வேண்டும். நவீன ரண சிகிச்சை முறையில் பலவந்தமாகச் செய்யப்படக்கூடாது.

இலக்கிய வட்டம் இதழ்: 18-17.7.64

★★★

www.ingramcontent.com/pod-product-compliance
Ingram Content Group UK Ltd.
Pitfield, Milton Keynes, MK11 3LW, UK
UKHW042133021026
15589UKWH00003B/799

9 789390 884438